Uchambuzi wa Sera, Uongozi na Maslahi ya Watanzania

Uchambuzi wa Sera, Uongozi na Maslahi ya Watanzania

Chachage Seithy L. Chachage

E & D Vision Publishing
Dar es Salaam

E & D Vision Publishing Limited
S.L.P. 4460
Dar es Salaam
Tanzania.
E-mail: edvisionpublishing.co.tz
Web: www.edvisionpublishing.co.tz

Chachage: Uchambuzi wa Sera, Uongozi na Maslahi ya Watanzania.
© Msimamizi wa urithi, 2014

ISBN: *ISBN:*: 978 9987 - 735 - 27 - 3

Yaliyomo

1 | UTANGULIZI
Issa Shivji

Msomi wa Umma

Nimefarijika kuombwa na jamii ya rafiki yangu CHACHAGE kuandika maneno machache ya utangulizi wa kitabu hiki kinachokusanya maandishi yake.

Miaka minne uliyopita, wakati tulipompoteza ghafla Chachage Seithy Chachage, tulipigwa na butwaa; tukahuzunika, tukalia sana. Siku ya nne, Alhamisi ya tarehe 13 mwezi Julai mwaka 2006, tulipokusanyika katika ukumbi wa Nkrumah, Chuo Kikuu cha Dar es Salaam, huko Mlimani, machozi yetu yakakauka, huzuni yetu ikageuka kuwa faraja, msiba ukawa jambo la mpito, fikra zake zikanukuliwa na zikapewa nafasi ya kudumu. Maelfu ya watu wa kila rika na rangi, wa kila ukoo na utamaduni, wa kila tabaka na nyadhifa, wakamiminika kutoa heshima zao za mwisho. Wengine walimsikia tu, wengine walimuona kwenye runinga au walimsoma kwenye magazeti, wengine walikuwa wanafunzi wake, wengine walimfundisha. Wako waliokuwa na ahadi naye: 'Nikirudi kutoka Kibaha Jumatatu, nitalishughulikia ombi la mwanao kuingia chuoni.' Haikuwa hivyo. Mama na binti wakalia, wakasahau ombi, walichokumbuka ni ukarimu tu wa Mwalimu Chachage!

Chachage alikuwa msomi, lakini msomi wa kawaida. Chachage alikuwa mwalimu, lakini mwalimu wa kawaida. Chachage alikuwa mume, baba, rafiki, shemeji, lakini yote haya ni uhusiano wa kawaida ambao jamii zetu zimezoeshwa kutokuuthamini. Watu wa kawaida wana nafasi finyu katika mizani ya jamii zetu. Chachage hakuwa waziri wa serikali wala Mtendaji Mkuu (CEO) wa shirika; hakuwa kiongozi wa dola wala dini; hakuwa miongoni mwa matajiri au wawekezaji; hakuwa hata katika uongozi wa Chuo alichokuwa anakifundishia. Sawa, alikuwa kiongozi wa UDASA, lakini hakujipendekeza vya kutosha kwa wakubwa ili akubalike kama "kiongozi-mwenzetu". Ni kitu gani basi, ni sifa gani, iliyoamsha mioyo ya maelfu ya watu kufurika pale Nkrumah siku ile ya Alhamisi?

Majibu yanaweza yakawa mengi. Sitaki kuyaorodhesha yote. Kama binadamu, Chachage alikuwa mtu mwenye utu, ubinadamu, ukarimu na huruma; kwa hiyo alivutia hisia za watu wengi. Lakini kama msomi, Chachage alikuwa na msimamo na mtazamo thabiti kwa upande wa wanyonge. Yaani, alikuwa na msimamo wa kitabaka na katika hili alipambana vikali dhidi ya ushawishi wowote wa kuuyumbisha, hata kwa mbali, msimamo wake. Pamoja na kuwa na msimamo wa kitabaka, huu haukuishia kwenye maandishi. Alijitahidi kuishi maisha yake kwa kutimiza masharti na maadili ya msimamo huo, pamoja na kasoro za hapa na pale ambazo hakuna mtu anayeweza kuepukana nazo kwa sababu binadamu siyo malaika. Alijitahidi kutafsiri msimamo wake kwa vitendo. Alijitahidi kutetea maslahi na matakwa ya tabaka la wanyonge kila aliponusa dalili za kutokuwa na haki, dhuluma na kuwepo kwa unyanyasaji, ukatili, ubaguzi au dharau, bila kujali jinsia, jamii, dini, rangi au ukoo wa anayedhulumiwa au maslahi yake binafsi. Huu ni ubinadamu, ingawa siyo jambo la kawaida hasa kwa wasomi wa kibwanyenye. Lakini kwa Chachage, msimamo huo ulitokana na itikadi yake kuhusu ukombozi wa jamii kutoka kwenye makucha ya mfumo wa kibepari na wa kibeberu.

Maandishi yaliyomo katika kitabu hiki hayawezi kueleweka vizuri na kwa undani wake bila kuzingatia mtazamo wa ukombozi wa wanyonge ambao ulikuwa msukumo wa maandishi na maisha yake. Kwa maneno mengine, Chachage hakujidai wala kujali mtazamo wa wasomi wa kibwanyenye kwamba msomi ni msomi na hana wajibu wowote wa kuegemea upande wowote ule. Katika mtazamo wa kibwanyenye, msomi anatakiwa kufanya kazi yake bila kujiuliza: uchambuzi wangu unamsaidia nani na unatetea maslahi ya nani? Ndiyo maana wasomi wengi wanaishia kwenye kutetea hali ilivyo, status quo, badala ya kuonesha na kupanua njia ya ukombozi na mabadiliko ya jamii kwa faida ya walio wengi. Hao, moja kwa moja, ni wasomi wa mfumo-tawala. Chachage alikuwa msomi wa umma na mkereketwa wa ukombozi wa kijamii (social emancipation).

Utandawazi na soko huria

Msukumo huohuo wa ukombozi ulimfanya Chachage kutumia uwezo wake wote wa kisomi na wa kisanii kuuvua "nguo" na kuuanika hadharani unyama wa mfumo wa utandawazi. Huyu msomi wa watu hakubabaika na nyimbo za kuusifu utandawazi kana kwamba ni chakula kutoka kwa wakubwa. Wimbo huo uliimbwa sana na serikali ya awamu ya tatu kiasi kwamba wakosoaji waliitwa wavivu wa kufikiri na majitu yaliyopitwa na wakati. Kwa udi na uvumba viongozi wametuburuza katika 'soko huria' ambalo Chachage kalibatiza kwa jina la 'soko holela'.

'Utandawazi ni utandawizi,' Chachage aliwatangazia Watanzania wenzake na wana wa Afrika. Na hili halikuwa kwa mzaha. Pamoja na kipaji chake cha kisanii kilichomfanya aweze kueleza dhana ngumu kwa lugha nyepesi ya watu, kwake yeye dhana ya 'wizi' ilikuwa matokeo ya uchambuzi wa siasa-uchumi (*Political economy*) wa kibeberu.

Tangu karne za 17 na 18, wakati wa biashara ya utumwa, uhusiano kati ya bara la Afrika na bara la Ulaya na Marekani Kaskazini umekuwa uhusiano wa kinyonyaji. Rasilimali pamoja na nguvu-kazi za wana wa Afrika zimeporwa na kulimbikizwa kama mtaji katika nchi hizo za kibepari na kibeberu. Uhodhi wa mitaji uligeuzwa kuwa nguvu za nchi hizi kunyonya zaidi na kwa mitindo mbalimbali watu wa Afrika, ikiwemo mfumo wa kikoloni, ukoloni mamboleo na sasa uliberali mambo-leo, ambao umepewa jina la utandawazi.

Kuna mambo manne ya msingi ambayo hatuna budi kuyazingatia katika uhusiano huo. Moja, ni kwamba utajiri wa nchi za Kaskazini una uhusiano mkubwa na unyonyaji wa jasho la bara la Afrika pamoja na nchi nyingine za dunia ya tatu. Kwa ufupi, mfumo wa kibepari ulinyonya siyo tu wavuja jasho wa mataifa yao lakini pia mataifa mengine. Pili, uhusiano huo haukusukumwa tu na matakwa na kanuni za kiuchumi bali mabavu, yakiwamo mabavu ya kijeshi. Kwa hiyo, mabavu yalikuwa na hisa kubwa kuuwezesha, kuendeleza na kuulinda mfumo huo.

Jambo la tatu ni kwamba kila mara, katika enzi mbalimbali, wanyonyaji wa nje hushirikiana na madalali wa ndani kufanikisha azma yao. Kwa hiyo, utumwa ulikuwa na wanyapara wao; ukoloni ulikuwa na machifu, ukoloni mamboleo ukawa na marais na makamando wao, na uliberali mambo-leo au utandawazi una makuadi wao. Katika riwaya yake, *Makuadi wa Soko Huria*, Chachage anapambanua vizuri tu silika ya hao mabwana au kwa jina lake la kitabaka, vibwanyenye uchwara.

Jambo la mwisho la kusisitiza ni kwamba katika kila enzi na mfumo na mtindo wa unyanyasaji na unyonyaji kumekuwa na mashujaa wa watu waliopinga na kupigana na wanyonyaji na utawala-dhalimu. Toussaint l'Ouverture, aliwaongoza watumwa wa San Domingo (sasa Haiti) na kuikomboa nchi ambayo ilikuwa ya kwanza kuwa nchi huru mnamo karne ya 18. Miaka 100 iliyopita mashujaa wa Maji Maji walipigana na ukoloni wa Kijerumani pamoja na kwamba silaha zao zilikuwa duni. Miaka hamsini iliyopita wazalendo na wafanyakazi waliunda vyama vya kisiasa na kuikomboa nchi ya Tanganyika. Kiongozi mzalendo, Mwalimu Julius Kambarage Nyerere, kaweka historia ya uzalendo katika Afrika ambayo bado ni kipimio cha uzalendo barani Afrika. Kwa ufupi basi, ukweli ni kwamba ingawa utawala dhalimu unakuwa na washiriki wake wa ndani, pia kunakuwa na wazalendo na wakombozi wanaopambana nao.

***

Katika sehemu ya kwanza na ya pili ya kitabu, Chachage anafanya uchambuzi wa kina wa mfumo wa utandawazi na soko huria. Makala yake juu ya zao la tumbaku na korosho yanadhihirisha wazi madhara yaliyowapata wakulima wadogowadogo katika soko huria, kwa maana nyingine, anaelezea juu ya uhuru waliopewa wafanyabiashara wanunuzi wa mazao ya wakulima bila usimamizi wa serikali. Kwa ustadi mkubwa, msomi wetu pia anachambua nafasi na hali ya wachimbaji wadogowadogo na jinsi wawekezaji katika migodi wanavyochuma rasilimali zetu bila kunufaisha nchi wala wazalishaji wadogo. Jambo hilo siyo geni. Hivi karibuni kumekuwa na mijadala katika magazeti ambayo inaonesha waziwazi jinsi wawekezaji katika madini wanavyonyonya nchi hii na kujilimbikizia utajiri. Hata hivyo, watawala huendelea kuegemea upande wao bila kujali ustawi wa jamii yetu.

Juu ya utamaduni

Utamaduni ni ainisho na utambulisho wa watu. Kwa Chachage, utamaduni siyo mambo ya kale ya kuwaonesha watalii bali ni taswira ya mapambano ya jamii kubadili hali yake ya unyonge kuelekea kwenye hali bora. Utamaduni siyo kama "majumba ya makumbusho" yahifadhiyo mambo ya kale, bali ni utambulisho-endelevu wa watu. Akifuata nyayo za mkombozi Amilcar Cabral, Chachage alielewa kuwa utamaduni ni taswira ya mapambano ya kijamii. Kwa hivyo, utamaduni halisi wa Kiafrika ni utamaduni wa ukombozi wa Mwafrika na si vinginevyo.

Akimnukuu Shabaan Robert, 'titi la mama litamu, hata likiwa la mbwa', Chachage husisitiza sana matumizi ya lugha ya Kiswahili kama sehemu ya utamaduni-endelevu. Yeye mwenyewe, bila kuona aibu, alikuwa anatumia Kiswahili kuandika mada na makala za kina katika fani mbalimbali - uchumi, sosholojia na kadhalika. Kama msomi halisi aliweza kutumia lugha zote mbili, Kiingereza na Kiswahili, kwa ufasaha bila kuchanganya maneno au kujigamba katika Kiswanglish.

Katika kitabu hiki, ana makala nzuri tu za uchambuzi wa utamaduni, ikiwemo ya muziki. Makala yake juu ya muziki wa *Rap na hiphop* yalinivutia sana. Katika makala hiyo anaonesha jinsi vijana wanavyodhihirisha kutokuridhika na hali yao na hali ya wananchi kwa jumla. Itikadi ya ukombozi huwa na sura nyingi, kwa kuwa na binadamu ni mbunifu, hugundua njia mbalimbali za kunung'unika, za kulalamika, za kupambana na hali duni, za kupigana na dhuluma na unyanyasaji. Binadamu siyo mbunifu tu bali pia ni mgunduzi. Mara nyingi sana wasomi husahau kwamba watu wa kawaida ni wabunifu na wagunduzi wakubwa katika mapambano ya kijamii na hivyo kukosa kujielimisha kutokana na busara za walalahoi.

Hitimisho: wajibu wa msomi

Msomi huwajibika kwa nani? Je, msomi ana wajibu gani kwa jamii yake? Je, msomi ni mwajiriwa tu ambaye hufanya kazi kama anavyotumwa na mwajiri wake? Haya ni masuala muhimu ya kijamii na kila msomi ana chaguo lake, ama kuwa mamluki wa kutumikia matakwa ya matabaka-tawala au kuwa msomi wa umma kwa kuchambua hali halisi na kugundua njia mbalimbali za   ukombozi wa kijamii. Chachage L. Seithy Chachage alifanya chaguo lake na ametuachia ushahidi usiopingika kwamba alichagua kuwa upande wa ukombozi wa walalahoi.

Kama msomi aliyebobea, angeweza kujiunga na walalaheri, kuwa upande wa walanchi badala ya wananchi. Na angeweza kuishi maisha ya anasa, labda angegombea uchaguzi na hata kujipatia uwaziri. Lakini siyo Chachage, msomi wa umma. Alifanya chaguo lake na kaishi chaguo lake mpaka pumzi yake ya mwisho.

Maisha, mtazamo, msimamo na maadili ya Chachage ni mfano wa kuigwa kwa wasomi na vijana wetu. Acheni masihara, someni kupambana, pambaneni kusoma, ili muweze kukomboa taifa letu kutokana na makucha ya ubeberu-utandawazi, ili muweze kumkomboa binadamu kutokana na minyororo ya mfumo-nyonyaji.

Mwanzo wa Safari[1]

Rafiki yangu Abel Mwisho: wewe ndiye ulikuwa uyaandike masimulizi haya. Kwa kuwa wewe ni mwandishi mahiri, na tena ushairi wako ni wa kuvutia. Hukuandika. Nimewajibika kujitosa na kuyaandika, kwa kuwa wewe haupo tena duniani. Watu hudhani kwamba wafu hawaongei: hili si kweli hata kidogo, kwani hata makaburi nayo hutoa ujumbe. Ulitaka kuandika kuhusu masimulizi haya kwa kuwa ulitamani walimwengu wapate fununu ya yale uliyopata kuyajua na kuyahisi maishani. Ni yapi hayo? Katika shajara na vitu mbalimbali ulivyonukuu katika madaftari yako ambavyo vilikusudiwa viwe sehemu ya matayarisho ya mswada wako, uliandika mambo mengi. Najaribu kuyaunganisha ili nijue kama ulikusudia kusimulia nini.

Hilo si jambo rahisi. Si rahisi hata kidogo kufuatilia mlolongo wa mawazo ya mtu mwenye mawazo ya kina na mbunifu. Kila kitu ulichokiandika kina uzito, hisia, mguso na mvuto. Kwa mfano, ulimnukuu mshairi wa Lebanon, Kahlil Gibran, akisema asingependa kuyabadilisha masikitiko ya moyo wake kwa furaha za walio wengi. Wala hatakuwa na machozi yanayomchuruzika pasi kikomo yatokanayo na kukosa furaha na kuyabadili yawe kicheko. Angetamani maisha yake yabakie chozi na tabasamu.

Ulikusudia nini hapa? Kwamba masimulizi yaivinjari safari ndefu ya rafiki yetu ya kuusaka mkono wa mapenzi na furaha ya yaliyompata? Je, hukujua kwamba si rahisi enzi hizi kuandikika wimbo au hadithi ya mapenzi?

---

1 Hii ni sehemu ya utangulizi wa muswada wa riwaya ambao hayati Profesa Seithy Chachage hakubahatika kumaliza kuiandika kabla mauti hayajamchukua.

SEHEMU YA KWANZA

Utandawazi au Utandawizi?

2 | KISWAHILI KATIKA MUKTADHA WA UTANDAWAZI[1]

I

Utandawazi ni dhana ambayo imeenea kwa kasi ya moto wa nyikani katika hii miaka ya karibuni. Ni dhana ambayo imewateka wasomi, wanasiasa, wachumi na waandishi wa habari barani Afrika na kuwaganda vichwani kama yule mzee aliyempanda mgongoni Sindbad katika ngano za kale kisha akakataa kushuka. Matumizi ya dhana hii yamepata mashabiki miongoni mwa wengi barani Afrika katika kipindi ambacho duniani kote watu ambao wameshamaizi uhalisia wa mfumo wa uhusiano wanaoimarishwa na dhana hiyo wamejitokeza kwa wingi kuupinga kwa nguvu zote. Maandamano ya kwanza yaliyofanyika kuupinga utandawazi yaliandaliwa huko Mexico mnamo mwaka 1994. Baada ya hapo, yalifanyika mengine kuanzia mwaka 1999 huko Seattle, na baada ya hapo hadi leo yameendelea kufanyika Davos, Washington DC, Quebec, Gothenburg, Barcelona, Genoa, New York na kwingineko.

Mwaka 2001, kwa mfano, polisi wa Canada walilazimika kutumia mabomu ya machozi 7,707 dhidi ya waandamanaji wanaopinga mfumo huo huko Quebec; huko Goteburg, polisi wa Sweden walilazimika kutumia risasi za moto dhidi ya waandamanaji. Mambo yalikuwa hivyohivyo Barcelona, ambako polisi wa Hispania waliwachokoza waandamanaji. Maandamano yaliyotokea Genoa yalisababisha mtu mmoja kuuawa na polisi wa Italia na watu 600 kuumizwa. Hata wakati mkutano wa Shirika la Biashara la Kimataifa ulipohamishiwa Doha (Qatar ambako ni jangwani, ikidhaniwa kwamba waandamanaji hawatafika huko!) Novemba 2001, kulikuwa na maelfu ya waandamanaji.

---

1 Makala yametayarishwa kwa kongamano la Siku ya Kiswahili litakalojadili kuhusu "Kiswahili na Utandawazi" la tarehe 06.02.2003, lililoandaliwa na Baraza la Kiswahili la Taifa. Nilipangiwa niongee juu ya "Maana na Dhima ya Utandawazi na Athari Zake Kwenye Ukuzaji wa Kiswahili". Lakini pia nilipewa uhuru wa kuiweka mada yangu kwa kadri ambavyo ningeonelea itakidhi yale ambayo ningeyavinjari.

Na kilele chake kuwa Porto Alegre (Brazil) mwaka 2001, 2002 na 2003, ambapo tamko lilitolewa wazi kabisa na Mkutano wa Dunia wa Kijamii (*World Social Forum*) kwamba "ujenzi wa jamii tofauti na hii ya uliberali wa kileo unawezekana!" Mkutano huu umekuwa ukiwajumuisha wapenda amani, haki na ustawi wa jamii kutoka pembe zote za dunia kila mwanzoni mwa mwaka, wakati viongozi wa dunia wakikutana Davos au kwingineko katika Mkutano wa Kiuchumi wa Dunia. Serikali ya Uswizi ililazimika kutumia mabilioni ya fedha, mnamo Januari 2003 kuwalinda hao viongozi wa dunia dhidi ya waandamanaji waliokuwa wanapinga dhana ya utandawazi, dhana ambayo viongozi hao walikuwa wamekutana kuijadili.

Wanaoupinga utandawazi duniani wamedhihirisha wazi kabisa kwamba utandawazi ni mkakati wa kisiasa wa makusudi uliopangwa na wenye nguvu na uhodhi wa mitaji (nchi na watu) ambao umezilazimisha serikali na watu kutawaliwa na nguvu za kiuchumi na kijamii ambazo zinadhaniwa kwamba hazizuiliki wala kupingika. Makusudi yenyewe yamelenga kutajirisha wachache. Wametamka wazi kabisa kwamba hizi ni siasa za makusudi zilizoundwa na mataifa makubwa pamoja na mashirika yao, kama Shirika la Biashara la Dunia (WTO), Benki ya Dunia na Shirika la Fedha la Dunia (IMF), kuwagandamiza na kuwanyonya hohehahe wa dunia hii. Mkutano wa Kijamii wa Dunia wa Kwanza uliofanyika Porto Alegre mwaka 2001, ulitoa tamko la kuwataka watu wote duniani wasimame kidete kupinga utawala wa mashirika ya fedha duniani, utokomezwaji wa tamaduni za watu, uhodhi wa elimu na maarifa, uhodhi wa vyombo vya mawasiliano ya habari, uharibifu wa mazingira na udunishaji wa hali za watu. Mkutano huu ulibainisha kwamba haya yote yanatendwa na mashirika makubwa ya kiuchumi duniani, yakisaidiwa na sera ambazo ni kinyume cha demokrasia.

Katika hali hii, maswali ya msingi ya kujiuliza ni: Je, dhana ya utandawazi ni ngano/gumzo tupu au ina uhalisia? Ni kitu gani ambacho ni kipya katika dhana ya utandawazi ambacho kinautofautisha mfumo huu na mingine iliyopita? Je, vielelezo ambavyo vinautambulisha mfumo huu viko tofauti kiasi gani na vile ambavyo kabla ya hapo viliutambulisha mfumo ukoloni, ukoloni mambo leo au ubeberu? Kutokana na ukweli kwamba watu wa kawaida wanalazimishwa na wenye nguvu kuikubali dhana hii, ni vigezo vipi vinaweza kutumika kupima kuwepo au kutokuwepo kwa utandawazi? Vipi, kwa mfano, mtu wa kawaida (yule aliye kiwandani au kondeni akitoa jasho) atauelewa utandawazi kwa vigezo vyake mwenyewe, bila kulazimishwa kuelewa, ikizingatiwa kwamba akumbwavyo navyo kila kukicha ni ongezeko na kukomaa kwa mazonge, madhila, ubetuliwaji, utengwaji, unyonywaji, ugandamizwaji, na kadhalika, vitu ambavyo amevishuhudia kwa miongo mingi tangu ujio wa ukoloni? Kwa nini vitu ambavyo vimekuwepo toka zamani vinabatizwa majina mapya? Je, huku si kuyapa heshima maovu na kuyafanya yaliyo mema kuonekana kinyume chake? Na katika hali kama hiyo, nini tofauti ya kutandaa kwa uwazi (utandawazi) na kutambaa kwa wizi (utandawizi) - kama unavyofahamika na wengi sasa hivi?

Wale ambao hawajakoma kufikiria katika enzi hizi watamaizi wazi kwamba utandawazi ni mradi wa kiitikadi: ni mkakati wa kujenga uhusiano wa kibinadamu wa namna fulani. Kwa sababu hiyo, imekuwa vigumu hata wanataaluma wa nyanja mbalimbali kukubaliana kuhusu maana na dhima ya dhana hiyo. Kuna wale ambao wanaamini kwamba utandawazi ni mfumo mpya wa dunia, na ni tofauti na ule uliokuwa ukiitwa wa kibeberu miaka 20 iliyopita. Hawa kwa Kiingereza wanaitwa *Hyperglobalists*. Hawa wanaamini kwamba huu ulimwengu wa sasa unaelekea pahali pazuri. Hawaoni haja ya kuubadili mfumo huu, na hutumia muda wao mwingi kuutukuza mfumo huu, kwa madai kwamba hakuna mbadala wake: hakuna chaguo jingine, ama unashiriki au unazama! Wanadai kwamba matatizo yawakumbayo mamilioni ya watu duniani yanaweza kumalizika kwa kuukumbatia huu mfumo wa utandawazi, ilimradi kuwepo mikakati ya kupunguza umaskini. Kwao wao, umaskini unatokana na uvivu, kukosa hulka ya ujasiriamali, kutokuweka akiba na kutokuwa na mipango miongoni mwa wale walio maskini. Kwa hiyo, "Mtaji wa maskini ni nguvu zake mwenyewe!"

Vilevile, kwao wao, tatizo kubwa ni umaskini tu. Na huo, kama alivyosema mwaka 2002, Rais mstaafu wa Marekani Bwana Bill

Clinton, wakati akitathmini chanzo cha ugaidi uliosababisha matukio ya Septemba 11, ndio chanzo cha vita, ugaidi na chuki miongoni mwa binadamu. Msimamo wa aina hii umejikita akilini mwa wengi[2], kiasi cha kusahau kabisa ule ukweli kwamba kuna mwenendo wa kijamii na uhusiano ambao misingi yake ni ufukarishwaji wa wengi na utajirisho wa wachache Baadhi yetu tungependa kuamini kwamba historia bado inayo mengi ya kutufundisha. Na watu wa huko nilikozaliwa-Iringa -wana msemo usemao: *"Ikitele ikilovela sa kisunga kikavandikilwa"* Chungu cha zamani kinaweza pia kutumika kuwekea maziwa (ukipata chungu kipya usitupe cha zamani).

Katika kuivinjari dhana ya utandawazi, tatizo ni kwamba wengi hatuongelei tena masuala ya uhusiano wa kinyonyaji, kigandamizaji, kitabaka, kiuonevu na kadhalika, kama ilivyokuwa zamani wakati tukiongea kuhusu mfumo wa dunia, ambao leo umepewa jina la utandawazi. Enzi hizo ilieleweka kwamba wale ambao ni masikini wako katika hali hiyo kwa sababu wananyonywa, wanagandamizwa, wanabetuliwa pembeni,wanaonewa, wanabezwa, wanadhulumiwa, wanakosa haki, na kadhalika, wakati matajiri (nchi au watu) walitajirika kwa sababu walitenda vitendo hivyo na kuishi kwa jasho la wengine. Hivyo, kwa mfano, Mwalimu Nyerere akihutubia Shirika Katoliki la Mary - Knoll, huko New York mwaka 1970 alitamka:

Tatizo la dunia ya leo si umaskini; maana tunao ujuzi na amali zinazotuwezesha kuufuta umasikini. Tatizo lenyewe hasa ni mgawanyiko wa binadamu katika tabaka mbili; tabaka ya matajiri, na tabaka ya maskini. Jambo hilo ndilo linaloleta matatizo, vita, na chuki kati ya watu. Tunaweza kuziona tabaka hizi katika mafungu mawili. Kwanza, nchi moja watakuwako watu wachache wenye mali nyingi, na mali yao huwapa sauti kubwa; hali wananchi walio wengi sana wanateseka na umasikini na dhiki za aina mbalimbali. Na pili, tukiitazama dunia kama mkusanyiko wa nchi nyingi, tunaona tabaka za aina hiyohiyo. Upande mmoja kuna nchi chache, tajiri, zinazotawala dunia katika mambo ya uchumi; na kwa sababu ya utajiri wao

---

2 Hapa nchini kwetu, wale waliokuwa wakiitwa wanyonyaji, mabepari na makupe wakapanda cheo kuwa wahujumu wa uchumi mwaka 1984, walibadilika baada ya hapo na kuitwa wawekezaji au wafadhili!

zinatawala mambo ya siasa pia. Upande mwingine kuna nchi ndogondogo zilizo maskini ambazo inaonekana mwisho wao utakuwa kukandamizwa daima3.

Ni wazi kwamba mtazamo kama huo wa Mwalimu Nyerere ulijikita katika imani iliyouangalia mkakati mzima wa ufutaji wa umasikini kwa kuzingatia masuala ya ujenzi wa jamii zenye haki, usawa na heshima kwa binadamu wote. Leo hii, msimamo kama huu unadaiwa kwamba ni ndoto za Alinacha. Inadaiwa kwamba watu binafsi ni muhimu zaidi kuliko jamii na jumuia. Si umoja wa wafanyakazi na wakulima tena ambao ni muhimu, bali ushirika wa serikali, wafadhili, mashirika yasiyo ya kiserikali na sekta binafsi ambao ndio muhimili wa maendeleo na ustawi wa jamii. Nadharia zote za ukombozi wa mwanadamu na dhana na maadili yote ambayo hapo zamani yakiuainisha ubinadamu wetu zimetupiliwa mbali katika hii miaka 20 iliyopita.

Ukweli ni kwamba, kihalisia, utandawazi ni ainisho la uibukaji wa tabaka jipya la mabepari (walikuwa wakijiimarisha katika sekta ya fedha, vyombo vya habari, matangazo ya biashara, taaluma za kisomi, biashara, masoko ya hisa ya dunia, na kadhalika.) ambao wamejitokeza tangu miaka ya 1970. Hawa, tofauti na wale wa zamani ambao walikuwa wakiwekeza katika mitaji ya uzalishaji wakijenga viwanda, wakiwekeza kwenye migodi, wakifungua mashamba, na kadhalika, walikuwa wamejikita katika mitaji ya fedha na ununuzi wa hisa na uporaji wa maliasili (madini, mafuta, misitu, wanyama pori, na kadhalika). Kazi yao kubwa ilikuwa ni kununua hisa na ulanguzi wa mitaji ambayo iliivunjilia mbali mipaka ya nchi mbalimbali na kuugeuza ulimwengu mzima kuwa ni uwanja wa masoko ya ulanguzi (*speculative markets*), kiasi kwamba wakaingilia nchi yoyote na kuondoka bila ya kujali malengo ya muda mrefu ya nchi husika. Kazi yao kubwa ilikuwa ni kununua hisa, rasilimali na dhamana-yaani kununua vile ambavyo awali vilikuwa haki ya jumuia (viwanda na mali za umma), yawe mabenki, au vitega uchumi ambavyo vilitokana na jasho la wengi kwa kisingizio cha ubinafsishaji.

---

3 Hapa nchini kwetu, wale waliokuwa wakiitwa wanyonyaji, mabepari na makupe wakapanda cheo kuwa wahujumu wa uchumi

Kutokana na kuimarika kwa mitandao ya kompyuta katika masoko ya fedha duniani, ilifikia hali kwamba biashara ya uuzaji na ununuzi wa mitaji na hisa iliweza kufanyika kwa saa 24 duniani kote, huku kukiwa na wataalamu ambao kazi yao kubwa ilikuwa ni kununua mashirika mbalimbali, bila kujali kama yalikuwa yakizalisha kitu gani, au mamilioni ya watu walikuwa wakipokonywa ajira zao. Huu ulimbikizaji wa mitaji wa aina mpya kabisa duniani haukuwa na lengo la kuwekeza au kujenga viwanda vipya, bali kununua kila kilichokuwapo na kukiuza papo hapo kwa faida kubwa zaidi. Ikasemekana kwamba teknolojia ya kompyuta ndiyo ambayo inatawala, na kutoka hapo misuli na akili za binadamu hazikuwa na manufaa tena kiuchumi. Dhana ya kazi na uzalishaji, kama msingi wa maisha ya binadamu na ainisho la maisha yake, ikawa imepinduliwa. Badala yake, uteja na masoko huria ukawa ndiyo msingi wa maisha kiitikadi, kiitikeli na kimaadili. Ikadaiwa kwamba masoko huria (ununuzi na uuzaji) ndiyo msingi wa jamii na si uzalishaji. Kwa hiyo, hakukuwa na haja ya kuota njozi za maisha ya usawa, haki na jumuia zenye misingi ya ubinadamu wa kweli.

Ikiwa kabla ya hapo dola ilipata uhalali wake kutokana na kutoa huduma za jamii, sasa hakukuwa na haja hiyo tena, kwani masoko ndiyo yalikuwa yamechukua jukumu la kutoa huduma za jamii-afya, elimu, matunzo ya uzeeni na huduma nyingine. Sera za ustawi wa jamii hazikuwa na maana tena, kwani ziliwalemaza watu (japokuwa bado walitakiwa waendelee kulipa kodi, ambazo ndizo hasa chimbuko lake). Kwa hiyo, msukumo mkubwa ukawekwa katika kuzilazimisha serikali kujitoa katika utoaji wa huduma za jamii, kwa madai kwamba masoko huria yangekidhi mahitaji nyanja hizo. Kazi ya dola ikadaiwa kwamba ni kuhakikisha kwamba kuna utawala bora au utawala wa kisheria (bila kujali kama hizo sheria zilikuwa ni za haki au za kidhalimu). Kiitikadi, ilidaiwa, haya yalikuwa yamedhihirishwa na sayansi ya jenetiki, ambayo ilikuwa imeonyesha kwamba tofauti za watu ni za kibaolojia-ziwe za kitabaka, kijinsia, kiakili, kimadaraka, kiuwezo wa mali, kirangi, kikabila, kiujasiriamali, na kadhalika.-haya yote yalitokana na maumbile na si mazingira ya kijamii!

Ilibidi watu wakubali tofauti zilizopo miongoni mwa watu, lakini pia ilibidi ikubalike kwamba iliwezekana kwa mtu yeyote kuwa tajiri, alimradi awe na ari ya ujasiriamali na ufanya biashara. Laiti watu wote wangalipewa mikopo ya mitaji, basi hakukuwa na kipingamizi chochote cha kuwafanya wote wawe matajiri na umasikini kutokomea kabisa katika uso wa dunia! Hii ndiyo nadharia mpya iliyojitokeza kutokana na mabadiliko hayo ya kiuchumi na kiteknolojia, ambayo imejikita katika mitandao ya mawasiliano yanayotokana na ukuaji wa utumiaji wa kompyuta. Kompyuta, runinga, redio, simu na vingine vilikuwa vimeufanya ulimwengu uwe kijiji kwa kuwezesha watu wote duniani kuunganishwa kirahisi kwa mawasiliano. Uhalali wa dola haukuwa katika utoaji wa takwimu za kuonyesha kama nini kinatokea katika maisha na maendeleo ya watu tena, kwani hii kazi ilichukuliwa na mabingwa wa tabaka la juu wenye mitaji kudhihirisha kwamba hali zilikuwa zinaboreka siku hadi siku (kwa kutumia wataalamu waliobobea kwa wingi wa vyeti). Wakati matajiri wakinunua hisa kwenye masoko ya hisa, hohehahe waliliwazwa kwa imani kwamba kwa kucheza bahati nasibu au bingo au kuingia kwenye mashindano ya urembo, basi nao pia siku moja wangekuwa matajiri!

Nchi za Kiafrika ziliingizwa katika mfumo huu kwa njia ya urekebishaji wa uchumi, ambao ulitokana na utekelezaji wa masharti ya taasisi za fedha za dunia, hususan Benki ya Dunia na Shirika la Fedha la Kimataifa. Hizi taasisi na wafadhili walidai kwamba matatizo ya kiuchumi yaliyokuwa yakiikabili Afrika yalitokana na sera za kizalendo za kulinda masoko na wazalishaji, ikiwa ni pamoja na utoaji wa ruzuku kwa wakulima. Kadhalika, hizo taasisi zilidai kwamba sera ambazo zinalenga katika ustawi wa jamii-yaani kuhudumia jamii katika masuala ya afya, elimu na miundombinu mbalimbali ziliongezea matatizo, kwani zilisababisha utozaji mkubwa wa kodi kwa wawekezaji, kiasi kwamba wawekezaji wa nje wakawa wanasita kuwekeza.

Taasisi hizi zililazimisha serikali za Kiafrika kujitoa katika masuala ya uchumi na huduma za kijamii. Japokuwa wananchi waliendelea kulipa kodi, lakini sasa waliambiwa lazima walipie hizo huduma (kwa maneno laini-wachangie katika utoaji huduma). Ilibidi wawekezaji wa kutoka nje wajengewe mazingira mazuri ya uwekezaji, ikiwa ni pamoja na misamaha au unafuu wa kodi, kutungiwa sheria zinazowalinda na kuwapa fursa ya kuhamisha mapato yao, upatikanaji wa mali ghafi kwa bei nafuu, sera za ajira zinazoruhusu wawekezaji kupata faida kubwa, kushamiri kwa biashara na masoko huria, utawala bora na mfumo wa vyama vingi, na kadhalika. Na hivi ndivyo vikawa vigezo vya mafanikio. Baada ya kukidhi masharti hayo, ufadhili ukachukua nafasi ya sera za kijamii!

Lakini ukweli ni kwamba haya mapinduzi ya kimawasiliano na kiteknolojia hayajaanza hii miaka 20 iliyopita. Haya mabadiliko yaliyotokea kiuchumi, kiteknolojia na kisiasa ni mwendelezo na kukoma kwa uhusiano uliokuwapo kwa karne nyingi za utumwa, ukoloni, ukoloni mamboleo na ubeberu kwa jumla. Matatizo makubwa zaidi ya kiuchumi na kijamii yamejitokeza kutokana na urekebishaji wa uchumi, jambo ambalo limesababisha watu wengi kutokuwa na ajira na uhakika wa kujikimu kimaisha au hata kumiliki na kutawala rasilimali zao na nyenzo za kuendeleza maisha yao. Ukuaji wa mashirika makubwa ya mawasiliano pamoja na mitandao yake, ushindani mkubwa wa kiuchumi duniani, mapinduzi ya kiteknolojia, mgawanyo mpya wa kazi duniani, kuimarika kwa mfumo unaotawaliwa na mabenki na taasisi za fedha na za mawasiliano badala ya ule ambao awali ulizingatia uzalishaji na mabadiliko mengine mengi yaliyoanza kutokea miaka ya 1970, ulisababisha kuibuka upya kwa uonevu na unyanyasaji ambao umejikita katika ubaguzi wa rangi, kitabaka na kijinsia ndani ya nchi na duniani kote.

Inabidi kuyatilia mashaka haya madai kwamba kuna kipya katika hii dhana ya utandawazi. Kwa mfano, dai kwamba teknolojia imeufanya ulimwengu kuwa kijiji kwa kuwezesha watu wote duniani kuunganishwa kirahisi kwa mawasilino, limeibusha mjadala kuhusu suala la uwezekano au fursa ya kuwa na vyombo vya mawasiliano kwa watu wote, hususan wale ambao ni mafukara au makabwela. Hakuna usawa katika hili, walio wengi duniani hawana fursa au nafasi ya kuwa washiriki wa hayo mawasiliano. Wenye fursa ni matajiri na wale wenye uwezo tu. Kadhalika, imedhihirika wazi kwamba maudhui ya yaliyomo katika mawasiliano hayo ni yale ya upande mmoja-wa nchi za Magharibi. Hivyo, kuna watoa habari na wapokea habari; watoa maarifa na wapokea maarifa; wenye uhodhi wa ukweli na wale ambao sauti zao hazisikiki kabisa, wastaarabu na washenzi, wenye utamaduni na wasio na utamaduni, lugha za manufaa na zile ambazo si muhimu na kadhalika. Vyote vilivyo 'vyema' ni vya kutoka Magharibi na vile visivyofaa, ni vile ambavyo ni vya kwetu wenyewe!

Kabla hii dhana ya utandawazi haijaanza kutumika, huu mfumo ulijulikana kama ni mfumo wa dunia wa uhusiano wa kibepari, ambao ulikuwa umeiunganisha dunia nzima kutokana na mapinduzi ya kimawasiliano na teknolojia. Hivyo ndivyo alivyoutambulisha mfumo huu Mwalimu J.K. Nyerere mwaka 1970 katika hotuba iliyonukuliwa hapo awali. Lakini kwake, badala ya mfumo huu kuleta ukombozi wa mwanadamu, ulikuwa ukiukomaza uhusiano wa kinyonyaji; badala ya kuibuka kwa dunia moja matokeo yake yalikuwa ni mgawanyiko maradufu wa watu kitaifa na kimataifa kati ya mafukara (ambao ni wengi) na matajiri (ambao ni wachache). Kwa maneno yake mwenyewe:

> *Kwa lugha ya utaalamu, dunia sasa ni kitu kimoja4.Binadamu ameitazama dunia kutoka mwezini akaona jinsi ilivyo kitu kimoja. Ninaweza kusafiri toka Tanzania hadi New York kwa saa chache tu kwa ndege za jeti. Mawimbi ya redio yanatuwezesha kuzungumza na wenzetu, ama kwa wema au kwa ubaya, mnamo kipindi cha sekunde baina ya mtu kusema na kusikiwa. Bidhaa hutengenezwa kwa vifaa vya ustadi kutoka sehemu zote za dunia, na halafu huuzwa maelfu ya maili kutoka mahali zinakotengenezwa.*
>
> *Lakini wakati huo huo ambapo, kwa sababu ya maendeleo ya ufundi [teknolojia-C.S.L.), kutegemeana kwa binadamu kunazidi, bado tabaka baina ya watu nazo zinazidi kupanuka kwa haraka zaidi siku hata siku.*
>
> *Kwa hiyo dunia siyo kitu kimoja. Watu wake wamegawanyika zaidi sasa, na pia wanatambua zaidi migawanyiko yao, kuliko*

---

4 Haya makala yalitafsiriwa kutoka lugha ya Kiingereza mwaka 1974. Inaelekea kwamba neno teknolojia lilikuwa halitumiki wakati huo, kwani sentensi hii katika lugha ya awali inasomeka: "The world is one in technological terms". Tafsiri yake ilibidi iwe, "Kiteknolojia, dunia sasa ni kitu kimoja."

walivyokuwa hapo zamani. Wamegawanyika baina ya walioshiba na walio na njaa; wamegawanyika baina ya walio na mamlaka na wanyonge; wamegawanyika baina ya mabwana wanaotawala na watwana wanaotawaliwa; baina ya wanaonyonya na wanaonyonywa. Na watu wachache ndio wanakula vizuri, na ndio wanaomiliki mali ya dunia nzima na wanaomiliki pia binadamu wenzi wao. Aidha, kwa ujumla, watu wachache hao ni weupe.... 5

Kwa maoni yake yeye, katika dunia kama hiyo, hakuna masoko huria kati ya "mbilikimo" na "pandikizi la jambazi": bei ambazo ziko katika masoko ya dunia hupangwa na wakubwa na wenye nguvu huko nje "ambako nchi masikini huwa kama mbilikimo anayefurukuta mikononi mwa pandikizi la jambazi!"[6]

II

Wakati wingu la mkanganyiko wa dhana ya utandawazi likiwa bado limeigubika nchi yetu, kuna mjadala mkali katika vyombo vya habari kuhusu lugha ambayo inafaa itumike katika taasisi mbalimbali za elimu. Kuna baadhi ya watu ambao wanaamini kabisa kuwa Kiswahili si lugha ambayo inastahili kutumika katika taasisi hizo kwa kuwa tunaishi katika enzi za sayansi na teknolojia-enzi za utandawazi! Hivyo Kiswahili hakitatusaidia duniani. Kwa maana hiyo basi, Kiingereza si lugha ya kigeni, bali ni lugha ya mataifa yote. Hapa, ukweli kwamba lugha ndiyo kioo cha utamaduni wa umma na ainisho kuu la taifa na watu popote pale duniani umesahauliwa kabisa. Hapa ikumbukwe kwamba, utamaduni, kwa ujumla ni mfumo wa maisha ya watu katika umoja wao, katika muktadha wa kuyajenga maisha yao na kutokana na mazingira wanayojikuta wanaishi nayo. Vitu kama sanaa, sayansi na taasisi mbalimbali, pamoja na imani na mila ni sehemu ya utamaduni wao. Katika kupambana na maisha na kuyasaka maendeleo, watu wanaibusha maarifa na uelewa ambao unawafanya wao watambulike kama watu wa aina fulani. Hivyo hujitokeza katika nyimbo zao, aina ya muziki, hadithi na ngano na muhimu zaidi katika aina ya lugha waitumiayo.

5 Julius K. Nyerere, Binadamu na Maendeleo, kama hapo juu, uk. 96-7.
6 Kama hapo juu, uk. 93.

Katika hotuba ya uzinduzi wa Jamhuri ya Tanganyika tarehe 09.12.1962, Mwalimu Julius Nyerere[7], pamoja na masuala mengine, aliongea kuhusu historia ya utamaduni wa Tanganyika. Naye alitamka kwamba nchi isiyokuwa na utamaduni wake haina tofauti na mkusanyiko wa watu ambao hawana roho iwawezeshayo kuwa taifa. Alivilaani vitendo vya wakoloni vya au kuwafanya Waafrika waamini kwamba hawana utamaduni wao wenyewe; ama kuufanya utamaduni wa Kiafrika uonekane kitu cha ovyo. Kutokana na hili, wengi wa waliokuwa wamesoma na kupata elimu ya kizungu, waliojiona kuwa ni "wastaarabu" walijifunza kuwaiga Wazungu kiasi kwamba kuwa Mwafrika msomi kulimaanisha kuwa Mzungu Mweusi. Na hili ndilo ambalo taifa letu linashuhudia leo kutokana na huu mjadala wa kuwa ni lugha ipi inabidi itumike katika taasisi za elimu. Kama ilivyokuwa wakati wa ukoloni, hadi leo kuna watu wanaoamini kwamba cha wengine ni bora zaidi kuliko chao. Na hili ndilo dhara kuu la huu ukoloni mpya uitwao utandawazi. Hili linadhihirisha kwamba, kutokana na kutawaliwa kiuchumi na kisiasa, watu wameukubali hata huo utamaduni wa watawala.

Hayo mataifa makubwa ambayo yamekuwa yakizitawala nchi za Kiafrika kiuchumi na kisiasa yanaelewa fika kuwa lugha ni kioo cha utamaduni fulani, na ndiyo maana yamekuwa yakipigania ufundishaji wa lugha zao hususan Kiingereza na Kifaransa. Hawa wanadai kuwa kuna zile ambazo zinaitwa lugha kuu za dunia-na wakati huohuo wanasahau kuwa hata Kiswahili ni mojawapo ya lugha kuu 10 za dunia! Hayumkiniki kama hayo mataifa yenye kutawala dunia hii yanawaonaje Waafrika ambao wanapiga vita lugha zao wenyewe, wakati mataifa hayohayo yanaongea na kufundisha kwa lugha zao. Wafaransa, Waingereza, Wareno, Wajerumani, Waswidi, Wafini, Wanorway, Wadenishi, Warusi, Wajapani, Wakorea, Waarabu, Wahabeshi, Waspaini, Wamalay, na mataifa mengi duniani (mengi yao yakiwa na wazungumzaji wachache maradufu wale wanaozungumza Kiswahili) hutumia lugha zao katika masomo na nyanja zote kwa ujumla. Israel

---

7   J.K. Nyerere, *Freedom and Unity*, Oxford University Press, Dar es Salaam, 1967, uk. 186-7

ni nchi ndogo sana. Kadhalika Wafini hawazidi milioni nane; wote hawa wanatumia lugha zao katika kila nyanja ikiwa ni pamoja na katika taasisi za elimu, bila kuacha kujifunza lugha za wengine. Lakini Watanzania na Waafrika wengi hawaoni kuwa wana haki ya kutumia lugha yao. Watanzania wanaodai kwamba Kiswahili ni lugha ya taifa dogo na si ya kisasa, ni watu wenye kasumba ya kikoloni ambayo leo hii imejificha nyuma ya pazia la itikadi ya utandawazi.

Sheikh Shaaban Robert aliyewahi kukitetea Kiswahili kwa kughani katika shairi lake maarufu liitwalo "Kiswahili" (Tazama Pambo la Lugha) kwamba "Titi la mama litamu, hata likiwa la mbwa", aliandika katika Kielelezo cha Insha (Lugha ya Watu wote Afrika Mashariki) kuwa "Lugha ni alama ya umoja wa taifa". Hakuishia hapo: "Umoja wa taifa hutaka sana lugha ya watu wote iwe kiungo cha kufahamiana na chombo cha kuchukua watu katika elimu na mapatano." Alitamka wazi kwamba, japokuwa kulishawahi kuwepo Kiarabu na Kidachi Tanganyika, lakini lugha zote hizi mbili zilishindwa kuwa lugha za watu wote. Kuhusu Kiswahili na Kiingereza, alikuwa na haya ya kusema:

> Kwa bahati mbaya lugha hizi mbili zinakafiliwa sasa kupigana kama chongowe na nyangumi. Wasio Waafrika wanadai Kiingereza kuwa bora nacho kitumike katika halmashauri. Waafrika wataka matumizi ya Kiswahili, kwa sababu kina usawa wa lugha mbalimbali za wenyeji ndani yake. Kwa hivi kina ubora wake ufaao kutumika katika halmashauri pia. Zaidi yake watu wa pande hizi hawana urithi mwingine wa haki kuliko Kiswahili. Katika kila pigano upande mmoja hushinda. Hapana shaka Kingereza kitashinda, lakini yatabiriwa kwamba ushindi wake utakuwa wa kitambo tu. Hayamkini kwamba wenyeji wa mahali popote katika ulimwengu waweza kuridhika kuishi katika lugha ngeni milele.[8]

Kadhalika, Shaaban Robert alitamka wazi kwamba "watu wasemao kwamba mafundisho ya Kiswahili hayawezi kuongoza katika elimu na tafiti kubwa", ni "dhana ya wageni. Wenyeji hawasemi hivi. Hasa

---

8 Oxford Univerity Press, Nairobi, 1966, uk. 101.

wao wana imani kwamba kila mdharau chake ni mwizi. Kwa imani hii washikilia matumizi ya Kiswahili kwa hali iwayo yote. Acha elimu na tafiti kubwa zifasiriwe kwa Kiswahili." Mbona misahafu na kazi nyingine kubwa kubwa zilikuwa zimefasiriwa? Alitaka Kiswahili kitumike katika kila nyanja. Akahitimisha: "Wakati tunapotumia Kiswahili twaweza kusitawisha uzuri wa lugha nyingine zitufae vile vile[9]."

La muhimu kukumbuka hapa ni kwamba lugha ya kigeni si lugha ya usawa. Ni lugha ambayo wanaitumia wachache sana katika taifa lolote lile. Kukua na kusambaa kwa kasi kwa Kiswahili kulitokana na ukweli kwamba ilikuwa ni lugha ya ukombozi kwa watu wa Afrika ya Mashariki. Hata maasi ya vijana wa Soweto mwaka 1976 yaliibuka kutokana na kulazimishwa kutumia lugha ya Makaburu (Afrikaner), kwani lugha hiyo iliashiria itikadi na utamaduni wa ugandamizaji na ule wa kuwapendelea wachache. Lakini pia ikumbukwe kwamba tangu enzi za Shaaban Robert, wale waliopigania utumizi wa Kiswahili ni watu ambao hawakuzibeza lugha zingine. Katika "Kila Lugha" (Insha na Mashairi), ubeti wa mwisho unasema:

Lugha kitu kitukufu, hapana nichukiayo,
Kila lugha asharafu, kwangu kwa masaidio,
Lugha zenu nazisifu, yangu nachieni nayo.
Hapana lugha dhaifu, sitatii wabezao.
Lugha yangu taisifu mpaka kukoma moyo.
Ama mwili kuwa mfu, maisha tembe sinayo.

Haya mawazo yalitokea pia katika Almasi za Mwafrika na Mwafrika Aimba. Baadhi ya beti katika shairi la "Lugha Yetu"

(Mwafrika Aimba) zilikuwa na haya:
Hapana lugha damiri, ana yake kila mtu;
Mimi hasa nafikiri, tunachekwa na wenzetu,
Tumo katika ngururi ya kutupa lugha yetu,
Hima pakutane watu au tutahasiri.

---

9 Kama juu, uk. 102.

...

Lugha ngeni nakiri, zina manufaa kwetu,
Tujifunze kwa dhamira, tuseme kama upatu,
Walakini tufikiri ubora wa lugha yetu,
Hima pakutane watu au tutahasiri.

Ni wazi kwamba vita dhidi ya lugha za Kiafrika ina historia ndefu. Kibaya kuliko vyote ni kwamba huu mjadala wa lugha inayofaa kutumika katika nyanja mbalimbali, hauzingatii masuala muhimu ya kihistoria na kiutamaduni, kitu ambacho kingewezesha watu kumaizi nafasi ya nadharia, itikadi, teknolojia, sayansi, imani, na kadhalika, vitu viainishwavyo na lugha ya watu. Katika mjadala huu, hakuna anayeibusha masuala muhimu ya utaalamu, maarifa, ujuzi, ufahamu na elimu, bali sasa kujua Kingereza kunaoanishwa na kuwa na elimu, ujuzi na maarifa. Kwa maana hiyo basi, mtoto wa miaka mitano wa London ni mjuzi zaidi kuliko mzee wa miaka 50 wa China au Afrika asiyejua Kingereza!

Yanajitokeza madai, kwa mfano, kwamba viwango vya elimu nchini vinaporomoka kutokana na wanafunzi kutojua Kingereza. Wengi wa wale wenye uwezo wanawapeleka watoto wao nchi za nje au katika haya ma-academy ambayo yamechipuka kwa kasi ya uyoga nchini. Hapa suala zima la tabia ya usomaji halizingatiwi, kwani inaaminika kwamba shule na vyuo ndivyo ambavyo hufundisha, na si mwanafunzi kujenga tabia ya kusoma na kujiendeleza. Lakini hata kama ni suala la lugha, ikumbukwe kuwa wataalamu wa mambo ya lugha wamebainisha wazi kwamba inakaribia saa 18,000 mtu kujifunza na kuwa mahiri wa lugha kutoka utotoni hadi ukubwani. Hapa nchini kwetu, Kingereza kinafundishwa kwa saa kama 800 hivi.

Haiyumkiniki vipi mtu anaweza kuwa na ujuzi wowote ule baada ya kufundishwa lugha kwa saa hizo. Na huyu ni mtu ambaye amekua huku akiwa na lugha yake ambayo anaifahamu kwa kiasi kikubwa. Hatimaye, mtu kama huyu anaishia kuchanganyikiwa kwa vile anaishia kutokuwa mahiri katika lugha yake mwenyewe, na kadhalika hata ile nyingine anakuwa hajaifahamu. Kibaya zaidi anaishia kutokuwa na elimu wala maarifa, kwa vile hana alichojifunza. Kujifunza kwa Kiswahili ni kupata elimu, lakini kujifunza kwa lugha ya kigeni ni kujifunza lugha. Hivi vitu viwili si rahisi kwenda pamoja. Na ndiyo maana wanafunzi huishia kukariri, kwani hawaelewi dhana wanazofundishwa. Mwanadamu yeyote ajifunzapo lugha ngeni huanzia kuitafsiri ile lugha kwa lugha yake mwenyewe. Na kadiri anavyojua zaidi kuitumia lugha yake, ndivyo anavyokuwa mwepesi kujifunza lugha za wengine. Vipi mtu aweze kuifahamu lugha ya kigeni ikiwa yake mwenyewe haifahamu?

Tupende tusipende, Tanzania ni nchi ya Kiswahili katika kila hali. Hata hao wanaodai kwamba Kingereza ndiyo lugha inayofaa hulazimika kutumia Kiswahili wakati wakiomba kura ili wachaguliwe. Wataalamu mbalimbali vijijini na mijini, madaktari, wafanya biashara, wenye mabenki, na kadhalika ambao inabidi wakutane na watu wa kawaida hawana lugha nyingine ya kutumia isipokuwa Kiswahili. Na ni hili lililowafanya hata wamishenari kulazimika kutafsiri misahafu kwa Kiswahili, ama sivyo kusingekuwa na wafuasi wa Ukristo wengi kiasi hiki! Leo hii, Tanzania kuna magazeti mengi kuliko nchi nyingi za Kiafrika kusini mwa jangwa la Sahara (ukiachia Nigeria, ambako kuna magazeti mengi kwa kuwa hata lugha za Kiafrika zinatumika) kwa sababu ya lugha ya Kiswahili. Hata kampeni za elimu ya watu wazima mnamo miaka ya 1960-70 ziliwezekana kutokana na kuwepo kwa Kiswahili. Hakuna nchi duniani ambayo imeweza kupiga hatua kimaendeleo bila kuwa na lugha yake. Huu ni ukweli usiopingika duniani kote.

Kama ilivyoonyeshwa katika sehemu ya kwanza ya makala haya, maana halisi ya utandawazi ni kuimarishwa kwa uhusiano ambao unawapa wachache, nguvu, madaraka na utajiri, wakati mamilioni ya watu wanabakia kufukarishwa, kugandamizwa, kudhalilishwa na kuonewa. Hivyo basi, utetezi wa lugha za kigeni kwa kisingizio cha utandawazi, kihalisia ni utetezi wa uhusiano kama huo. Yaani unatetea uendelezaji wa mfumo unaowagawanya watu kati ya wafadhili na wafadhiki, waheshimiwa na waishiwa, wenye hisa (*stockholders*) na washika dau/wadau (*stakeholders*), walenga na walengwa, wawezeshaji na wawezeshwaji, walaji na waliwaji, waelewa wa usasa na wasioelewa, wawekezaji na wawekezwao, wenye mali (mitaji au vitega uchumi) na wenye rasilimali, na kadhalika.

III

Kwa kuhitimisha, ni wazi kwamba hatima ya Kiswahili katika nchi hii ni mbaya kutokana na kuukumbatia ugeni ambao tunakumbana nao usiku na mchana masebuleni na vyumbani mwetu, kwa msaada wa vyombo vya habari (TV, redio, na kadhalika).

Kuna nguvu za aina nyingi ambazo zinajaribu kukivunjilia mbali Kiswahili, zikiwa ni pamoja na dhima ya magazeti, majarida na vitabu katika nyanja ya ujengaji hulka ya watu na jumuia. Inasemekana na baadhi ya watu kwamba teknolojia ya runinga inaua siku hadi siku tamaduni za nchi mbalimbali na hata tabia za watu kuyasaka maarifa, na ndiyo sababu hata viwango vya elimu vinaporomoka. Kadhalika, darasani si mahali ambapo wanafunzi hupatia tamaa ya upenzi wa kujifunza na kujisomea ili kupata yale yanayoweza kuujenga utu wao, bali huko hupata mbinu za kushinda mitihani.

Labda kuna ukweli katika madai hayo, kwa wale ambao wamesahau kwamba lugha, utamaduni na elimu ni haki za kimsingi za binadamu. Labda huo ni ukweli kwa wale ambao wamemeza ndoana ya itikadi ya masoko huria yalihinikizwa kwa vipindi maalum na matangazo ya biashara (bia, sabuni, simu ya mkononi, na kadhalika) kwenye vyombo vya habari ambayo yanasindikizwa na habari zihusuzo watu wanaokufa kwa njaa, magonjwa au vita. Labda ni kweli kwa wale wanaoamini kwamba hizi ni enzi za uteja na ulaji. Kwani kwa hawa wote, imani yao ni kuwa dunia imefikia enzi za masoko huria, na katika mfumo huu lugha, habari, elimu na maarifa lazima viwe vitu ambavyo ni vya "manufaa" moja kwa moja kwa mtu binafsi tu. Kwa mfano, mtu inambidi asome pale tu anapoona anafaidika-kupata kazi, kufaulu mitihani, kuzawadiwa au kufurahishwa. Kwa hiyo ndiyo sababu watu wengi hupendelea machapisho ya ngono, vitabu vya miongozo mbalimbali, kama vile jinsi ya kutajirika haraka, jinsi ya kufarijika au ufundi, upishi na kadhalika.

Lakini, kihalisia, huo ni uzushi mtupu. Ukweli ni kwamba taifa na dola vimepooza nguvu zake kwa sababu ya kuyaachia madaraka na nguvu masoko, na katika hali hiyo, hata uzalendo na utaifa umekufa[10] na uteja na ulaji ndivyo ambavyo vinashamiri. Sasa mteja na mwekezaji ni watu wa maana kuliko mtu wa kawaida. Leo inachukua nafasi ya jana na kesho. Hivyo historia imeuawa na watu wanaishi bila mbele wala nyuma. Matamanio ya maisha mema ya mwanadamu na mitizamo ya maisha adilifu inabeteshwa pembeni, huku ndoto za watu binafsi zikitukuzwa. Na ni kwa sababu hii mifano ya watu mashuhuri-wale "walioukata", matajiri, inatamanisha na kuvutia zaidi kuliko nadharia au mifano ya wasomi wanaojaribu kuwashawishi watu kwamba maarifa, elimu na kufikiri ni mambo ya msingi kabisa katika maisha.

Vyombo vya habari katika hali kama hii vinaugeuza hata utamaduni kuwa ni suala la matukio ya watu fulani fulani, badala ya kioo cha maisha ya watu katika uhusiano wao na mapambano ya kuyasaka maisha yaliyo bora na ya ufanisi. Kiu ya kupata elimu na maarifa inageuzwa kuwa ushabiki wa kuwafahamu watu maarufu. Leo hii, ufadhili umegeuka kuwa sera, badala ya maadili na itikeli zilizojikita katika uwezo wa kujitegemea kifikra. Utawala bora umekuwa ndiyo mbadala wa uongozi bora na adilifu. Ni katika hali kama hiyo ndipo tunashuhudia hata kilicho chetu, kwa mfano lugha ya Kiswahili, kikipigwa vita na watu wa nje na wa ndani.

Lakini bado wako wale ambao wangali wakiamini kwamba utamaduni wa watu (pamoja na lugha kama Kiswahili) ni nyenzo muhimu ya binadamu. Toka enzi za akina Muyaka, akina Shabaan Robert, akina Mathias Mnyampala, akina Akilimali Snowhite na hata viongozi waliopigania uhuru wa nchi hii-mfano mzuri ukiwa ni ule wa Mwalimu Julius Kambarage Nyerere, kumekuwapo walinzi wa

---

10 Uzalendo na utaifa si vitu muhimu tena katika hizi enzi zetu, badala yake ni uraia (haijalishi kama unauza nchi au hujali maslahi yake!). Uzalendo na utaifa katika enzi zake viliweza kuwatambulisha Waafrika kama watu waliostahili heshima na haki.

Kiswahili na tamaduni zetu. Wamekuwa watu ambao wameutukuza umuhimu wa kufikiri, kama ainisho la ubinadamu wetu. Wamekuwa wapenzi wa maandishi mazuri yenye vionjo na busara, ambayo licha ya kuusifu ubinadamu wetu, kadhalika yameukosoa kwa nia ya ujenzi wa maadili ya ujenzi wa ulimwengu usiokuwa na madhila, mazonge, unyonyaji na ugandamizaji. Kiswahili kitaimarika zaidi kwa kuziumbua mbinu mbalimbali za huu mfumo wa utandawazi, ambao unatishia kutokomeza historia ya upiganiaji wa haki za kiuchumi, kijamii, kiutamaduni na kisiasa. Kwa kujipambanua na matamanio ya walio wengi ambao ndio hasa watumiaji wa Kiswahili, lugha hii haitaangamizwa na hao wachache wanaoushabikia utandawazi na ugeni kwa ujumla.

3 | UTANDAWAZI NA MIGOGORO YA UTAMADUNI[1]

Utangulizi

Katika hotuba ya uzinduzi wa Jamuhuri ya Tanganyika tarehe 09.12.1962, Mwalimu Julius Kambarage Nyerere[2], pamoja na masuala mengine, aliongelea historia ya utamaduni wa Tanganyika. Naye alitamka kwamba nchi isiyokuwa na utamaduni wake haina tofauti na mkusanyiko wa watu ambao hawana roho iwawezeshayo kuwa taifa. Alivilaani vitendo vya wakoloni vya ama kuwafanya Waafrika waamini kwamba hawana utamaduni wao wenyewe; au kuufanya utamaduni wa Kiafrika uonekane kitu cha ovyo. Kutokana na hili, wengi wa waliokuwa wamesoma na kupata elimu ya Kizungu waliojiona kuwa ni "wastaarabu" walijifunza kuwaiga Wazungu kiasi kwamba kuwa Mwafrika msomi kulimaanisha kuwa Mzungu Mweusi. Suala la muziki, kama nyanja muhimu ya utamaduni katika historia ya Tanzania, limekuwa ainisho muhimu la migogoro ya kitamaduni, na Mwalimu Nyerere katika hotuba hii alizungumza juu ya muziki.

Kwa maelezo yake, waliokubuhu katika elimu ya kikoloni walifunzwa kuimba nyimbo za Kizungu, lakini siyo za Wahehe au Wanyamwezi. Walifunzwa kucheza "rumba", "chachacha", "rock 'n'roll", "*twist*, "*waltz*" na "*Foxtrot*". Lakini wengi walikuwa hawajawahi kucheza au hawakujua chochote kuhusu "Gombe Sugu", "Mangala", "Nyang'umumi," "Kiduo", "Lele Mama", au "Mganda." Wengi wa waliosoma wakati wa ukoloni walijua kupiga gitaa au piano, lakini

---

1 Mada kwa ajili ya Mkutano wa Kumi wa Hali ya Siasa Tanzania, tarehe 17 hadi 18 Septemba 2002, Ukumbi wa Nkrumah, Chuo Kikuu cha Dar es Salaam, Dar es Salaam. Shukrani ziwaendee Mkunde Chachage na Rehema Chachage kwa kunifanya nipate shauku ya kutafiti kuhusu muziki wa vijana; mwanafunzi wangu Peter Mangesho kwa kunielimisha juu ya vionjo vya muziki wa vijana; Profesa Mugyabuso Mulokozi kwa kuipitia makala hii na kunipa elimu kuhusu Enanga na fani ya ushairi kwa ujumla; na Demere Kitunga kwa kuisoma na kunipa maoni ya kuiboresha makala haya.
2 J.K. Nyerere, Freedom and Unity, Oxford University Press, Dar es Salaam, 1967, uk. 186-7.

walikuwa hawajui kupiga ngoma. Haya yalitamkwa mwaka 1962, wakati ambapo kulikuwa hakuna mitandao ya kimawasiliano, video wala runinga, kama ilivyo leo hii! Japokuwa hivi havikuwepo, "*twist*" ilikuwa inavuma Afrika nzima, hadi kukawa na wimbo uliodai kuwa: "Afrika yote inapenda *twist*, hata wanyama wa msituni wanaicheza na kuimba!" Miaka ya baada ya uhuru, kulikuwa na migogoro mikubwa ya kitamaduni na kirika, kiasi kwamba mnamo mwaka 1969, watu walichaniwa mitaani suruali zao za "uchinjo" na "vimini", huku kukiwa na kampeni kwamba miziki yote ya nchi za nje ipigwe marufuku katika sherehe na vyombo vya habari. Na muziki ulioshambuliwa hasa ni ule wa Soul na Kwela wa Afrika ya Kusini.

"Ndani ya Bongo" ni jina ya moja la mkusanyiko wa nyimbo za *Rap* au *Hip hop* (Muziki wa kufokafoka au Bongo Flava kama unavyojulikana sasa hivi) za mwanamuziki Joseph Mbilinyi, au Mr. II Proud wa mwaka 1997[3], na kurekodiwa katika studio za Don Bosco. Katika nyimbo hizo, Mbilinyi anauchambua mfumo mzima wa kiuchumi na kijamii wa Tanzania-au Bongo (kwani unahitaji kutumia ubongo ikiwa unataka kuishi au hata kufanikiwa). Katika nyimbo hizi, masuala yagusiwayo ni kama vile ukosefu wa kazi, uzandiki na uzaini wa wanasiasa, ukatili na ufisadi wa polisi, na kadhalika. Katika mkusanyiko mwingine, "Nje ya Bongo", wimbo uliobeba maudhui mazito ni ule wa "Deiwaka", ambao unavinjari maisha na matatizo ya watu wasio na ajira ya uhakika. Kwa walio wengi, hususan wale ambao wanadhani wanalinda utamaduni na maadili ya Kitanzania na Kiafrika kwa ujumla, madai yao ni kwamba muziki huo unatokana na uigaji, na kadhalika unapotosha maadili na utamaduni wa Watanzania.

Kwa mfano, John Disemba aliwahi kuandika katika gazeti la The Express (31.07-06.08.1997) kuwa huu muziki unatokana na tamaduni nyingi zinazoletwa na video ambazo zimekuwa zikiingizwa hapa nchini kiholela. Yeye anahisi kutishika sana na muziki huu, kwani sasa kuna tamaduni za aina nyingi mjini kiasi kwamba kuna hatari ya kupoteza

---

3 Baadhi ya maneno ya wimbo wa jina hilo ni: "Mimi ni Dollar Soul kutoka De-Plow-Matz nasema ruksa! Kufanya unachotaka, bongo uwazi; Na ukweli si uongo ndani ya Bongo, tumia ubongo."

mwelekeo. Alilaani suala hili, kwani kwa mantiki yake, kuna utamaduni wa Mwafrika. Kufuatana na maoni yake, ni aibu kubwa sana kusikia maneno kama "kula midenda!" yakiimbwa hadharani au kutangazwa hewani na vyombo vya habari. Alidai kwamba, huu muziki ulikuwa ukikinzana na utamaduni wa Tanzania, ikiwa ni pamoja na kuwafanya watu, hususan vijana, waige "mambo ya kigeni."

Gazeti la Business Times (06-13.09.2002) lilibeba makala ya Times Reporter, ambayo ilidai kuwa muziki wa Tanzania unapoteza uasili wake kwa kasi kubwa. Wanamuziki wengi vijana wanaiga mipigo na tunzi za Marekani na Kongo, kutokana na vituo vya runinga na redio kuutangaza muziki wa nje. Hawa vijana wanawaiga Wenge Musica, nyota wa miziki wa *Hip hop* wa Marekani na wa Reggae wa Jamaika. Wanaiga tabia zao, miondoko yao, mavazi yao, sauti zao na hata mipigo. Akitoa maoni ya Nico Amasi, ambaye ni mpenzi wa muziki, mwandishi wa gazeti hilo alidai kwamba wadadisi wengi wanashangazwa na kutopendezwa na jambo hilo. Nico Amasi alinukuliwa akitamka kwamba, "Huu ni muziki uliochanganyikiwa (*hotchpotch*). Tunzi zake hazieleweki kabisa kiasi kwamba mtu anabakia kujiuliza kama hawa wanamuziki wanakusudia kutoa ujumbe gani."

Amasi anabaki akitumaini kuwa makundi yanayopiga muziki wenye asili ya Kitanzania kama Inafrika Band, OTTU Jazz Band na DDC Mlimani Park hayataingia katika mkumbo wa kuhadaika na kuiga muziki wa kigeni. Ikitokea hivyo, upekee wa muziki wa wenye utamaduni wa Kitanzania utatokomea. Waliohojiwa katika makala haya wanadai kwamba ulegezaji wa sheria za utangazaji ndio umesababisha muziki wa nje kutawala nchini, tofauti na miaka ya nyuma wakati nchi ilipokuwa ikiulinda muziki wa Tanzania. Wanadai kuwa wasanii wa sasa, tofauti na wale wa miaka 1950 hadi 1980, ni muflisi na hafifu. Wanausifia muziki wa miaka ya zamani kwa kuwa na uasili na upekee wa Kitanzania.

Lakini, haohao walionukuliwa wakiulaani muziki wa vijana wa leo, wanaukumbuka kwa taadhima na heshima muziki wa marehemu Salum Abdallah Yazide, mwanzilishi wa bendi iliyojulikana kwa jina la La Paloma (hua au njiwa) mwaka 1947, ambayo baadaye ilikuja kujulikana kwa jina maarufu la Cuban Marimba Band. Wanamsifu kuwa aliweza kupiga Kwela, Pachanga, Charanga, cha-cha-cha (muziki wa asili ya Cuba wa aina ya Danzon Mambo) na kuubadilisha ukawa na mahadhi ya Kitanzania. Kwamba Salum Abdallah alikuwa mpenzi wa miziki ya Karibiani na Marekani ya Kusini na hata kuzipa bendi zake majina ya huko, hilo wanalifahamu fika. Lakini hilo hawalioni kama tatizo, kwani muhimu ni kwamba aliuchanganya na mahadhi ya asili ya hapa na aliimba nyimbo za kizalendo ambazo zilisaidia katika kuhamasisha harakati za mapambano dhidi ya ubaguzi wa Makaburu wa Afrika ya Kusini. Kadhalika wanausifu Muziki wa Mwambao-Taarab, kama pia ainisho la utamaduni wa Kitanzania.

Kama itakavyodhihirika katika makala haya, mitizamo ya kutetea "utamaduni wa Mwafrika" kidhania, bila ya kuangalia mabadiliko ya kihistoria yanayotokea katika jamii-kisiasa, kiuchumi na kijamii, ndiyo chimbuko hasa la migogoro inayojitokeza katika jamii zetu kirika na kiutamaduni. Frantz Fanon[4] aliwahi kutamka kwamba, utamaduni wa taifa si hadithi, nyimbo, ngano au desturi na habari za watu wa kale au udhahnia pendwa (abstract populism) ambao unaamini kwamba unaweza kugundua asili halisi ya watu. Utamaduni wa taifa hautokani na kudumisha mabaki ya matendo yaliyotendwa, yale ambayo kila kuchapo hayana uhusiano na hali halisi ya watu na wakati unaohusika. Utamaduni wa taifa ni ujumla wote wa juhudi zifanyikazo na watu katika fikra zao kuelezea, kutetea/kuthibitisha na kusifu matendo ambayo yanawawezesha kujenga, kulinda na kuyadumisha maisha yao. Daima, utamaduni wa taifa hufungamana na upiganiaji wa uhuru, heshima na haki ya mwanadamu.

Akiwadhihaki watetezi wa Utu Weusi (Negroism), alimaka: "Kuamini kwamba kuna uwezekano wa kuunda utamaduni wa mtu mweusi ni kusahau kwamba watu weusi wanatokomea, kama wale waliosababisha kuwepo kwao wanavyoshuhudia kuvunjika kwa mfumo wao wa kiuchumi na upeo wa utamaduni wao. Haitawezekana kuwapo kitu kama utamaduni wa mtu mweusi kwa sababu hakuna hata

4 Franz Fanon, The Wretched of the Earth, Penguin Books, London, 1990, uk. 188-9.

mwanasiasa mmoja ambaye anajisikia mwenye wito wa kujenga jamhuri za watu weusi." Akamalizia kwamba, la muhimu kutafakari ni suala la mwelekeo wa hawa wanasiasa na mahala wanapotarajia kuwapeleka watu, aina ya uhusiano wanaokusudia kuujenga na aina ya fikra za ujenzi wa jamii na maisha ya baadaye ya binadamu wanazozinadi. Hayo ndiyo muhimu: mengine yote si lolote na ni tatanisho tupu.

Mada hii inakusudia kuukabili msimamo unaodai kwamba vijana wamechanganyikiwa kutokana na kuwa waigaji katika masuala ya muziki, kwa hiyo wanaharibu utamaduni wa Kiafrika. Suala muhimu litakalozingatiwa ni historia ya mambo muhimu ya nchi hii, mabadiliko ya kiuchumi na kisiasa na hatimaye, chimbuko la ufahamu wa vijana wa leo.

Utata Kuhusu Muziki wa Kiafrika

Mwanahistoria, Terence Ranger alipata mshangao alipowaona watu wa Ziwa Nyasa wakicheza Mganda mnamo mwanzoni mwa miaka ya 1970. Kilichomshangaza ni ule uvaaji wa wachezaji wa ngoma hiyo: shati jeupe, suruali/kaptura nyeupe na tai. Aliarifiwa kwamba ngoma hiyo ya asili imekuwa ikitumia mavazi hayo kwa vizazi vingi, na ndivyo ngoma ilivyokuwa ikichezwa kimila. Katika utafiti wake kuanzia pwani ya Afrika ya Mashariki hadi Afrika ya Kati, kilichojidhihirisha ni kwamba chimbuko la Mganda lilikuwa ni aina ya ngoma ambayo ilianzia pwani mwa Afrika ya Mashariki mara baada ya kuingia kwa wakoloni, mnamo miaka 1890. Nayo ilikuwa ikiitwa Beni Ngoma. Ngoma hii ilianzia Mombasa na hapa Tanzania, ilianzia Tanga na Pangani. Hadi mwaka 1914, ngoma hii ilikuwa imeenea nchi nzima, na lugha kuu iliyokuwa ikitumika katika ngoma hii ilikuwa ni Kiswahili. Ngoma hii ilikuwa pia ndiyo chimbuko la ngoma nyingine kama Kalela, Malipenga, Lelemama na hata huu muziki unaoitwa muziki wa dansi siku hizi. Kwa Wamwera kulizuka Chikosa, kwa Wanyamwezi kukawa na Dundo na huko Ulanga kukawa na Mlangimlangi. Hata Enanga miongoni mwa Wahaya na Wakerewe ilipata athari za Beni Ngoma. Beni Ngoma ilienea katika jamii nyingi za Afrika ya Mashariki na ya Kati.

Jina la Beni Ngoma lilitokana na mfumo wake wa kimuziki ambao ulitokana na majaribio ya kufuatisha mvuto wa upigaji wa muziki wa kijeshi (military brass-band) wa wakoloni, wakati mwingine kufuatana na hali kwa kutumia matarumbeta, filimbi au ngoma moja au kadhaa. Ingawa kulikuwa na tofauti za hapa na pale kati ya jamii na jamii, kimsingi ulijikita katika mazoezi ya kijeshi. Muziki huu wakati mwingine ulichukua fani ya gwaride mwandamano (*procession*), mwendo wa kutembea wa askari, au wakati mwingine mduara wa mazoezi ya kijeshi. Uimbaji ulikuwa ni sehemu muhimu ya muziki huu. Hizo nyimbo zilihusu mambo yaliyokuwa yakitokea kila siku. Beni ngoma ilijikita katika migawanyiko kati ya wanawake na wanaume, na katika hivyo vikundi kulikuwa na maofisa na vyeo (Wafalme, Mamalkia, Majemadari, Majenerali, Maluteni na kadhalika), kadhalika sare ambazo zilitambulisha makundi na vyeo hivyo. Kivyeo na kimakundi, walijipa majina kama Sultani, Kingi (mfalme), Malkia, Marini (wanamaji-askari wa hali ya juu[5]), Arinoti (wale wa hali ya chini wenye kunuka na kutoa jasho), Skotchi, Nidhamu, Ba Simba, Askari, Banu Saada, Keya (K.A.R.-*Kings African Riffles*) na kadhalika. Haya makundi yalienea kutoka Lindi hadi Bukoba.

Haya makundi mbalimbali yalishindana na hata kugombana. Lakini baadaye yaliafikiana na hata kupatana. Haya makundi yalikuwa na mawasiliano na ufuasi nchi nzima, na mamanju wao waliweza kusafiri kutoka sehemu moja hadi nyingine kushiriki katika matamasha ya makundi waliyohusiana nayo. Yalikuwa pia ni makundi ya kusaidiana. Wakoloni na wamisionari waliwachukia sana washiriki wa Beni Ngoma. Kwa msimamo wao, hawa walikuwa wakivuruga maadili ya Kiafrika na kutishia misingi ya Ukristo. Kihalisi, Beni Ngoma haikuwa uigaji wa muziki wa Kizungu, bali ubadilishaji wa muziki huo ili kukidhi matakwa ya umuhimu wa kushikamana katika mazingira ambayo yalikuwa yakibomoa uhusiano wa umoja wa kijumuia, ikiwa ni pamoja na kuuingiza muziki wa dansi. Wakoloni waliwapiga marufuku

---

5 Marini vilikuwa ni vile vikundi vya wale waliojiona kuwa wameendelea-wasomi, wakati Arinoti vilikuwa ni vikundi vya manamba, wale wasiokuwa na ujuzi.

wafanyakazi wa serikali kushiriki katika ngoma kama hizo, wakidai kwamba ni za "kishenzi", japokuwa na hizi ngoma pia zilipinga "ushenzi". Kadhalika wakaanzisha utozaji wa kodi katika miji kila ngoma hizo zilipochezwa. Nyimbo nyingi zilizoimbwa katika ngoma hizi ziliwakashifu na kuwadhihaki wakoloni.

Kufikia miaka ya 1940, Beni Ngoma ilikuwa tofauti kabisa na *Foxtrot* au miziki mingine ya Kizungu. Ilikuwa imekwisha kuwa ainisho la utamaduni wa watu waliokuwa wamehamia mijini na kwenye mashamba ya Wazungu kama manamba. Katika nyanja nyingine, ufuasi wa Marini na Arinoti ulijitokeza kwa njia ya mchezo wa mpira wa miguu, kukiwa na wafuasi wa Sunderland na Young Africans. Na ni ngoma hizi ambazo mwishoni mwa ukoloni zilichukua majina mbalimbali na tofauti kufuatana na mahali zilipokuwa zimejikita. Baadhi yake, kama vile Lele Mama, Gombe Sugu na Hiari ya Moyo zilijipatia umaarufu wa kipekee katika harakati za kampeini za kupigania uhuru. Umaarufu wake ulianza kufifia miaka ya 1960 kutokana na kukua kwa utamaduni wa ubinafsi, na kushamiri kwa jazz band. Hizi ndizo zilikuja kuwa muhimu katika uhimizaji wa maendeleo. Muziki wa dansi ulivuma sana mnamo miaka ya 1960 na 1970, na kila bendi ikawa na wafuasi wake. Kulikuwa na Wafuasi wa Union Jazz Band, Dar es Salaam Jazz Band, Kilwa Jazz Band, Morogoro Jazz Band, Kiko Kids, Unyanyembe Jazz Band, NUTA Jazz Band, Western Jazz Band, Cuban Marimba, Atomic Jazz Band, Jamhuri Jazz Band, na kadhalika. Nyingi za Bendi hizi mara nyingi ziliimba muziki wa Kilingala kwa Kiswahili bila hata kubadilisha mahadhi, au ziliiga tu upigaji wa mitindo ya Kongo[6]. Hata taasisi za serikali na mashirika ya umma yalikuwa na bendi zake, licha ya kuwa na timu za mpira na vikundi vya ngoma.

Dhima ya asasi za kitamaduni kwa ujumla ilikuwa imelenga katika kuwaamsha na kuwahimiza wananchi kwa ujumla kushiriki katika maendeleo, kujenga Ujamaa na kupigania ukombozi wa Afrika. Na

---

6 Mifano ni kama, "Napenda nipate lau Nafasi, nipate kusema na wewe kidogo..." wa Kilwa Jazz, au "Sisi Sote Ehee! Twakubali Hee, Azimio la Arusha...." Wa Dar es Salaam Jazz Band.

kutokana na mkabala huu, Redio Tanzania Dar es Salaam, ambayo ndiyo ilikuwa redio pekee, ilikuwa ikirekodi na kutangaza muziki ambao ulidhaniwa ni wa Kitanzania na "unaokubalika" kimaadili-ikiwa ni pamoja na Taarab (ambayo asili yake ni Mashariki ya Kati) na ngoma za asili (ambazo nyingi zake zilitokana na Beni Ngoma). Kwa ujumla, kulikuwa na uhodhi wa vyombo vya utamaduni ambao ulisababisha kuzuia au kupiga marufuku kila kilichoonekana kwamba kinaenda kinyume na maadili ya Kiafrika[7] ikiwa ni pamoja na kitabu ambacho kilisimulia mila za unyago na jando mwaka 1975.

Kwa ujumla, hali ya kisiasa ya miaka ya 1960 na 1970 ilitawaliwa na msimamo ulioamini kwamba vyombo vya kiutamaduni, ikiwa ni pamoja na upashaji habari vilikuwa na jukumu moja tu, nalo ni kujenga umoja miongoni mwa wananchi na kuwa kiungo kati ya serikali na watu[8]. Katika miaka hii, kulikuwapo sheria ambazo zingalipo hadi leo zilizovifunga vyombo vya habari kutekeleza majukumu yaliyokubalika na serikali tu. Hizi zilikuwa ni kama zile Sheria ya Usajili wa Magazeti ya mwaka 1952, Sheria ya Redio Tanzania Dar es Salaam (RTD) ya mwaka 1965, Sheria ya Usalama wa Taifa ya mwaka 1970, Sheria ya Magazeti ya mwaka 1976, Sheria ya Shirika la Habari Tanzania (SHIHATA) ya mwaka 1976 na Sheria ya Filamu na Michezo ya Kuigiza ya mwaka 1976.

Sheria ya RTD ilitamka wazi kwamba RTD kitakuwa chombo cha kueneza sera za Serikali na Chama, wakati Sheria ya Usajili wa Magazeti ya mwaka 1952 ilifanyiwa marekebisho ili kumpa uwezo Rais au Waziri wa Habari kupiga marufuku gazeti lolote lile ambalo kwa maoni yake lilikinzana na maslahi ya umma. Sheria ya Magazeti ya mwaka 1976 ilibainisha wazi kabisa makosa ya machapisho ya kichochezi na ya masingizio (libel). Sheria ya Filamu ilizuia utengenezaji wa filamu bila ruksa ya Waziri, au kucheza mchezo wa kuigiza bila hati ya serikali

---

7 Kuhusu baadhi ya malumbano na migogoro iliyohusisha vita dhidi ya utamaduni wa kigeni katika miaka ya 1960 na 1970, tazama, Hadji S. Konde, Press freedom in Tanzania, Eastern Africa Publications, Arusha, 1984, sura ya 23-"The Media and Culture."

8 J.Condon, "Nation building and Image Building in Tanzanian Press" in Journal of Modern African Studies no. 53, 1967, uk. 63.

kuuruhusu mchezo huo. Na Sheria ya SHIHATA ililipa shirika hilo
uhodhi wa kukusanya na kusambaza habari.

Kwa hiyo hadi kufikia mwanzoni mwa miaka ya 1980, vyombo
vingi vya habari vilikuwa katika uhodhi wa Serikali na Chama. Magazeti
makuu yaliyokuwepo yalikuwa ni Uhuru, Mzalendo, Daily News na
Sunday News. Kadhalika kulikuwa na magazeti ya taasisi za kidini,
kam vile, Kiongozi na Mwenge au yale yaliyomilikiwa na jumuia za
watu zilizokuwa chini ya udhibiti wa serikali, kama vile Mfanyakazi
(Jumuia ya Wafanyakazi) na Kilimo cha Kisasa (Washirika). Kulikuwa
na runinga moja tu - Television Zanzibar-upande wa Tanzania
Visiwani, na kwa upande wa redio, kulikuwa na RTD na Sauti ya
Zanzibar. Lakini pia kulikuwapo na majarida na magazeti ya wiki
au ya mwezi yaliyokuwa yakimilikiwa na watu binafsi katika miaka
hii. Haya yalijihusisha zaidi na mambo kama ya mitindo, starehe,
mapishi, picha, na kadhalika. Maarufu katika hayo yalikuwa ni Filamu
Tanzania, Fahari, Mcheshi, Family Mirror na Sani. Mfano wa jarida
ambalo lilijitosa katika uchambuzi wa masuala ya kijamii na kisiasa
wakati huo lilikuwa ni Radi.

Kwa upande wa muziki, katika miaka ya 1970 kulikuwa na
majaribio ya baadhi ya vijana, kama vile Afro 70 Band kupiga muziki
wa kiasili kwa kutumia ala na maudhui ya wakati huo. Haya majaribio
yalipata umaarufu kiasi, lakini yakaishia kutekwa nyara na serikali
ambayo iligeuza mashindano ya muziki wa dansi kuwa mashindano
ya upigaji wa muziki wa "asili" wa nyimbo ambazo zilitoa wasifu wa
Chama na Serikali, pamoja na viongozi wao. Mwaka 1975, serikali
ilianzisha Baraza la muziki la Taifa (BAMUTA) chini ya Sheria ya
Bunge, ambalo lililenga katika kukuza muziki wa aina fulani tu kwa
kuzingatia sera za nchi.

Lakini pia, kulikuwa na vijana ambao mwanzoni mwa miaka ya
1970 waliibuka na aina ya muziki ambao ulichanganya midundo ya
sehemu nyingi, ikiwa ni pamoja na Charanga, nao wakaghani hata
ngano na ushairi katika nyimbo zao, ikiwa ni pamoja na kuyachambua
mahusiano ya kijamii. Hawa ni kama Safari Trippers na Kimulimuli

ambao umaarufu wao uliambatana na umaarufu uliokuwa ukijitokeza miongoni mwa vijana wengi wa mjini wa tabaka la juu-ule wa disco pamoja na filamu za Kungu Fu. Katika madisko hayo vijana walicheza *Kungfu fight* na *Bumpin'*. Wakajitambulisha na akina Bruce Lee, Jim Kelly, Nora Miao na wengine ambao walipigana dhidi ya waonevu na mafisadi. Huu ulikuwa ni uasi, miongoni mwa vijana, dhidi ya mfumo wa kitamaduni uliochukulia kwamba jukumu la vijana ni kuendeleza "utamaduni wa taifa", na siyo kuendeleza maisha yao.

Hali Halisi, Matabaka na Utamaduni wa Vijana

Wengi wa wanaodai kwamba vijana wa leo wamepogoka ni wale ambao wanawaangalia vijana kwa mtizamo wa miaka ya 1960 na 1970. Kikubwa wanachokiona ni kuwapo kwa zahama miongoni mwa vijana. Japokuwa wao walicheza *twist* na hata kuwa wapenzi wakuu wa Jim Reeves na Skeeter Davis, hawaoni kwa nini hawa vijana wajitumbukize katika Reggae, *Break Dance*, *Hip hop*, Rhythm and Blues (R&B), na kadhalika. Wengi wao hata hawataki kuusikiliza kabisa muziki huo, kwa kisingizio cha maadili. Lakini kinachosahauliwa ni kwamba, wengi wa vijana hawa wamezaliwa baada ya nchi kupata uhuru.

Nchi ilikuwa na watu milioni 8 mwaka 1961. Leo hii inakadiriwa kuwa jumla ya watu ni milioni 34. Kwa maana hii basi, karibu asilimia 77 ya Watanzania wa leo walizaliwa baada ya mwaka 1961. Na kwa mahesabu ya ndani kabisa, kwa kuzingatia wale ambao wameshaiaga dunia miaka yote hii, basi wale waliozaliwa kabla ya mwaka 1961 ambao wangali wakiishi hawazidi asilimia 8! Si hivyo tu, sensa ya mwaka 1967 ilionyesha kwamba kulikuwa na Watanzania milioni 12, na mwaka 1978 watu walikuwa wameongezeka hadi kufikia milioni[9] na kufikia mwaka 1988 walikuwa milioni 23. Yaani nusu ya Watanzania walizaliwa baada ya mwaka 1978. Kadhalika, wakati watu waliokuwa wakiishi mijini mwaka 1965 walikuwa karibu 600,000 (au asilimia 5.3), hawa waliongezeka hadi kufikia milioni 2.7 mwaka 1980 (asilimia 14.8) na

---

9 S. Ngware & J.M. Lussuga Kironde (wahariri), Urbanizing Tanzania: *Issues*, Initiatives and Priorities, Dar es Salaam University Press, Dar es Salaam, 2000, uk. 8.

kukadiriwa kuwa milioni 7.5 (asilimia 24.4) mwaka 1995.17 Mwaka 1967 wenye uwezo wa kufanya kazi walikuwa kiasi cha watu milioni 5.7 kati ya hao, wale waliokuwa katika shughuli za ujira walikuwa kama 500,000 hivi, wakati wengine wakijishughulisha na kilimo na ufugaji. Sensa ya mwaka 1978 haikuonyesha ni wangapi waliokuwa katika ajira, bali ilionyesha kwamba wenye uwezo wa kufanya kazi walikuwa milioni 14.3, na jumla ya watu milioni 6.3 walikuwa katika kundi la wazee, walemavu, watoto na wasiokuwa na kazi.[10]

Kwa mantiki ya takwimu za hapo juu, wengi wa vijana wa leo wamezaliwa wakati kipindi kigumu cha matatizo ya uchumi kimeikumba nchi hii. Licha ya uhaba wa vitu vingi muhimu kwa maisha ya binadamu kati ya mwaka 1980 na 1984, huu ulikuwa ndiyo wakati ambapo serikali ilianza kupunguza idadi ya wafanyakazi katika mashirika ya umma na serikalini ili kukidhi masharti ya mashirika ya fedha ya dunia-yaani Shirika la Fedha la Dunia na Benki ya Dunia. Viwanda vilikuwa vikizalisha chini ya uwezo kiasi kwamba vingi vyake vilitumia uwezo kati ya asilimia 30 na 50, na mchango wa viwanda katika uchumi wa taifa ulikuwa umeteremka kutoka asilimia 10.4 mwaka 1977 hadi asilimia 5.8 mwaka 1980. Kadhalika, licha ya mfumuko wa bei, ambao mwishoni mwa miaka ya 1980 ulikuwa umefikia hadi asilimia 30, deni la taifa kutokana na kukopa nje lilikuwa likipanda kila kunapokucha kwa mamilioni ya dola. Kwa ujumla, hali ya wafanyakazi na wakulima ilikuwa inazidi kuwa duni siku hadi siku, kiasi kwamba hadi kufikia mwaka 1984, mshahara wa chini ulikuwa unatosheleza mahitaji muhimu ya siku tatu tu kwa mwezi.

Hali hii iliwaathiri vibaya vijana. Kwani hata makadirio ya elimu ambayo ilikuwa kiasi cha asilimia 22 ya makadirio ya serikali miaka ya 1970, ilianza kupungua, kiasi kwamba ilipofika mwaka 1990, makadirio hayo yalikuwa imepungua hadi kufikia asilimia 12 ya makadirio finyu zaidi ya serikali. Elimu ilikuwa inadidimia. Serikali

---

10 Takwimu hizi ni za hesabu iliyokaribu (round numbers), kwa minajili ya kuwezesha suala lieleweke kirahisi. Kwa taarifa kamili, tazama, C.S.L. Chachage, *Socialist ideology and the Reality of Tanzania*, Ph D Thesis, Glasgow University, 1986, uk. 454-5.

pia ilikuwa imeshaanzisha mpango wa kuchangia katika elimu na huduma za afya wakati huu, licha ya kwamba ruzuku katika pembejeo za kilimo na chakula cha watu wa mjini zilikuwa zimeondolewa. Mfumo wa ulipaji kodi ulirejeshwa, na sasa walikuwa wanalipa "kodi ya maendeleo". Lakini bado walitakiwa "wachangie" (maana halisi walipie) katika huduma za jamii. Ilikuwa kama vile serikali ilikuwa na mapato yake yenyewe yasiyotoka kwa wananchi, nayo ilikuwa ikilipia au kutoa bure, na sasa iliwataka wananchi wachangie! Lakini wakati huohuo, shule binafsi zilikuwa zikiibuka kama uyoga kila siku, zikitilia mkazo ufundishaji kwa Kiingereza, na huku watoto wa wenye uwezo wakipelekwa huko au nje ya nchi kwenda kusoma.

Ulikuwa ni wakati ambao akina Matonya waliongezeka kila siku, huku akina Lord Rajpa wakizidi kutajirika kila uchao. Wale wasiokuwa na ajira waliambiwa wajitegemee, na jukumu la serikali la kutafutia watu ajira lilikuwa limefutiliwa mbali. Uchumi ulikuwa umebadilika, na sasa ulikuwa ni utawala wa watu binafsi, huku wale wasiokuwa na ajira wakiambiwa kwamba wako kwenye sekta isiyo rasmi. Mali ya umma ilikuwa inabinafsishwa, machimbo ya madini kupewa wawekezaji kutoka nje ya nchi na wakati huohuo, wachimbaji wadogo walinyang'anywa machimbo waliyoyatumia kujikimu kimaisha. Katika baadhi ya sehemu, viwanja vya burudani kwa ajili ya watoto na vijana, na hata maeneo yaliyokuwa yamekusudiwa kwa ajili ya ujenzi wa shule na huduma nyingine za jamii, vilichukuliwa na wakubwa na wenye uwezo kwa ajili ya ujenzi wa majumba ya fahari au anasa na yale waliyodai kwamba ni vitega uchumi. Wenye mitaji ambao waliitwa wanyonyaji miaka ya 1960 na 1970 sasa walikuwa wamegeuka na kuitwa wawekezaji na wafadhili. Na hawa ndio waliofaidika na huu mfumo mpya. Serikali ilikazania kujenga mazingira ya kuwavutia hao wawekezaji kwa kuwapa misamaha ya kodi na vivutio vingine ikiwa ni pamoja na kuwauzia kwa bei chee mali ya umma ambayo ilikuwa imetokana na jasho la wananchi.

Licha ya majanga haya, mfumo uliwatenga, ukawafukarisha na kuwatupa pembezoni walio wengi na hususan vijana, kulikuwa pia kumezuka tishio la janga la UKIMWI. Si hivyo tu: wakati wastani wa maisha ya Mtanzania ulikuwa umepanda kutoka miaka 47 miaka ya 1960 hadi kufikia miaka 52 miaka ya 1970, wastani huu uliporomoka tena hadi miaka 47 kufikia mwaka 1990. Matatizo ya hawa vijana yalikuwa hayazingatiwi katika taasisi rasmi ya mawasiliano na utafiti, kwani hizi zilizingatia zaidi masuala ya urekebishaji wa uchumi kama njia ya kuliendeleza taifa. Vyombo vya habari kwa ujumla vilikuwa na habari zinazowahusu viongozi na makongamano ya wataalamu mbalimbali yaliyojadili mambo ya uchumi na demokrasia ya vyama vingi.

Ni katika mazingira hayo, ndipo baadhi ya vijana waliokuwa wakijitambulisha kwa kusikiliza muziki wa Reggae wa Bob Marley na kucheza *Break Dance* katika miaka ya 1980, ili kujikusuru na kuyasahau matatizo yao, walipoanza kujipambanua na muziki wa *Hip hop*. Mwanzoni ulikuwa ni muziki ulioambatana na kuiga kisisi muziki huo. Enzi hizo, tamaa ya vijana wengi ilikuwa ni kuondoka Bongo, na kwenda nchi za ng'ambo. Hivyo, vijana walipiga muziki wa *Rap* wenye kuiga u-Marekani kwa kila hali. Nyimbo ziliimbwa kwa Kiingereza na ziliambatana na kujikweza na kujifaharisha kinasaba. Nyimbo za ala zililetwa na wale waliokwenda Ulaya au ma deejay waliokuwa wakipiga madisko, na vijana wakawa na makundi kama vile ya akina KBC ambaye alikuwa mmojawapo wa waanzilishi wa Kwanza Unit, nao wakaimba kwenye kumbi za disko nyimbo zilizotungwa na akina Naughty by Nature, Ice Cube, Public Enemy No 1, Shakur Tupac, Queen Latifah, na kadhalika. Mmoja wa madeejay wa disko zilizowapigia muziki wa rap haya makundi nchini alijulikana kwa jina la Young Millionaire, kwa kuwa alikuwa na fedha nyingi. Hawa vijana waliouiga huu muziki mwanzoni walikuwa ni wale waliozaliwa katika familia zenye uwezo kiasi, ambao walitamani maisha ya juu lakini hali halisi ya kimaisha haikuwa inawawezesha kupata yale wayatamaniyo.

Wanafunzi walijitosa katika muziki huu ambao uliashiria ukombozi mpya. Kukawa na akina Big X na Cool Mo' C ambao walikuwa wanafunzi wa kwanza walioamua ku-rap kwa Kiswahili kuhusu janga la UKIMWI na umuhimu wa ngono salama.[11] Kutoka hapo, muziki wa *Rap* ukawa umegeuka kuwa wa Kiswahili na makundi mengine kuanza kuibuka. Hawa vijana waliimba muziki huo katika kumbi na sehemu za tafrija kwa msaada wa madeejay. Nao waliuimba huu muziki si kwa sababu ya kutafuta pesa, bali kutaka kuwa na marafiki na kuheshimika, huku wakijitahidi kuwasilisha mawazo yaliyohusu matatizo yaliyokuwa yakiwakabili. Hadi katikati ya miaka 1990, muziki huo ulikuwa haupigwi katika vyombo vya habari, bali ulifahamika kwa njia ya maonyesho, matamasha na mashindano yaliyokuwa yanaandaliwa na vijana wenyewe. Maneno mapya yaliibuka-kama vile "kibosile", "dingi" na mengine, yakikusudia kuainisha watu wakubwa waliokuwa wakifaidika kutokana na kutajirika, na wao masikini wakajiita "masela", "wagumu", "sugu", "wachovu" na kadhalika. Nao, kama ambavyo wanamuziki wengine walivyokuwa wakijipachika majina, na kama wanavyoendelea hadi leo (akina Marini, Arinoti, Majini wa Bahari, Wanyama Wakali, Wana Atomic, Dr. Remmy Ongala, Maestro Kasheba, King Kiki, Jogoo la Afrika, Komando Kalala, Malkia wa Mipasho, Kocha wa Dunia na kadhalika), pia waliibusha majina yao yaliyorandana na utamaduni wao, uliotawaliwa na wasomi, maprofesa, ma-inspekta wa polisi, wanafalsafa, na kadhalika.

Hapa ni muhimu kubainisha wazi kwamba, muziki huu ulikuwa umeibuka kutokana na matatizo yaliyoanza kuwakabili vijana wa Kiafrika wa Marekani na Karibiani. Ulianza katika maeneo ya ndani ya miji mikubwa kama New York (South Bronx na kwingineko), ambako matatizo makubwa ya kiuchumi yalikuwa yakijitokeza kutokana na urekebishaji wa uchumi, jambo ambalo lilisababisha watu wengi kutokuwa na ajira. Ukuaji wa mashirika makubwa ya mawasiliano pamoja na mitandao yake, ushindani mkubwa wa kiuchumi duniani, mapinduzi ya kiteknolojia, mgawanyo mpya wa kazi duniani, kuimarika kwa mfumo unaotawaliwa na mabenki na taasisi za fedha na za mawasiliano badala ya ule ambao awali ulizingatia uzalishaji

---

11 Shukrani kwa mwanafunzi wangu Peter Mangesho kwa kunifunulia mengi ya haya ambayo nayajadili hapa.

na mabadiliko mengine mengi yaliyoanza kutokea miaka ya 1970, ulisababisha kuibuka upya kwa uonevu na unyanyasaji ambao ulijikita katika ubaguzi wa rangi, kitabaka na kijinsia.

Ukosefu wa ajira ulikuwa na athari kubwa sana kwa vijana wa Kimarekani wenye asili ya Afrika katika miji hiyo. Katika miaka hiyo, hata halmashauri za miji zilikuwa zikipunguziwa matumizi yaliyolenga ufadhili wa ustawi wa jamii. Licha ya hivyo, mashirika makubwa yalikuwa yakinunua sehemu za kujenga majumba ya kifahari na ya utalii katika sehemu za wasio na uwezo, huku yakiwaminya wafanyakazi na masikini na hata kuwakosesha sehemu za kuishi. Wenye fedha walionyesha wazi utajiri wao uliotokana na uchoyo pasi na kificho.[12] Kwa kifupi, tofauti zilizokuwepo kati ya matajiri na masikini, kati ya Waafrika na Wazungu, ziliongezeka maradufu katika kipindi hiki. Si hivyo tu, lakini pia vyombo vya habari na utamaduni ambavyo vilikuwa vimehodhiwa na makampuni makubwa na serikali havikuwapa fursa hawa wahanga wa mfumo huu uliokuwa ukijiimarisha kutoa malalamiko yao kuhusu uozo ambao ulikuwa ukikua kila siku katika makazi yao. Huu mfumo ulioongezea maradufu matatizo ya watu waliofukarishwa na kubaguliwa ndio unaoitwa siku hizi utandawazi, ambao kihalisi ni utandawizi. Ulijiingiza katika nchi zetu kwa njia ya utekelezaji wa masharti ya mashirika ya fedha duniani, ambayo yalidai kubinafsishwa kwa mali ya umma, kuweka mazingira ya kuwavutia wawekezaji wa kutoka nje, na kupunguza matumizi ya serikali katika huduma za kijamii kama afya, elimu na kuwahudumia wale wasiojiweza.

Hip hop ilizaliwa kama njia za watu hohehahe kujitambua nafsi na nasaba zao katika jamii ili kupambana na mfumo huu ambao ulitishia kuyatokomeza maisha na utu wao. Walijiundia lugha yao, wakajibatiza majina mapya, wakabadilisha majina ya mitaa yao, wakaanzisha uhusiano wa ujirani pamoja na kuibusha magenge. Huu muziki ulitegemea utunzi wa mashairi, ambayo yaliyaweka pamoja maneno

---

12 Mambo ya unyang'anyaji wa sehemu za burudani za watu weusi masikini kwa hila, rushwa na utumiaji wa madaraka katika miaka hii na mapambano ya watu weusi dhidi ya ubapadhuli huo yaliainishwa vizuri sana katika sinema ya *Break Dance*.

yaliyosemwa harakaharaka kwa mpigo badala ya kuimbwa ili kutoa ujumbe. Ulikuwa ni muziki wa uasi ambao ndani yake pia ulikuwa na ushindani mkubwa na hata uhasama. Ilitokea wakati ambapo makundi yaliweza kupigana katika ushindani. Muziki huu pia uliashiria uasi dhidi ya vyombo vya mawasiliano vya uhodhi ambavyo havikuyajali kabisa matatizo yaliyokuwa yakiwasumbua wanyonge, au hata kama viliyatangaza na kuyazungumzia havikusema ukweli, licha ya kuwabeza na kuwadharau. Muziki wa *Rap* uliibuka kama chombo mbadala cha mawasiliano. Wanamuziki hawa walivikejeli vyombo vya habari, na kutamka wazi kwamba *Rap* ndiyo vituo vya runinga na radio vya kweli vya watu weusi, kwani inaakisi maisha yao kihalisi na mitizamo yao.[13]

Katika kuthibitisha utofauti wa nafsi zao, waliunda mitindo ya uvaaji ambayo iliwatofautisha na watu wengine kinasaba na hata kihaiba, wakayadharau au kuyakejeli mavazi ya watu matajiri. Mwanzoni, wengi walivaa mitindo ya nguo wavaazo wafanyakazi, lakini baadaye wengine walibadili na hata kuvaa mikufu ya dhahabu au hata saa kubwa shingoni ambazo hazifanyi kazi.[14] Pia walivaa hata nguo za kufanyia mazoezi ya michezo mbalimbali ikiwa ni pamoja na zile za mchezo wa ngumi ambazo zilifunika hadi vichwani, kuashiria kwamba walikuwa katika mazoezi kwa ajili ya mapambano dhidi ya hali ngumu ya maisha. Katika nyimbo zao, licha ya kuihusisha fani yao na asili ya Uafrika kutokana na kuvutiwa na ughani na mitindo ya muziki wa kiasili wa Kiafrika uliojikita katika unafsi wa kijumuia,[15] baadhi waliyachukua maneno ya mashujaa wa Black Power wa miaka 1960, akina Martin Luther King Jr, Malcom X, Black Panther, the Soledad Brothers, Haki Madhubuti, Angela Davis, Huey P. Newton, Amiri Baraka, Elijah Muhammad

---

13 Kwa mfano, kikundi cha Public Enemy kilivikejeli vyombo vya habari katika nyimbo zao: "Don't Believe the Hype", "911 is a Joke", "Ca't Truss It", na "More News at 11". Tazama Andrew Ross & Tricia Rose (Wahariri), Microphone Friends: Youth Music and Youth Culture, Routledge, New York, 1994, uk. 103.

14 Hivi ndivyo alivyofanya Flavor Flav, kiongozi wa Public Enemy, katika video akidai kwamba wanafahamu ni saa ngapi, kwa maana muda hauendi mbele na wakati wao walichokihitaji ni mabadiliko. Kutokana na kutokuwepo mabadiliko, umesimama. Tazama makala zilizomo katika, Andrew Ross & Tricia Rose (Wahariri)

15 Katika kitabu kilichotajwa hapo juu (uk 114), kuna mfano wa wimbo wa X-Clan African, I don't wear Greek, Must I be reminded of a legendry thief? Who comparison to Egypt, But they got gypped 'cause their mind's not equipped."

na watetezi wengine wa haki za Waafrika na kuyaghani. Akina Amiri Baraka na Haki Madhubuti walikuwa kati ya wasanii waanzilishi wa vuvumko la kuvuvumuka la vionjo vya sanaa ya Mtu Mweusi (Black Aesthetics Movement).

Japokuwa huu muziki wa *Rap* ulikuwa umeshaibuka tangu miaka 1970, lakini haukupewa nafasi na vyombo vya mawasiliano wala kurekodiwa hadi miaka ya 1980! Kama ilivyo katika historia, siku zote, kuna wengine ambao pia walipiga muziki huu, sio kwa ajili ya kuukana uhusiano uliokuwa ukiibuka, bali kwa kujinufaisha au kufanya matendo ya kihuni na kijambazi. Mfano ni Gangster *Rap*, na hawa ndio walioupa jina baya muziki huu wakati mwingine dhidi ya watawala. Na ni katika hii miaka ya 1980 na 1990, ndipo muziki huu ulienea katika nchi nyingi za Kiafrika-Afrika ya Kusini, Senegal, Mali, na kwingineko.

Hapa Tanzania, muziki wa *Rap* wa Watanzania haukurekodiwa kwa miaka mingi, ingawa vijana walikuwa wakiucheza na kuuimba tangu mwaka 1985. Na redio ya kwanza kupiga muziki huo ilifanya hivyo mwaka 1995 (Radio One na ITV), ikifuatiwa na Clouds FM na vituo vingine vya biashara vilianza kuurusha hewani muziki huo, isipokuwa Redio Tanzania Dar es Salaam, ambayo hadi leo hivi haijaurusha hewani muziki huo. Clouds FM, licha ya kujihusisha katika kuandaa matamasha ya vijana na hata kujaribu kuwaendeleza wale waliokuwa na vipaji vya utunzi wa miziki ya *Rap* na R&B, pia imekuwa ikijihusisha katika kuandaa matamasha ya wanamuziki hao. Mwaka 2001 tamasha hilo liliitwa Summer Jam na mwaka 2002 lilibadilishwa na kuitwa Fiesta.

Hadi mwanzoni mwa miaka ya 1990, tayari kulikuwa na kanda za muziki wa *Rap* wa Kiswahili zikiuzwa mitaani, japokuwa vyombo vya habari viliupuuzia muziki huo. Katika sherehe, tafrija na mikusanyiko ya vijana, muziki huo ulikuwa ukishamiri na kupendwa na vijana wengi wa mjini, hususan wanafunzi. Wakati huo, kanda mojawapo maarufu ilikuwa ya Saleh J. "Ice Ice Baby: King of Swahili *Rap*". Saleh J. alikuwa ametumia nyimbo za ala za Ice Cube, O.P.P., The Power,

LL Cool J, Big Daddy Kane na wengineo. Katika kanda hii, kulikuwa na wimbo maarufu wa kukemea vijana wajihadhari na UKIMWI wenye maneno: "Sitapenda wengi, kama Maumba, kama wanipenda, Yoo Tukacheze!" Wengine waliokuwa wamesharekodi walikuwa akina G.W.M (Gangsters With Matatizo), W.W.A(Weusi Wagumu Asilia), De-Plow-Matz, Kwanza Unit na Wu-Tang. Katika miaka hii muziki wa *Rap* ulishamiri na kuwa maarufu kwa vijana walioshiriki katika matamasha na mashindano ya Yo *Rap* Bonanza ya kila mwaka yaliyoandaliwa na Kim & the Boyz Promotion.

Kuingia ulingoni kwa Mr. II au II Proud, kulibadilisha kabisa hali ya muziki wa *Rap*. Na hadi hapo kulikuwa kumeshakuwa na studio za kurekodi muziki. Mr II aliweza kuimba kwa kutumia lugha walioifahamu vijana, akakosoa maovu mengi ya kijamii, pamoja na uozo wa kisiasa huku akiwaasa vijana. Hata mipigo ya muziki ilibadilika. Hakukuwa na uigizaji tena, bali utunzi wa nyimbo zilizoakisi hali halisi ya maisha ya watu wa chini na hasa vijana. Zilikuwa ni nyimbo ambazo ziliingiza fani za usimulizi na ughani wa mashairi, ambazo wakati mwingine ziliashiria mashindano kama ya enzi za Ngonjera, ushairi uliozaliwa na kushamiri enzi za Azimio la Arusha katika shule nyingi mwishoni mwa miaka 1960. Japokuwa hali ya mawasiliano ilikuwa imebadilika kutokana na kuongezeka kwa vyombo vya habari tangu mwanzoni mwa miaka ya 1990, muziki wa *Rap* haukupata nafasi katika vyombo hivi wakati huo.

Kuanzia mwishoni mwa miaka ya 1980, majarida na magazeti yaliyokuwa yakichapishwa na watu binafsi, yaliyojishughulisha zaidi na mambo ya mitindo, starehe na kadhalika, yalianza kubadilika na kuchukua mwelekeo wa kisiasa na kijamii. Kadhalika hata yale ambayo yalikuwa yamekufa yalianza kufufuka. Katika miaka hii, kulikuwa na uanzishaji wa magazeti mapya pia. Katika hali hiyo, uwanja wa mawasiliano ulikuwa umeshabadilika kufikia mwaka 1992, kiasi kwamba magazeti 4 ya Chama na Serikali yaliyokuwepo kwa miaka mingi yalikuwa yakishindana na magazeti mengine ya kila siku au kila wiki. Hadi mwaka huo, kulikuwa na magazeti 5 ya kila siku na mengine 41 ya kila wiki au ya baada ya wiki mbili. Kufikia mwaka 1999, kulikuwa na magazeti 11 ya kila siku, 4 kati ya hayo yakiwa ni ya Kiingereza. Takwimu za Idara ya MAELEZO za mwaka 1996 zilionyesha kwamba kulikuwa na jumla ya magazeti na majarida 400 yaliyokuwa yamesajiliwa serikalini, na kati ya hayo asilimia 20 yalikuwa yamesajiliwa kati ya mwaka 1994 na 1995.

Hali ya mawasiliano ya redio, runinga na aina nyingine za mitandao ilikuwa imebadilika pia. Redio Tanzania Dar es Salaam haikuwa na uhodhi wa mawimbi tena. Kulishakuwa na vituo 3 vya redio na vituo vingine 3 vya runinga za watu au taasisi binafsi mwaka 1994. Kufikia mwaka 1999 kulikuwa na vituo vya redio 10 na vya runinga tano (moja kikiwa kimeanzishwa na serikali mwaka huo huo). Lakini hadi mwaka 1995, ulikuwa ni ule muziki wa dansi, ambao miaka ya 1980 ulikuwa umetawaliwa na nyimbo za akina Kanda Bongo Man ambazo zilikuwa maarufu katika vyombo vyote vya habari. Huu ni muziki ambao toka miaka ya 1960, kama ulivyokuwa muziki wa Tanzania na Kongo, ulikuwa umetawaliwa na gitaa la solo na sauti ya mwimbaji (potelea mbali hata kama watu hawakujua lugha iliyotumika katika wimbo huo!), tofauti na huu wa vijana ambao ulitawaliwa na gitaa la besi, ngoma na mashairi. Huu muziki uliupandikiza ushairi juu ya midundo badala ya midundo juu ya wimbo.

Wakati wazee wakijiita "vijana wa jana", huku wakifanya juhudi za kuufufua muziki wa "zilipendwa", ambao uliwakumbusha enzi zao, vijana walikuwa wanaingiza fani zilizoibusha ladha nyingi na mitindo ya kienyeji hadi kufikia hatua ya kuwezesha ngoma za Kimakonde na Kihaya kuwa maarufu katika muziki. Vijana walishirikiana na akina Saida Karoli ku rap wimbo wa Kihaya wa "Amenichambua kama Karanga". Waliweza pia kuigiza lafudhi za lugha mbalimbali kama Kijaluo, Kichagga, Kisambaa, Kisukuma, na nyinginezo na kuuboresha muziki wao. Wakawakaribisha wanamuziki wengine kutoka nchi za jirani na mbali, na baadhi yao kwenda kutembelea nchi hizo. Kwa wanaoifahamu fani ya Majigambo, ambayo ina historia ndefu barani Afrika, basi hawa vijana wameweza kuiboresha na kuiweka katika mazingira ya kisasa.

Huko Kagera, kwa mfano, fani hii imekuwa ikijulikana kwa jina la Ebyebugo.[16] Hebu linganisha huu mfano wa jigambo kutoka Uhayani na jigambo la II Proud katika wimbo wake wa "Nasema Nao" wa mwaka 1998:

Kimbunga[17]

Mimi ni kimbunga
King'oacho miti mikubwa na midogo
Si upepo wa kawaida, ufanyao
Miti ijipinde na kurudia hali
Yake mara nipitapo.
Mimi sio upepo
Ulioletwa na wapita njia
Ambao mara uligeuka
Sumu ukaupondaponda
Mwili wangu.
....
Nitafika katika jumba kubwa
Niwaeleze mnaoninyanyasa
Kunibagua, kuninyonya na mbishi
Kunila minofu mpaka kutaka kuuchukua uhai wangu.
Nimegundua mnanipaka mafuta,
Na kunipigia makofi majukwaani
Ili nianze kucheza nikijua kuwa ni marafiki zangu
Kumbe mnanizunguka na
Kuninyonya uhai wa misuli yangu
Sasa nimeazimia kuwakusanya mchwa
Ili tujenge kichuguu
Kwa ajili yetu sote

---

16 Y.I. Rubanza, Fasihi simulizi: Majigambo (Ebyebugo), Dar es Salaam University Press, Dar es Salaam, 1994.
17 Tafsiri ya Rubanza hapo juu, uk 31.

Sema Nao

Nasema nao
Nakwenda nao sambamba
Kwa mara nyingine tena niko ndani ya nyumba
Mista 2 nakipa kitu kwa watu
Kama nilivyokipa kwenye ndani ya Bongo
Na bado n'na usongo
Ninapokuja ninakuja moja kwa moja
......
Muziki wa getto
Sauti yangu inafika mpaka Soweto
Nasema nao
.....
Maisha ni vile unavyoishi
Siku zinavyozidi na mi nazidi kuwa mbishi
Shughuli ni watu na watu wenyewe ndiyo sisi
Wewe na mimi
......

Tofauti na malumbano ya wanamuziki wa miaka ya huko nyuma ambao walilumbana (na bado wanaendelea hadi leo), hawa vijana waliacha ushindani, wakaanza kushirikiana katika kutunga, kuimba na kurekodi. *Hip hop* ilikuwa imeshahamia katika sehemu za pembezoni mwa Temeke, Kinondoni na Ilala, na nyimbo hizo ziliwagusa vijana kwa kuwa zilizungumzia maisha yao-Hali Halisi. Hata pale walipotumia lugha ya wazi kabisa, ambayo iliwakera wazee, ni wazi kwamba walikuwa wamechoshwa na unafiki. Nini tofauti kati ya Dully Sykes kuimba kuwa amempenda Nyambizi ambaye amemzidi umri, au Dudubaya katika "Tupa Mawe", kuimba "Kurahisha maisha, jembe na jembe, kupeana uroda, biashara na makalio, hiki ni kilio TZ, TZ mpaka TZX, Tunarudi kama enzi za Sodoma na Gomora…." Na Wimbo wa Majigambo usemao: "nilipostarehe na binti mdogo, niliitwa mtobozi, nilipostarehe na bi kizee, niliitwa mfungua nyumba zilizohamwa"?

Hapa linaongelewa kundi la vijana kwa ujumla, bila kugusia tofauti zao kinasaba, kitabaka, kimaisha na kijinsia, ambazo zinajidhihirisha katika nyimbo zao wakati wakiakisi uhalisi wa maisha yao. Na kuna wengine pia ambao ni kweli kwamba wamejihusisha na madawa ya kulevya na uvutaji wa bangi. Lakini kile kinachoonyeshwa hapa ni kile ambacho kinaainisha mwelekeo wa kimaendeleo miongoni mwao.

Vijana na Migongano ya Mitizamo Kuhusu Demokrasia

Utamaduni wa sasa wa vijana ni ule wa kutoficha kitu. Wanaimba na kuongea wazi juu ya matatizo yanayowakabili, wanafanya utani na kudhihakiana na wakati huohuo wakisisitiza upendo na kupendana. Kadhalika, wanashirikiana, wasichana kwa wavulana, katika R&B na *Hip hop*, na yote kwao ni Bongo Flava. Kwa mfano, Juma Nature ameshirikiana kurekodi na Profesa Jay, Lady Jay Dee (naye pia kashirikiana na Mark T, Ray C, n.k.), Zay B, Inspekta Haroun na Mabaga Fresh; au Wagosi wa Kaya wameshirikiana na First Mack, Lady Q, Johhny Walker, Ustaadhi Muarobaini na Mr. Paul. Wao, tangu mwaka 1995, walishatamka kwamba "Vijana ni taifa la Leo!", wakimaanisha kwamba wao ndio wengi zaidi na inabidi haki zao zizingatiwe. Ulikuwa ni utambuzi kwamba wazee walikuwa wameyahaini matamanio na mategemeo yao.[18] Wakati wa uchaguzi wa mwaka 2000, kwa mfano, kuna wimbo uliopigwa na Olduvai Gorge ukihimiza suala la uchaguzi. Wimbo huu haukudumu katika vyombo vya habari, kwani ulibainisha wazi unafiki na uongo wa baadhi ya wagombea, na ukawataka watu wawakatae. Katika kibwagizo chake, vijana wali *Rap*: "Wabunge hawa Bwana! Kura tumewapa! Bungeni wamekwenda! Lakini, Laa! Balaa, Wanasinzia...."

Kama hilo halikutosha, vijana walizidi kucharuka baada ya hapo. Baadhi ya nyimbo ambazo zimekuwa maarufu ni kama zile za Unique Sisters wakiwaasa wenzao kuhusu janga la UKIMWI. Kadhalika, Wachuja Nafaka, wakimsema Mzee wa busara na vituko vyake huko

---

18 Lakini kuna vijana wengine walioitumia kauli mbiu hii kwa ajili ya kugombea madaraka ili wafaidike na huu mfumo uliopo: walikuwa wanatamani kula na wazee.

mitaani, ambaye ni Gagula, "zuga yake ni mganga wa jadi…vishawishi vimemponza…." Frank Saganda naye aliibuka na "*Rap*hael", kwa lafudhi ya Kichagga, kuonyesha jinsi ambavyo baadhi ya wazee walioneemeka walivyojaa majivuno na dharau hadi kudiriki kutoa fedha chekwachekwa ili watu wanywe pombe na kumsifu. Inspekta Haroun, naye akaimba wimbo wa kuonyesha tofauti za nasaba za watu, kwa kulia jinsi alivyompenda "Mtoto wa geti Kali", na jinsi yeye alivyokosa uwezo, akaishi kwenye nyumba yenye choo cha "passport size", huku akila mlenda na ugali hafifu. Daz Nundas, walikichora kifo na nini maana ya kufa, kwa yule anayekufa na wale wanaobakia duniani-ndugu na marafiki, katika wimbo wao wa "Kamanda", ambaye walikuwa wakimwombea akalale salama: "Kumbuka ahera ndipo unapoelekea, anza kutenda mema kabla ya kifo hakijakukuta, ukipuuzia haya wee! Utakuja kujuta." Daz Nundas walionyesha kuwa kifo ni mateso kwa afaye na wabakiao wakiomboleza duniani.

Naye Hamisi Mwinjuma (Mwanafalsafa), licha ya kuonyesha jinsi Upanga (Dar es Salaam) kulivyo kuzuri na raha tupu, tofauti na Temeke, aliimba na kujiuliza kama "Ingekuwa Vipi?" Katika baadhi ya sehemu akasema:

Ingekuwa vipi…
Makumbusho bila kijiji na Bongo bila Nyerere.
Ingekuwa vipi,
maisha ya Temeke yangekuwa juu kidogo,
Unadhani wasanii wangejiita walume ndago!
Ingekuwa vipi Bongo Records
isingekuwa ya Halfani,
Watu f'lani f'lani tungewasikia hewani!
Angeimba nini Sister P,
Asingekuwepo Zay B?
Na ingekuwa wapi R&B asingekuwepo Jay D?
….
Ingekuwa vipi mitumba isingehalalishwa,
Masista dou pedopusha vipi wangeshonesha?

Vitovu wangetuonyesha?
je mapozi yangekwisha.,?
au pigo gani brotherman leo lingemdatisha?
....
Ingekuwa vipi ulipe buku tu kwa kila pumzi,
Kiumbe gani leo angediriki kupiga mluzi.
Unadhani watu wangapi wangekuwa wazima.
Labda tajiri, mafukara siye tusingepona!"

Wagosi wa Kaya kutoka Tanga, wakawauliza wazee na viongozi wao, kuwa: "Tanga Kunani?" Wakabainisha jinsi maendeleo ya mkoa yalivyorudi nyuma, watu kufukarika, na utofauti wa kitabaka ulivyokuwa ukizidi kuongezeka siku hadi siku, huku huduma za jamii zikididimia. Hawakuishia hapo: wakawalaani wauguzi na madaktari ambao hawakuwajali wagonjwa pamoja na Wizara ya Afya kwa kutozingatia ustawi wa jamii katika wimbo uitwao "Wauguzi". Kisha wakaigeukia Wizara ya Elimu na kuwatetea walimu kwamba wana hali mbaya hadi wanachanganyikiwa na kuishia kufundisha kwa Kisambaa darasani, na wanaweza kuleta kitimtim hadi Wizarani. Nyimbo nyingine walizoziimba zilihusu UKIMWI na matatizo yake (Titamtambuaje?), matatizo ya wakulima na ukosefu wa masoko ya haki (Wakulima) na hatimaye, wakawatetea wafanyakazi wanaopigwa "ridandansi" kwa majungu (Vinatia Uchungu).

Kwa Upande wake Ebo, alitamba kwamba yeye ni Mmasai, naye anadumisha mila ambazo wengine zimewashinda. Akawashangaa wale wazazi, walimu na wengineo, wenye "maneno mbofu mbofu", wanodai kwamba Mlima Kilimajaro au ziwa Viktoria viligunduliwa na Wazungu. Kisha akawageukia wale ambao hawaoni fahari kuwa na utamaduni wao. Katika "Fahari yako", aliwashangaa wale ambao wanavaa nguo zimeandikwa, *"I love New York"*, ama wanaona fahari kuwa na majina ya kigeni. Lakini dhihaka ya wazi kwa wazee waliohodhi madaraka ilitoka moja kwa moja kwa Joseph Haule (Profesa Jay), katika album yake inayojulikana kwa jina la Machozi Jasho na Damu. Katika wimbo mmoja-"Bongo Dar es Salaam," ambao ulikuwa umevuma kabla ya huo wa dhihaka kwa wazee moja kwa moja, Haule alikuwa ameimba karibu kila kitu kinachofanyika mjini. Alitoa picha halisi ya mjini yenye watu wanaojulikana kama Mission Town watu walioshindwa maisha na kufanya mipango ya kusafiri nje, machangudoa, mashoga (kaka poa), na kadhalika. Baadhi ya mistari ilisema: "...Huwezi kujua yupi mtoto wa geti yupi changu, wote wanameremeta kama mamtoni mwanangu....ofisi ni pale mtu aliposimama, hata muhuri wa Ikulu unapata haina gharama."

Katika wimbo wake wa "Ndiyo Mzee", Haule aliwakandia viongozi wababaishaji wenye kutoa ahadi wasizoweza kuzitekeleza na kuichora picha ya jamii ya Kitanzania ambayo ni ya watu wa kukubali kila kitu, hata ahadi za kitoto. Kila walipopewa ahadi ili wampe kura mgombea wao waliitikia, "Ndiyo Mzee!" Na hata walipoambiwa kwamba mgombea ni mwongo, bado waliitikia, "Ndiyo Mzee!" Baadhi ya mistari ya wimbo huo ina ahadi kama hizi:

Mimi ni mwanasiasa niliyebarikiwa na Mungu,
Nimeletwa kwenu waungwana niwapunguzie machungu,
Mimi ni mteule kusini mwa jangwa la Sahara,
Ndiyo maana nimetunukiwa cheti cha juu cha utawala,
Nina hekima kuliko mfalme Suleiman, Msiwe na wasiwasi,
Na hii nitadhihirisha pindi mtakaponipa nafasi,
Aktuare nimedhamiria kuwasaidia, taifa lenye
Nguvu duniani Tanzania;
Jamani pigeni makofi.
Ni mambo madogo tu nadhani nitarekebisha
Mkinipa visiku vichache.
Uchumi utapanda ile ghafla bin vuu,
Nataka Matonya afundishe Chuo kikuu,
Nchi ya Tanzania itang'ara ile kishenzi, na
Nitahakikisha kila baamedi anamiliki benzi,
Si mtafurahia dada zangu jamani? (ndiyo)
Basi endeleeni kunisifu kwa nyimbo na mapambio ...
Nataka kuigeuza Tanzania kama Ulaya,

Cha kwanza nitakachofanya nitafuta umasikini,
Wanafunzi mkafanyie 'praktiko' mwezini
Kwenye mahospitali nitamwaga dawa kama mchanga
Mabomba yatatoa maji na maziwa nchi nzima,
Watu vijijini mtasahau habari za visima
Nitafadhili wachawi waweze kutengeneza ndege
Kila mtu awe na yake makonda na wapiga debe.....
Wafanyakazi wa serikali nashangaa hamna magari;
Yaani hata mikweche (he he he) hii hatari,
Nina mpango wa kuongeza mishahara iliyo minono;
Mara mia ya ile ya kwanza iliyofanya mfanye migomo
Nitawapa nyumba nzuri na magari ya kifahari,
Watu watashangaa mtakapopita kila mahali,
Mkulima kila mmoja nitampatia trekta, nadhani,
Hiyo kidogo itasaidia kuinua sekta,
Mtauza nafaka zenu bilioni kwa mabilioni ...

Walimu zawadi zenu ooh nimezificha moyoni...
polisi wote, nitawasifu
jinsi mnavyokula sahani moja na wahalifu...
Nina upendo kuliko mshumaa kumulikia wenzangu
Mtakaoyumba kiuchumi tutagawana vya kwangu ...

Kwa maoni ya George Kanuth,[19] "Kwa mtazamo wa kawaida, Profesa Jay siyo tu kwamba ameweza kukiteka zaidi kizazi cha sasa katika muziki huu wa *Hip hop*, pia mashairi yake ambayo mara nyingi hubeba ujumbe wenye kuhimiza jamii kung'amua kile kinachowazunguka pia ameweza kudhihirisha kuwa muziki wa *Rap* ni kioo kinachoweza kuiondoa jamii kutoka katika sehemu moja na kuifikisha sehemu nyingine." Na yeye mwenyewe Joseph Haule ananukuliwa na mwandishi huyu: "Unajua kizazi chetu kinakabiliwa na hali ngumu mno, ndiyo maana albamu yangu hii nimeamua niiite

---

19 George Kanuth, "Uzinduzi wa 'Ndiyo Mzee'", katika Academia No 004, 03-09.01.2002, uk. 23.

Machozi Jasho na Damu. Naamini kwa kupitia sanaa yangu hii ujumbe utakuwa umewafikia walengwa." Kwamba hiki kizazi kina hali ngumu, hayo pia anayaimba Lady Jay Dee (Judith Wambura) katika nyimbo zake za R&B za "Shida" (ambao uliwahi kupigwa na Mbaraka Mwinshehe) na "Matatizo". Naye anawaasa wenzake katika "Matatizo":

Siku nazo zapita
Kwangu ni kama vita
Kila siku nalia Maa
Yabidi tufanye kazi
Njia pekee ya kujiokoa
Kwa uzembe hatutoweza
Dunia itatuteketeza
Matatizo yameandama
Matatizo kote kote
Mambo yetu yaenda mrama
Fanya kazi siku zote
Mola tumwombe sana
Bila nguvu zako wewe
Hakuna liendalo sawa
...

Hadi hapa, ni wazi kwamba vijana wanapingana na madhara yote ya sera zilizoletwa na utandawazi. Kinyume na dhana kwamba utandawazi umewafanya waige, wao wameweza kujiundia silaha ya kuupinga na kuyapinga maovu yote yanayowakabili kila siku na wakitaka watambulike kimataifa. Wanapingana na ulimwengu ambao unawadhalilisha na kuwabetulia pembeni kama vinyangarika. Wale wasiokitaka kile ambacho vijana wanakiimba kwa madai kwamba hakieleweki, wanasingizia kwamba vijana hawa wanaiga mambo ya kigeni na kuharibu utamaduni wa Mwafrika. Lakini ukweli ni kwamba *Hip hop* na R&B chimbuko lake ni mwingiliano wa tamaduni nyingi, zikiwemo za Kiafrika, na ni sehemu ya utamaduni wa ukinzani duniani. Kinachoitofautisha *Hip hop* ya Kitanzania na ile ya Marekani kwa sasa hivi ni fani na maudhui yake, japo misingi inafanana.

[20]Hawa vijana wanakataa kuisherehekea hii mipaka ya nchi iliyowekwa na akina Bismark mwaka 1884, na kuungana kiutamaduni na watu wengine wenye asili ya Afrika, popote pale wanapoonewa (Pan Africanism-umoja wa Waafrika, au ukandawazi wa Waafrika). Wanaimba juu ya mambo ya kitaifa na kimataifa, na wameukana kabisa ukasuku. Wanadai haki ya uwezo wa kufikiria. Nyimbo zao zinawatambulisha kama wao ni nani, na wametokea wapi na kadhalika matatizo yanayowakabili na yanayowasibu.

Fanon alitamka mwaka 196129 kuwa sehemu kubwa ya vijana katika mataifa machanga inaibusha matatizo ya aina yake ambayo lazima serikali ziyashughulikie kwa uangalifu. Ni kweli kwamba wanaweza wakaathirika na uozo wa tamaduni nyingine za kigeni, kama hawana cha kufanya na wanao muda mwingi wa kupoteza. Mazingira kama haya yanatokea ikiwa vijana hawawezeshwi kihali na kimali kujiendeleza katika nyanja mbalimbali (kielimu na kiutamaduni), au hawajengewi mazingira ya kuwawezesha kupata njia za kujikimu kimapato. Katika hali kama hii, serikali za nchi ambazo hazijaendelea zinalazimika kuwa angalifu, kwani kwa kuzingatia tu suala la kupata wana michezo, kitu ambacho kinaishia kwenye biashara inayowapa faida "wafadhili", kinachosahaulika ni kwamba vijana wanahitaji kupewa mazingira yatakayowawezesha kujiendeleza kama watu wenye ufahamu, fikra na uelewa.

Lakini, inavyoelekea katika mazingira ya sasa, hakuna mwenye nia ya kujenga mazingira kama hayo. Na ndiyo maana vijana wenyewe wamechukua jukumu la kujiendeleza, na hata kufikia upeo wa kuona mbali zaidi. Na sasa, hata wakijiita akina Profesa Jay au Mwanafalsafa, inaeleweka kabisa, kwani wao wameweza kusema vile ambavyo hata watu wanaopigania demokrasia na mfumo wa vyama vingi wameshindwa kusema. Kihalisia, kama wimbo wa Profesa Jay unavyoonyesha, kwa hawa vijana, huu mfumo wa vyama vingi

---

20 Ikumbukwe kwamba, wakati Mwalimu Nyerere akizindua Wizara ya Utamaduni kwa mara ya kwanza nchini mwaka 1974, Mwalimu alirudia maelezo yake ya mwaka 1962, na tafsiri ya utamaduni. Aliitaka hii Wizara iyaendeleze yote yaliyo adilifu katika mila na tamaduni zetu na kuwezesha kuwapo kwa utamaduni wa taifa. Lakini pia akasema, hili halimaanishi kuzikataa tamaduni nzuri za wengine. Akaendelea: "taifa ambalo linakataa kujifunza kutoka kwenye tamaduni ngeni si taifa hata kidogo bali ni taifa la wajinga na wendawazimu. (A nation which refuses to learn from foreign cultures is nothing but a nation of idiots and lunatics."

bado hautatui matatizo yao. Wanachokihitaji wao ni mabadiliko nayo yataongozwa na dira inayolenga kujenga maisha yenye uhuru, katika nchi ambayo heshima, usawa wa kimaendeleo na maisha ambayo yanajali utu na mahitaji ya binadamu. Kuna haja kuwasikiliza hawa vijana, ili kuelewa matatizo yao, matamanio yao na ndoto zao. Utafiti shirikishi wa kimsingi unahitajika ili kuweza kuupata huu undani wa mfumo wa ukosoaji wa vijana na nini kinaweza kutendeka. Wenye nia ya kuona mabadiliko ya kweli yanatokea, lazima wawe na ustahimilivu na unyenyekevu wa kuwasikiliza na kuwaelewa vijana.

Leo hii, vijana wanawadhihaki wazee pamoja na utamaduni wao katika masuala ya msingi kabisa. Ikumbukwe kwamba haohao wanaopiga vita yale wanayodai kwamba ni ya kigeni, ndio waliojifungamanisha na utamaduni wa Wazungu ambao Mwalimu Nyerere aliukejeli mwaka 1962. Na ni haohao, ambao wanayakaribisha makampuni ya kigeni nchini kuja kuchuma, wakitegemea kwamba Watanzania watakubali tu kwa kisingizio cha ujenzi wa uchumi kakamavu. Hawa vijana wa leo wanaukana huo uhusiano unaotetewa kwa kisingizio kwamba unatokana na utandawazi, ambao hauepukiki. Nao wanajifungamanisha na utamaduni wa Watu Weusi wa Magharibi na kwingineko ambao wanaonewa, wanabaguliwa, wananyanyaswa na kunyonywa. Hili ni kinyume na yale wanayohubiri wale wanaotetea wasifu wa utandawizi.

Lakini pia, kama kizazi kilichofuatia (na kama kilivyokuwa cha huko nyuma), utamaduni wao hawa vijana umejikita katika migongano ya kijamii iliyopo. Hivyo, kihalisia, migogoro iliyopo si ya kitamaduni au kirika, bali ni ya mitazamo tofauti ya kisiasa, kiuchumi na kijamii inayojitokeza kiutamaduni na kirika. Kihalisia, hawa vijana wanairejesha sanaa na fasihi katika ulingo wake, wanatunga mashairi wakitumia Kiswahili, ikiwa ni pamoja na kile cha mitaani na kuiakisi hali halisi ya maisha yao. Wale wanaodai kwamba hawa vijana wamechanganyikiwa, hawayaelewi maisha hayo wala lugha hiyo, na si ajabu sanaa ya ushairi imewapita mbali! Hii ni migogoro itokanayo na tofauti za kitabaka kimaisha. Ukweli uliomo ndani ya muziki huu unawatisha wale wenye maslahi yanayobidi yalindwe, kwa hiyo wanaupiga vita kwa visingizio vya ugeni.

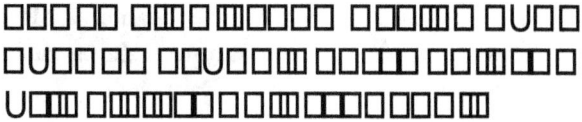

☐ | ☐☐☐ ☐☐ ☐☐☐ ☐☐☐☐☐ ☐☐☐☐☐ ☐U☐☐ ☐U☐☐☐☐ ☐☐U☐☐☐☐ ☐☐☐☐☐ ☐☐☐☐☐☐ U☐☐☐ ☐☐☐☐☐☐☐ ☐☐ ☐☐ ☐☐☐☐☐ ☐☐☐☐☐

Utangulizi

Tanzania ni nchi iliyojaliwa utajiri mkubwa wa madini. Madini yanayopatikana nchini Tanzania ni pamoja na: mawe ya thamani kubwa (dhahabu, fedha na platinoidi); mawe yanayopatikana chini kabisa ya ardhi na mawe mengineyo (zinki, risasi, shaba, nikeli, bati, tungisheni, urani, kobati, na madini ya mchanga wa ufukweni); madini ya chuma (chuma na kromiamu), johari na vito vya thamani (almasi, yakuti, tanzanaiti, ganeti, zumaridi, tomalini, spineli, aleksandraiti, ageti, amazonaiti, apapatie, diopside, enstatite, kermerupine, kyanite, moonstone, opali, rhodonite, scapolite, spodumene, topazi, feruzi, zirikoni, johari-samawati na peridoti). Vile vile, Tanzania ina madini ya viwandani (grafati, ulanga, kauri, boksiti n.k.); madini ya nishati (makaa ya mawe, gesi, urani, mafuta n.k.); na madini ya kuyeyuka (chumvi, magadi, chokaa n.k.). Wawekezaji kutoka kila pembe ya dunia wanabembelezwa watumie fursa ya kunufaika na rasilimali hizi na wawekeze ili nchi iweze kuendelea. Makala haya kinalichunguza kwa jicho pevu suala la maendeleo kwa kutilia mkazo maendeleo ya sekta ya madini nchini Tanzania, hususan yaliyoanza kujitokeza miaka ya themanini, kufuatia ongezeko la ushiriki wa wawekezaji wa kigeni katika sekta hii ya madini.

Ni muhimu izingatiwe tangu mwanzo kwamba madini yanatumika kwa kiasi kikubwa sana katika uzalishaji wa viwandani (hasa kwa mawe yenye madini), na ni sehemu muhimu ya biashara ya ndani na ya kimataifa. Madini yenye manufaa kiuchumi, ambayo si metali, ni grafati, baadhi ya feldisipa, kwatzi, fuwele, almasi na chembechembe nyingi nyinginezo zenye thamani kubwa kutokana na umuhimu wake kimatumizi, uzuri na/au uhaba wake. Umuhimu wa madini na metali, hususan katika historia ya mwanadamu unaweza kuonekana dhahiri kutokana na jinsi zama zinavyopangwa: Zama za Mawe; Zama za Shaba Nyeusi (*Bronze*); Zama za Chuma; Zama za Dhahabu; na kadhalika. Kwa hiyo, mchakato mzima wa uzalishaji madini, kuanzia uchimbaji migodini; uchakataji hadi usambazaji una athari kubwa kitaifa na kimataifa katika uhusiano wa kijamii, kisiasa na kiuchumi. Ulimwenguni kote, ili viwanda viweze kuzalisha, hutegemea takriban asilimia 80 ya madini na metali. Mengi ya madini haya hupatikana kwa wingi ili kukidhi mahitaji haya ya viwanda au huwa tayari yana vibadala, ikiwa hayapatikani. Hata hivyo, upatikanaji wa angalau metali 18, ikiwa ni pamoja na platinamu, bati, dhahabu, fedha na risasi ni wa shida. Madini haya na mawe haya, pamoja na yale yanayopatikana kwa urahisi ni rasilimali muhimu sana kwa nchi zenye viwanda vingi ambazo huyatumia lakini haziwezi kuyazalisha. Kwa nchi hizo zenye viwanda, rasilimali hizo muhimu huhesabiwa na serikali zao kama ni madini yenye umuhimu mkubwa mno kwa kuwa upatikanaji wake wa shida au kukosekana kabisa kunaweza kuporomosha uchumi wao na hata nguvu zao za kijeshi. Ni kwa sababu hii, nchi kama Marekani hivi sasa zinajilimbikizia shehena kubwa za madini kama vile boksaiti; manganizi; kromiamu; bati; kobaii; tantalum nikeli; risasi; dhahabu na fedha.

Mashirika ya kigeni yalianza kuikodolea macho Tanzania mnamo nusu ya pili ya miaka ya themanini, pale baadhi ya mashirika hayo yalipopewa leseni za kutafuta na kuchimba madini, kabla ya kupitishwa kwa Sheria ya Taifa ya Uwekezaji (Uhamasishaji na Ulinzi) (NIPP) ya mwaka 1990 na kuanzishwa kwa Kituo cha Kuhamasisha Uwekezaji (IPC). Sheria hii pamoja na Kituo hicho vinaonyesha hatua muhimu katika kulegeza masharti ya sera ya uchimbaji madini. Sheria hii iliondoa kabisa ukiritimba na udhibiti wa serikali katika masuala ya uchimbaji madini hata pale serikali ilipokuwa na hisa. Sheria hii ilitenguliwa na Sheria ya Uwekezaji ya mwaka 1997, ambayo ilianzisha Kituo cha Uwekezaji Tanzania (TIC) kilichochukua nafasi ya IPC, kama njia ya kuharakisha mchakato wa kushughulikia maombi ya wawekezaji. Sambamba na hilo, ilitungwa sheria kuhusiana na masuala ya fedha yanayohusika moja kwa moja na sekta ya uwekezaji, yaani Sheria ya

Fedha (Marekebisho Mbalimbali) ya mwaka 1997. Mwaka huohuo, Serikali ilikuja na Sera ya Madini ambayo ilitilia mkazo maendeleo ya uchimbaji madini yanayoongozwa na sekta binafsi na nafasi ya serikali ikiwa ni kudhibiti, kusaidia na kuhamasisha tu. Ili kuonyesha kwamba serikali ilikuwa imedhamiria kutekeleza sera hiyo iliyoitangaza rasmi, ilipitisha Sheria mpya ya Uchimbaji Madini mnamo Aprili 1998.

Uchimbaji madini barani Afrika, na hususan Tanzania, unaonekana kuwa una umuhimu wa kipekee kwa kuzingatia nafasi na mchango wake katika "maendeleo endelevu" (Benki ya Dunia, 1989, 2002; Kulindwa na wenzake, 2003). Madini huonekana kuwa ni rasilimali muhimu katika kuliletea taifa husika fedha za kigeni. Inadaiwa kuwa nchi zinazohimiza uwekezaji katika sekta ya uchimbaji madini hunufaika na sekta hiyo kwa upande wa: ukuaji wa uchumi; ukusanyaji wa mapato yanayotokana na kodi; utengenezaji wa fursa za ajira; ongezeko la mauzo ya nje ya nchi; na ongezeko la mchango katika pato la ndani la taifa (GDP). Benki ya Dunia, kwa mfano, imekuwa ikidai kwa miaka mingi kwamba kuna fursa tele katika soko la dunia za kuuza vitu kama vile dhahabu, almasi, vito mbalimbali, madini ya viwandani na udongo adimu. Uvunaji wa rasilimali hizi unawezekana tu kwa kuyatumia mashirika binafsi ya kigeni. Ni kwa kupitia utaratibu huo wa kisera, Tanzania imeripotiwa kuwa mauzo yake ya madini nje ya nchi yameongezeka katika kipindi cha miaka ya karibuni, kiasi cha kufikia kushika nafasi ya tatu barani Afrika, ya kwanza na ya pili zikiwa Afrika Kusini na Ghana kwa mfuatano huo. Kutokana na ongezeko la uwekezaji katika sekta ya madini nchini Tanzania, inadaiwa kwamba kuna ongezeko la ufanisi wa kiuchumi, manufaa kutokana na mitaji na kuingizwa kwa teknolojia, fursa za ajira, kupunguza umaskini, ubora wa miundombinu na kutolewa huduma za jamii kwa jumuiya mbalimbali zinazozunguka maeneo ya migodi.

Kwa mujibu huo, haya yote yanamaanisha mtu mmojammoja, makampuni na serikali, kujipatia kipato, tukiachilia mbali matatizo ya kuvuja kwa maduhuli (mapato) kwa kuwa haya yanaweza kushughulikiwa na sera, miundo bora ya sheria na utawala (Kulindwa na wenzake, k.h.j[21]). Inadaiwa kwamba Tanzania imefanikiwa katika sekta ya madini kutokana na kufutwa kwa Sheria ya Uchimbaji Madini ya mwaka 1979 kufuatia kupitishwa kwa Sheria ya Uchimbaji Madini ya mwaka 1998 na sheria nyinginezo zilizofuatia ili kushughulikia tatizo la hali ngumu ya uchumi tangu mwishoni mwa miaka ya 1970 pamoja na utekelezaji wa Mipango ya Kurekebisha Uchumi inayofadhiliwa na Benki ya Dunia na Shirika la Fedha la Kimataifa. Inadaiwa pia kwamba kuanzia miaka ya 1960 hadi mwishoni mwa miaka ya 1980 shughuli za utafutaji na uchimbaji wa madini zilikwamishwa na sera zilizosisitiza maendeleo ya mashirika ya umma katika mazingira ya sera yenye udhibiti mkali, yaliyosifika kwa kuwa na mashirika yenye madeni makubwa pamoja na vikwazo vya suhula ya makadirio ya kawaida (soft budget facility). Hivi ni kusema, uzoefu wa uchimbaji madini katika miaka hiyo ulikuwa na upungufu wa ufanisi, kudumaa na kupoteza masoko, kulikosababishwa na kiwango kidogo cha uwekezaji binafsi. Wawekezaji waliogopa uchumi unaomilikiwa na serikali, vikwazo mbalimbali na udhibiti wa serikali, taratibu ngumu za udhibiti, taratibu mbovu na zisizovutia za ulipaji kodi na ufanisi legelege wa uchumi mkuu.

Katika kuizungumzia "hadithi ya mafanikio" ya sekta ya uchimbaji madini nchini Tanzania, ambayo tumeitaja hapo juu, kutokana na kuruhusiwa kwa mashirika ya kigeni ya kimataifa, upembuzi makini uliwahi kufanyika kuhusu kuvurugika kwa uchumi na jamii, na wakazi wa vijijini kutumbukizwa katika lindi la umaskini; ukiukwaji wa haki za binadamu uliokithiri pamoja na majanga ya uharibifu wa mazingira yanayotokea nchini. Aidha, pamoja na wawekezaji kulindwa na kuandaliwa "mazingira bora", badala ya serikali kupunguza uingiliaji wa kulegeza masharti na kupunguza udhibiti wa uchumi, kama wadaivyo wataalamu magwiji wa sera za uliberali mpya, serikali imekuwa mstari wa mbele kuruhusu mashirika ya kimataifa ya kigeni kujihusisha na sekta ya madini. Serikali imetunga sheria mbalimbali ili kuhalalisha uporaji wa rasilimali kutoka kwa wananchi wake,

---

21 Hiki ni ufupi wa maneno matatu: "kama hapo juu"

taratibu za ujira na ulipaji kodi zinazotoa mianya kwa makampuni ya wawekezaji wa nje kuchuma faida nono. Kana kwamba hiyo haitoshi, serikali imekuwa ikitumia vyombo vya dola kunyamazisha upinzani wa jamii zinazoishi katika maeneo yenye utajiri wa madini pamoja na wachimbaji wadogowadogo katika maeneo hayo. Nchini Tanzania, kile kinachoitwa kujiondoa kwa serikali katika udhibiti wa uchumi, ni dhana potofu kwa kuwa kinachotokea sasa ni ukweli kwamba nyuma ya haya "masoko huria" kuna karamu ya siri inayoneemesha dola. Haiwezi kuwa vinginevyo.

Ukoloni, Mitaji ya Fedha na Uchimbaji Madini

Tanzania (zamani ikiitwa *German East Africa*, na Tanganyika tangu miaka ya 1920) iliangukia katika makucha ya ukoloni kupitia Kampuni ya Biashara ya Kijerumani, iliyokuwa ikijulikana kama Deutsch-Ostafricanische Gesselschaft (DOAG)-na kwa Kiingereza iliitwa *German East African Company,* yaani Kampuni ya Biashara ya Kijerumani Afrika ya Mashariki. Kampuni hiyo ilianzishwa mnamo mwaka 1885 ikiwa na mtaji unaofikia thamani ya Maki 7,128,000, ikifadhiliwa na Mabenki ya Ujerumani. Aidha, Kampuni hiyo ilikuwa na jukumu la kuanzisha Kampuni ya Uchimbaji Madini Afrika ya Kati. Tangu mwanzo, wakoloni wa Kijerumani walijihusisha na ununuzi wa madini kwa kuwa nchini Tanzania tayari kulikuwa na shughuli za uchimbaji madini kabla ya ujio wa wakoloni. Baadhi ya shughuli zilizokuwa zikijulikana wakati huo ni uchimbaji na uhunzi wa vyuma, uchimbaji wa shaba na chumvi. Dhahabu pia ilichimbwa kwa kiasi fulani na wafanyabiashara wa Kiarabu (Kjekshus,1977; Iliffe, 1979; Koponen, 1986; Parker, 1992). Shughuli hizo zilikuwa muhimu sana wakati wa kipindi cha ukoloni wa Kijerumani (1884-1917); mkazo uliongezwa katika utafutaji na uchimbaji wa dhahabu huku madini mengine yakigunduliwa, ikiwa ni pamoja na ulanga; ganeti; makaa ya mawe na urani. Katika kipindi kifupi tu kabla ya Vita Kuu ya Kwanza ya Dunia, tayari kulikuwa na makampuni makubwa sita ya uchimbaji madini yaliyosaidiwa na serikali ya kikoloni kwa kupatiwa mitaji ya kifedha (Frankel, 1938: 164). Ili kuyahamasisha makampuni binafsi kuwekeza katika uchimbaji madini, serikali ya kikoloni ya Kijerumani ilianzisha mfumo wa kutoa hati za kumiliki ardhi, ambapo makampuni yalipewa haki za kipekee kumiliki maeneo makubwa yaliyokuwa na hazina ya dhahabu. Kulikuwa na kiasi cha machimbo 76 yaliyotarajiwa kufunguliwa (yenye madini mbalimbali, dhahabu ikiongoza) ambapo, mpaka kufikia mwaka 1910, maeneo 111, mbali na yale ambamo makampuni yaliyotajwa hapo juu yalikuwa yakiendesha shughuli zao yalikuwa tayari yameshachukuliwa na watu na kuwekewa vigingi (Lemelle, 1986: 54). Kufikia mwaka 1914, mgodi wa Sekenke uliopo Mwanza ulikuwa umeshachimba dhahabu yenye thamani ya Paundi za Uingereza 250,000 na kipande cha dhahabu chenye thamani ya rupia 15 kilichojulikana kama Tabora Sovereign-yaani Tabora Kuu, ambacho kilitengenezwa sarafu na serikali ya kikoloni (Lemelle, k.h.j). Kipindi cha utawala wa Mwingereza (1918-1961) kilihusishwa na kujirudia kwa vitendo vya utafutaji na uchimbaji madini. Aidha, uchimbaji na utafuataji madini uliongezeka zaidi katika kipindi hiki. Miaka ya 1920 ilikuwa ni ya upeo wa ulimbikizi wa rasilimali nchini Uingereza. Matokeo yake ni kwamba kulikuwa na ongezeko kubwa la unyonyaji wa mazao ya kilimo na madini-hususan dhahabu kwa ajili ya Benki Kuu ya Hazina (*Central Reserve Bank*)-kutoka katika makoloni (Brett, 1973: 285). Ongezeko la shughuli za uchimbaji madini lilichangiwa pia na ongezeko la bei ya dhahabu katika soko la dunia kati ya mwaka 1920 na 1925. Ongezeko hilo la bei lilisababisha makundi ya watafuta dhahabu kumiminika kwa wingi na kwa kasi ya ajabu katika makoloni ili kutafuta dhahabu na kujipatia utajiri wa haraka. Kufikia miaka ya 1920, dhahabu tayari ilikuwa imekwishagunduliwa huko Mwanza na wilayani Musoma na maeneo ya Lupa.

Ongezeko hilo la watafuta dhahabu lilikuwa likitokea wakati ambapo hapakuwa na makampuni makubwa yaliyojishughulisha na uchimbaji wa madini kwa kuwa makampuni hayo yalichukuliwa kwa nguvu baada ya Vita Kuu ya Kwanza ya Dunia kama "mali za maadui". Kimsingi, wachimbaji wadogowadogo ndio waliokuwa wakiendesha shughuli za uchimbaji madini katika miaka hiyo. Mpaka kufikia mwaka

1923, kulikuwa na wachimbaji wadogowadogo wenye asili ya Ulaya takriban 150 wilayani Lupa. Wote hao walikuwa wakitafuta dhahabu oevu. Idadi hiyo iliongezeka na kufikia 300 mwishoni mwa mwaka 1931 na zaidi ya wachimbaji 1,000 kufikia mwaka 1936. Wakati huohuo, idadi ya leseni za Haki ya Kipekee ya Kutafuta na Kuchimba Madini iliongezeka kutoka 75 mpaka zaidi ya 400 (Oates, 1934: 48; Lemele, k.h.j: 291). Jumla ya nguvu kazi katika machimbo ya Lupa iliongezeka kutoka 5,000 hadi kufikia zaidi ya 20,000 katika kipindi hichohicho. Kufikia mwaka 1936, wachimbaji wadogowadogo wa Kiafrika ndio waliounda kundi la kudumu, na tayari walishaanza kuwameza Waasia (Roberts, 1986). Hawa walikuwa wakiendesha shughuli zao kwa kujitegemea katika mfumo wa vikundi, huku wakilitegemea tabaka la Wafanyabiashara wa ndani wa Kiasia kuwa ndilo mnunuzi wa mali zao. Baadhi ya wachimbaji wa Kiafrika wenye fedha zao, walikuwa wakiajiri wafanyakazi kati ya 200 na 300 na watoto kadhaa kwa ajili ya uchekechaji. Kufikia mwaka 1938 kulikuwa na jumla ya Waafrika 32,000 waliokuwa wameajiriwa katika sekta ya uchimbaji madini kwa ujumla ambao kati yao, 27,580 walikuwa wameajiriwa katika uchimbaji dhahabu. Hii idadi haijumuishi watu wenyeji wa maeneo hayo waliojihusisha na shughuli nyinginezo za aina mbalimbali-ikiwa ni pamoja na ugavi wa vyakula na kadhalika. Mwishoni mwa mwaka 1936, kulikuwa na Waafrika 58 wenye haki ya kutafuta na kuchimba madini katika migodi ya Lupa ("wazawa" 54 na "Wasomali" 4, wakijulikana kwa jina la pata mali). Kati ya wachimbaji 93 wa dhahabu oevu katika migodi ya Lupa mnamo mwaka 1951, 51 walikuwa ni Waafrika; na kufikia mwaka 1961-Tanzania ilipojipatia uhuru- Waafrika ndio walikuwa jumuiya pekee iliyounda kundi muhimu la wachimbaji madini (Khamis, 1978).

Mpaka kufikia mwaka 1925, mwamko kuhusu uwepo wa miamba ya madini katika Kanda ya Ziwa ulikuwa umeenea. Licha ya mwamko huo, wawekezaji wakubwa hawakuwa na shauku na Tanganyika au hata wingi wake wa dhahabu (Lemelle, k.h.j: 79). Miongoni mwa sababu za kuwapo kwa hali kama hiyo ni ukweli kwamba, kwa wengi wa wawekezaji, mkazo ulikuwa katika dhahabu oevu hususan kwa wachimbaji wadogowadogo, na pia ukweli kwamba miamba hiyo haikuwa imethibitishwa vya kutosha. Sababu nyingine ni kwamba, baada ya mwaka 1925 bei ya dhahabu ilisimama tisti katika Dola za Kimarekani 4.86 na kwamba serikali ya kikoloni haikuweza kuhimiza uzalishaji wa kibepari wa miradi mikubwa na yenye kuleta faida kubwa. Sababu hii ilitokana na udhaifu wa vyombo vya dola vya serikali ya kikoloni (Frankel, k.h.j: 259; Lemelle, k.h.j: 79). Harakati za Serikali katika miaka ya 1920, za kuwahimiza wawekezaji wakubwa wawekeze katika uchimbaji madini hazikuzaa matunda ya kuridhisha. Kampuni moja ya Afrika Kusini, Serenge Concessions, ilijaribu kuwekeza katika mgodi wa Lupa mnamo mwaka 1927, lakini ilikwamishwa na bei ndogo ya dhahabu pamoja na kukosekana kwa ruzuku za serikali, na hivyo ilisitisha shughuli zake ndani ya kipindi cha miezi michache tu. Ushirika wa Wachimbaji wa Kihindi wenye makao yake huko London ulifanya jaribio kama hilo pia mnamo mwaka 1928 lakini uliondoka haraka mno kutokana na matatizo yaleyale. Shughuli haikuishia hapo. Kampuni moja kutoka Afrika Kusini, the Central Mining and Investment Corporation ilifanya pia jaribio hilo lakini ikakumbana na matatizo yaleyale. Kampuni hii haikuathiriwa na udogo wa bei ya dhahabu tu, bali pia athari za kuporomoka kwa uchumi wa dunia katika kipindi hicho.

Makampuni makubwa yalianza kuingia katika kinyang'anyiro kikali cha uchimbaji madini miaka ya 1930 kufuatia kushuka kwa thamani ya Paundi ya Uingereza ikihusishwa na ile ya dhahabu. Mgodi wa Sekenke, ambao ulikuwa tayari umechukuliwa na Kampuni ya Afrika Kusini, South African Central Gold Mines, ulikuwa mgodi maarufu wa dhahabu mwishoni mwa miaka ya 1930. Uwekezaji katika uchimbaji madini kwenye miamba ulianza, ambao kufikia mwaka 1938 ulizalisha asilimia 70 ya uzalishaji wote wa jumla ya wakia 82,000 za dhahabu. Katika kipindi hiki utawala wa mitaji ya fedha ulijidhihirisha wazi. Uchimbaji wa miamba ulitawaliwa na makampuni makubwa ya Afrika Kusini na ya Kiingereza pekee. Hadi kufikia mwaka 1938 kulikuwa na

makampuni makubwa kadhaa nchini Tanganyika yaliyojihusisha na
uchimbaji madini, yaliyokuwa ama moja kwa moja au vinginevyo, chini
ya utaratibu wa mitaji ya kifedha ya Kiingereza, na katika muktadha
huo makampuni ya Oppenheimer yaliwakilisha mtaji wa hisa na
mkopo wenye thamani ya Paundi za Uingereza (STG) 93,136,000.
Makampuni hayo yalikuwa ni: East African Gold Fields, Kentan Gold
Areas, Tanganyika Central Gold Mines, Tanganyika Diamond and
Gold Development, na Tanganyika Minerals. Makampuni ya Kentan
Gold Areas na Tanganyika Concessions, yakiwa na hisa za mitaji ya
Paundi za Uingereza 12,500,000 na 68,180,000 kwa mfuatano huo,
ndiyo yaliyokuwa makubwa kupita yote. Tanganyika Concessions,
kampuni iliyosajiliwa mwaka 1899 huko London, ilikuwa kampuni
tanzu ya kampuni kubwa sana iliyoendesha shughuli zake kote Afrika,
hususan kusini mwa Afrika (Shivji, 1986: 88). Makampuni mengine
yalikuwa ni: Anglo-Transvaal Consolidated Investment Co. (ya Afrika
Kusini) na South Nyanza Development Co. (ya Kiingereza).

Makampuni haya makubwa yalihusiana kimtandao, kwa maana
kwamba, kwa mfano, hisa za Tanganyika Concessions na Kentan Gold
Areas ziliwakilishwa na migodi iliyokuwa ikimilikiwa na kampuni ya
Geita Gold Mining Companies pamoja na milki nyinginezo, kama
zile zilizokuwa chini ya Sarangula Development Company Limited.
Tanganyika Concessions ilikuwa na hisa katika kampuni ya Kentan,
ambayo nayo ilikuwa na hisa katika Zambesia Exploring Company,
na hali kadhalika katika Rhodesia-Katanga Company. Licha ya hayo,
Tanganyika Concessions ilikuwa na hisa katika makampuni mengine
nchini kama vile Eldoret Mining Syndicate Limited, Sarangula
Development Company na Geita Gold Mines Limited. Tanganyika
Diamond and Gold Development ilikuwa kampuni tanzu ya Anglo-
American Octopus, iliyokuwa na makao yake makuu nchini Afrika
Kusini na ilijihusisha na utafutaji wa almasi kuelekea mwishoni mwa
miaka ya 1930. Kufikia mwaka 1938 uchimbaji wa dhahabu ulichukua
nafasi ya pili, baada ya zao la mkonge, katika kutoa fursa za ajira
(kwa wafanyakazi takriban 28,000) na kuchangia katika mauzo ya

nje. Kwa ujumla, sekta hii ilitawaliwa kwa kiasi kikubwa na mtaji wa fedha (Shivji, k.h.j).

Mapema miaka ya 1940, dhahabu ilikuwa imejiimarisha kuwa madini muhimu zaidi ya kiuchumi na uzalishaji wake uliongezeka hadi kufikia wastani wa tani 4 kwa mwaka. Kwa wakati huo hapakuwa na watu wengi wa ndani wenye mtaji wowote mkubwa (uliokuwa maalumu kwa Waasia, Waingereza, Wajerumani, Wagiriki na watu wengineo kutoka Ulaya) uliokuwa ukitumika kuendesha shughuli za uchimbaji katika sekta hii. Wachache waliokuwepo ni kama vile Nanak Chande, aliyekuwa miongoni mwa matajiri wakubwa wa Kihindi kupita wote Kanda ya Ziwa Viktoria, aliyemiliki migodi miwili iliyoongozwa na Kaburu mmoja wa Afrika Kusini. Kulikuwapo pia na Kundi la Wasoriano kutoka Asia lenye hisa Ufilipino, lililouchukua mradi mkubwa wa uchimbaji wa miamba ya madini ulioanzishwa kabla na kampuni ya East African Gold Fields huko Lupa (Roberts, k.h.j.). Hawa walikuwa ni Waasia, ambao mwishoni mwa miaka ya 1930, ndio waliounda kundi la wafanyakazi wataalamu katika sekta ya uchimbaji madini. Kampuni moja kubwa ya ndani ilikuwa ni Kampuni ya Almasi ya Williamson, ikijulikana kama Williamson Diamond Limited, iliyotokana na ugunduzi wa almasi huko Mwadui, mkoani Shinyanga.

Dkt. J.T. Williamson, mwanajiolojia wa Tanganyika Diamonds and Gold Development Company, iliyojiondoa katika shughuli za utafutaji madini mwaka 1938, aligundua almasi huko Mwadui mnamo mwaka 1939. Uzalishaji wa dhahabu uliweza kukua bila kutetereka kwa kuwa uliungwa mkono na "idadi kubwa ya wafanyabiashara wa Kihindi nchini Tanganyika na kikosi-kazi cha wafungwa wa kivita wa Kiitaliano....Kufikia mwaka 1946 [kulikuwa na] wafanyakazi 6000 pamoja na familia zao, na zaidi ya walinzi 200" hapo Mwadui (Epstein, 1982: 89). Kushiriki kikamilifu kwa Serikali katika kuunga mkono jitihada za uchimbaji wa almasi, ikiwa ni pamoja na kujadiliana na makampuni binafsi na hata kupendekeza utaifishaji (mnamo mwaka 1946), kulitokana na ukweli kwamba almasi "ziliiingizia (serikali ya kikoloni) wakati huo fedha za kigeni nyingi zaidi kuliko mauzo mengine yoyote ya nje ya nchi, na Waingereza (walikuwa) wamedhamiria kuhifadhi thamani yake" (Epstein, k.h.j). Baada ya kifo cha Williamson mwaka 1958, kampuni yake iliangukia katika mfumo wa mtaji wa fedha, huku nusu ya hisa zake zikinunuliwa na kampuni ya De Beers Empire.

Kufikia mwaka 1945 mauzo ya almasi nje ya nchi yalikuwa ndiyo sehemu kubwa ya vitu vyote vilivyouzwa nje, na uzalishaji wa dhahabu ulishuka hadi kufikia wastani wa tani mbili kwa mwaka. Bei ya dhahabu katika kipindi hiki iliendelea kuwa ya chini kwa kuwa, kimsingi, ilikuwa ikinunuliwa na asasi za fedha tu (kama vile Benki ya Uingereza), ambazo mahitaji yake ya bidhaa hiyo yalikuwa madogo kufikia miaka ya 1940. Matokeo yake ni kwamba, serikali iliwekeza kwa kiasi kidogo sana katika sekta hii, ama kwa kuajiri wafanyakazi, kutengeneza miundombinu au kutoa ulinzi wa uchumi. Kufuatia hali hiyo, makampuni makubwa yalikuwa yakijiondoa katika shughuli za uzalishaji wa dhahabu, na badala yake, wachimbaji wadogowadogo na wa kati (ambao kimsingi ni jamii za wahamiaji), ambao pia walikuwapo tangu miaka ya 1920, ndio waliobakia wakitawala sekta hii kwa kipindi hicho. Aidha, shughuli zao ziliimarika zaidi kufuatia kuingia kazini kwa waliokuwa wafanyakazi wa makampuni ya Ulaya, ambao sasa walikuwa wamepoteza chanzo chao cha kujikimu kimaisha kutokana na kufungwa kwa makampuni (kama mfano wa Williamson unavyoonyesha), au wakulima ambao waliona haiwezekani kuishi kwa kutegemea mauzo ya mazao yao. Wazalishaji wadogowadogo walioibuka miaka ya 1930, wakitumia njia za kuchapa kazi kwa bidii zote, na ambao shughuli zao ziliungana na mtaji wa biashara, walikuwa pia bado wakiendelea na uzalishaji. Baadhi ya watu waliokuwa wameajiriwa na makampuni ya uchimbaji madini yaliyokuwa yakifungwa wakati huo walijiunga na kundi la wachimbaji wadogowadogo, ambao hata hivyo kazi hiyo haikuwaingizia kipato cha kutosha kukidhi mahitaji yao ya kila siku.

Madini yalichangia pato la ndani la taifa (GDP) kwa rekodi ya asilimia 3 mwaka 1950. Katika asilimia 15 ya thamani ya mauzo ya nje ya nchi, mapato ya nje ya dhahabu yalikuwa karibu sawa na yale ya kahawa au pamba. Dhahabu ilichangia takriban theluthi mbili (2/3) ya mazao yote ya madini katika mwaka 1960.

Mpango wa Miaka Mitatu wa Maendeleo ya Tanganyika (1961-1964) ulioandaliwa na Benki ya Dunia, ulitoa ushauri kwa serikali kuzifanyia marekebisho sera za uchimbaji madini "kwani ilionekana ni lazima kuongeza vivutio na kuhimiza makampuni binafsi kutafuta zaidi madini'; hasa kwa kuweka mazingira mazuri ya ulipaji kodi katika hatua za mwanzo za maendeleo ya migodi. Hata hivyo, hamasa hizo zilikuwa zikifanyika wakati ambapo tayari umuhimu wa dhahabu katika mfumo wa fedha wa kimataifa ulikuwa umekwishapungua wakati huo wa miaka ya 1940. Kiwango cha sarafu ya dhahabu, ambao ndio ulikuwa mfumo wa fedha usiotetereka, katika mfumo wa kibepari tangu miaka ya 1820, kiliporomoka kwa mara ya kwanza wakati wa Vita Kuu ya Kwanza ya Dunia. Ilikuwa ni katika kipindi ambapo sarafu za dhahabu zilifutika katika mzunguko wa fedha na kuziachia nafasi fedha za noti, ambazo nazo zilikuwa zikishuka thamani. Mkutano wa Genoa wa mwaka 1922 ulipendekeza mfumo wa dhahabu wa kubadilishiana ndio uwe mfumo wa kifedha wa dunia. Mfumo huu uliiwezesha dhahabu kuingia tena katika mfumo kwa kipindi fulani na hivyo kuongeza umuhimu wa wachimbaji wadogowadogo katika miaka ya 1920 na wa harakati za makampuni makubwa kuwekeza kwenye sekta hiyo katika miaka ya 1930. Mkutano wa Fedha uliofanyika Breton Woods mwaka 1944 uliidhinisha nafasi ya miche ya dhahabu kuwa kipimo cha thamani katika kubadilishiana kwa dunia nzima.

Hata hivyo, jambo hilo halikuwezekana kwa sababu Marekani iliacha kubadilisha dola kwa dhahabu; badala yake, kama taifa la kibeberu lenye nguvu, ilifanya dhahabu kuwa kibadala cha dola, kufuatia nafasi yake katika kuijenga upya Ulaya ambayo iliharibiwa vibaya wakati wa Vita Kuu ya Pili ya Dunia. Sababu hii ndiyo iliyofanya bei za dhahabu ziendelee kuwa za chini mpaka kufikia mwaka 1970. Kipindi chote cha kabla ya mwaka 1970, bei ya dhahabu ilisimamia katika Dola za Kimarekani 35 kwa wakia moja. Kwa upande wa Tanzania na nchi nyingi nyinginezo, kipindi hiki hakikuwa cha manufaa kwa makampuni makubwa kujihusisha na shughuli za uchimbaji madini. Migodi mingi mikubwa ilikuwa imekwishafungwa kufikia miaka ya 1950 na kampuni kubwa pekee iliyoendelea na shughuli zake mpaka miaka ya 1960 na kuzalisha zaidi ya nusu ya jumla ya uzalishaji wote ilikuwa ni Tanganyika Concessions ya huko Geita. Ndiyo kampuni kubwa kuliko zote zilizobakia Afrika Mashariki, ikiwa imeajiri wafanyakazi takriban 2,200. Ukosefu wa faida katika sekta hii ya madini ulizidishwa zaidi na ukosefu/upungufu wa wafanyakazi, utoro na migomo katika sekta hiyo tangu miaka ya 1960. Wafanyakazi katika sekta hiyo walifanya migomo mnamo mwaka 1947 na mwaka 1948, hali kadhalika kati ya mwaka 1957 na mwaka 1962 chini ya Chama cha Waafrika Wafanyakazi Migodini. Tatizo jingine lilikuwa ni vikwazo vya kibiashara kwa Afrika Kusini kuanzia mwaka 1961. Kwa kuwa makao makuu ya makampuni mengi yalikuwa Afrika Kusini, kufuatia hali hiyo, licha ya utaratibu mzuri wa ulipaji kodi, ilishindikana kuyaendesha makampuni hayo nchini Tanzania . Yale ambayo makao yao hayakuwa Afrika Kusini yaliathiriwa pia na hali hiyo kwani yalishindwa kuagiza zana na vifaa vya uchimbaji vya bei nafuu kutoka Afrika Kusini. Uchimbaji madini wa kibiashara uliporomoka vibaya na kwa haraka kabla na baada ya uhuru kutoka uzalishaji wa tani 3 kwa mwaka mapema miaka ya 1960 hadi kufikia kilogramu 10 katika miaka ya 1970. Uzalishaji wa dhahabu ulikoma kabisa mnamo mwaka 1972.

Uhuru na Kuibuka kwa Wachimbaji Wadogowadogo

Wachumi na watunga sera hudai kuwa kuporomoka kwa sekta ya uchimbaji madini nchini Tanzania baada ya uhuru kulitokana na serikali kushika hatamu pamoja na kuzuiwa kwa sekta binafsi ikiwa ni harakati za kujenga jamii ya kijamaa. Aidha, wanadai pia kwamba, kufuatia kupokea na kutekeleza mipango ya kurekebisha uchumi, ya Shirika la Fedha la Kimataifa/Benki ya Dunia miaka ya 1980, sekta ya uchimbaji madini iliweza kuvutia wawekezaji wa nje na hivyo ukuaji wa sekta hiyo ukawezekana (Kulindwa na wenzake, k.h.j; Tume ya Kurekebisha Sheria Tanzania, ya Julai 2003). Kwa hakika, badala ya hatua za ulegezaji masharti ya uchumi katika miaka ya 1980 kuwa kichocheo cha kukua kwa shughuli za uchimbaji madini nchini Tanzania na kwingineko, kama inavyodaiwa na Taasisi za Kimataifa za Fedha (IFIs), wachumi na watunga sera mabadiliko ya mahitaji ya dhahabu duniani, yaliyoanza mwaka 1969, ndiyo yaliyokuwa kichocheo cha kukua kwa sekta hiyo.

Lakini ukweli ni kwamba, kama ilivyokwishaelezwa hapo awali, tangu mwaka 1961, nchi ilikuwa imeshaanza kutekeleza sera zenye kuvutia wawekezaji binafsi zilizopendekezwa katika Mpango wa Miaka Mitatu wa Maendeleo ya Tanganyika (1961- 1964) ulioandaliwa na Benki ya Dunia. Waandaaji wa mpango huo waliishauri serikali kuzifanyia marekebisho sera zake za uchimbaji madini "kwani ilionekana ni lazima kuongeza vivutio na kuhimiza makampuni binafsi kutafuta zaidi madini', hasa kwa kuweka mazingira mazuri ya ulipaji kodi katika hatua za mwanzo za maendeleo ya migodi (Benki ya Dunia, 1961: 269). Serikali ilishauriwa kutoa vivutio maalumu ili kuchochea ukuaji wa sekta ya madini, kwa mfano, kunyonya kidogo rasilimali za serikali kwa "kutoa punguzo la kodi au msamaha; kuondoa ushuru wa tahadhari; kutoa misamaha ya ushuru; misaada katika kupata maeneo, majengo, na malighafi; utoaji wa leseni, misaada ya mafunzo; mikopo inayofaa; na hata ruzuku." (Benki ya Dunia, k.h.j: 271). Mnamo mwaka 1963, kufuatia ushauri huo, serikali ilipitisha Sheria ya Ulinzi wa Wawekezaji wa Kigeni, Na. 40. Sheria hiyo ilijumuisha vipengele vyote tulivyovitaja hapo juu. Zaidi ya hayo: hakuna kiwanda ambacho kingetaifishwa bila fidia. Katika Sheria hiyo, masharti ya kuhamishia nyumbani mapato kutoka nchini na ulinzi wa makampuni na wadau mbalimbali yaliwiana na kanuni za sheria ya Biashara ya Uingereza, kama Mwongozo kwa Wawekezaji, wa mwaka 1967 (baada ya kutangazwa kwa Azimio la Arusha), unavyoonyesha (Jamhuri ya Muungano wa Tanzania, 1967: 35).

Licha ya "mazingira ya kuwezesha" wawekezaji, hakuna wawekezaji waliovutika. Ni kuanzia mwaka 1969 ndipo mahitaji ya dhahabu ya viwandani yalipoanza kuongezeka kwa asilimia 12 kwa mwaka. Sambamba na hilo, kulikuwa na ongezeko kubwa la upungufu wa fedha katika makadirio ya Marekani yakiwa ni matokeo ya Vita ya Vietinam pamoja na kupungua kwa hazina ya dhahabu ya Marekani, hali iliyosababisha kushuka kwa thamani ya Dola kama fedha ya ulimwengu. Matokeo ya yote hayo, bei ya dhahabu ilianza kupanda kuanzia mwaka 1971. Aidha, ongezeko hilo la bei lilichochewa na kuenea kwa ulanguzi kufuatia soko huria la dhahabu, hali iliyosababisha bei ya dhahabu iongezeke na kufikia Dola za Kimarekani 49.25 kwa wakia moja mnamo mwaka 1972 (Green, 1987: 3). Machafuko ya fedha ya kimataifa ya mwaka 1973, pamoja na hofu ya mfumuko wa bei kufuatia kushuka kwa thamani ya Dola, yalisababisha kupanda kwa bei ya dhahabu hadi kufikia Dola za Kimarekani 132 kwa wakia moja. Baada ya hapo bei ilibadilika kulingania na mabadiliko ya thamani ya Dola. Mnamo mwaka 1980 bei ilipanda mfululizo kutoka Dola za Kimarekani 330 hadi 850, kisha kushuka hadi kufikia Dola 507 kwa wakia moja mnamo mwaka 1982, kabla ya kuporomoka mapema mwaka 1985 hadi kufikia Dola 300. Ndani ya kipindi cha mwaka mmoja baadaye, yaani mwaka 1986, bei ilipanda tena ghafla na kufikia Dola 400 (Green, k.h.j : 3-4).

Tangu mwaka 1986 bei ilikuwa kati ya Dola za Kimarekani 300 na 400 kwa wakia moja. Kufikia mwaka 2005 bei ilikuwa kati ya Dola za Kimarekani 500 na 550 kwa wakia. Mwaka 1995, Baraza la Dhahabu la Dunia lilikadiria kwamba mahitaji ya dunia ya dhahabu yalikuwa zaidi ya tani 3,642 tofauti na rekodi ya zamani ya tani 3,573 mnamo mwaka 1992, na yalikuwa yakipanda kwa asilimia 7 kwa mwaka; pamoja na kuongezeka kwa mahitaji ya uwekezaji katika sekta ya mapambo ya vito. Wakati huohuo mahitaji ya kundi la metali za platinamu yalikuwa yakiongezeka kwa miaka mingi tangu mwaka 1987. Katika miaka ya hivi karibuni, bei ya platinamu imepanda na kufikia Dola za Kimarekani 1,000 kwa wakia, wakati ile ya paladiamu imepanda na kufikia Dola za Kimarekani 270 kwa wakia. Pamoja na hayo, dhahabu bado inaonekana kuwa ni kimbilio salama dhidi ya mfumuko mkubwa wa bei duniani.

Kufuatia kufunguliwa kwa soko huria la dhahabu kuanzia mwaka 1971, hali ya soko la dhahabu pia imebadilika sana. Wakati ambapo kati ya mwaka 1948 na 1965 theluthi mbili ya dhahabu ilinunuliwa na mamlaka za fedha, hali ambayo ilifanya bei ya dhahabu isibadilikebadilike au iwe chini ya thamani yake, asilimia 60 ya dhahabu iliyoingia sokoni mwaka 1986 ilikwenda katika sekta ya mapambo ya vito, asilimia 14 ilikwenda viwandani na asilimia nyingine 14 katika hazina binafsi na asilimia liyosalia ilikwenda katika utengenezaji wa sarafu (Green, k.h.j : 5). Uswisi iliibuka kuwa egemeo la viwanda vya Ulaya, ikiwa na mkusanyiko wa viwanda vidogovidogo vya kusafisha dhahabu vilivyomilikiwa na mabenki binafsi. Masoko makuu ya dhahabu wakati huo yalikuwa ni pamoja na Mashariki ya Kati na India kulikokuwa na mahitaji makubwa sana ya madini hayo kwa ajili ya mapambo ya vito. Kwa hiyo, kulikuwa na kipindi cha kuchipuka upya kwa uchimbaji wa dhahabu kimataifa kuanzia mapema miaka ya 1970.

Kwa kuzingatia hali hiyo ya kimataifa, harakati za serikali ya Tanzania za kutaka kunufaika na fursa mpya ya uchimbaji dhahabu kupitia Shirika la Umma la Uchimbaji Madini, State Mining Corporation (STAMICO) ziligonga mwamba. STAMICO ilichukua migodi iliyokuwa ya Buck Reef Mine huko Geita mnamo mwaka 1971 (ingawa uchimbaji ulianza miaka kumi baadaye) na kujaribu kufufua tena uzalishaji wa dhahabu kutoka katika vyanzo oevu kwa kutumia mbinu za uzalishaji zitumiwazo na wachimbaji wakubwa (Jones, k.h.j: 111). Jitihada zote hizo zilishindikana. Katika mgodi wa Buck Reef, miaka minane ya uzalishaji ilizalisha rasmi dhahabu ya kilogramu 800 tu, ikiwa ni pamoja na kilogramu 116 tu katika mwaka wake wa mwisho wa utendaji kazi (1989). Ili kuzaa matunda, uzalishaji mkubwa kiasi hicho ulitakiwa kuwekezwa mtaji mkubwa, kazi ambayo ingefanywa na serikali. Hili halikuwezekana kwa wakati huo kwa sababu serikali tayari ilikuwa na matatizo ya kifedha. Harakati za STAMICO katika miaka ya 1970 na mwanzoni mwa miaka ya themanini za kutaka kuvutia mtaji mkubwa kwa mtindo wa misaada au uwekezaji wa pamoja wa mashirika binafsi na ya umma zilishindikana pia, hata kusababisha kutungwa kwa sheria mpya ya uchimbaji madini iliyoanza kutumika mwaka 1979.

Hata hivyo, kutoweka kwa wachimbaji wakubwa na rekodi rasmi za uzalishaji hakukukomesha uchimbaji wa dhahabu pamoja na shughuli nyinginezo za uchimbaji madini. Idadi kubwa ya watu wenye utaalamu katika shughuli za uchimbaji madini; wenye uzoefu wa kutifua udongo, kutafuta madini na mbinu za uchimbaji wa chini kwa chini; waliokosa kazi kufuatia makampuni waliyokuwa wakifanyia kazi kufungwa, waliingia katika uchimbaji wa "kujiajiri wenyewe". Wachimbaji wadogowadogo walitegemea soko la wafanyabiashara wa Kiasia, Kiarabu na Kigiriki, waliokuwepo kwa kipindi chote ambacho shughuli za wachimbaji wakubwa zilikoma. Dhahabu nyingi iliyozalishwa kwa njia hii iliuzwa kwa magendo nchini Kenya kabla ya kusafirishwa kwenda kwingineko (Jones, 1981: 113 & 122). Ongezeko la uchimbaji mdogo lilishika kasi zaidi kufuatia watu wengi zaidi kuachishwa kazi mnamo mwaka 1976 kutokana na kuporomoka kwa uzalishaji wa almasi. Uchimbaji huu uliichochea serikali kutunga sera na taratibu za kisheria. Hadi kufikia mwanzoni mwa miaka ya 1990, uchimbaji mdogo ulikuwa ni miongoni mwa sekta muhimu za uchumi wa Tanzania kufuatia utaratibu wa sera na marekebisho ya sheria yaliyoanzishwa na Serikali ya Tanzania kwa kuanzia na Sheria ya Uchimbaji Madini, Na. 17 ya mwaka 1979.

Shughuli za wachimbaji wadogowadogo wa dhahabu nchini Tanzania zilizoendelea katika miaka ya 1960 kwa kiwango kidogo zilikuwa zikifanyika katika migodi ya zamani na maeneo ambapo vyanzo oevu vya madini hayo vilijulikana kuwapo hadi mwanzoni mwa miaka ya 1970. Kufuatia kupanda kwa bei ya dhahabu, shughuli hizo ziliongezeka zaidi mapema mwanzoni mwa miaka ya 1970 na kupevuka zaidi mwaka 1976 kufuatia ugunduzi wa chanzo cha Bulyanhulu, ambacho mpaka sasa hakijafahamika vizuri. Kusini mwa Ziwa Viktoria, pamoja na kumiminika kwa wafanyakazi walioachishwa kazi katika uchimbaji wa almasi (Bills na wenzake, 1991: 292). Mapema miaka ya 1980, wachimbaji hawa walikuwa wakiendesha shughuli zao kwa kufuata taratibu za kisheria zilizoainishwa katika Sheria ya mwaka 1979. Tangu wakati huo, wachimbaji wadogowadogo waliendelea kufanya ugunduzi mwingine mpya kabisa sehemu mbalimbali nchini kila mwaka, kiasi kwamba mpaka kufikia mwaka 1992 ilikadiriwa kwamba kulikuwa na machimbo ya dhahabu takriban 500 na ya johari takriban 300 yaliyoendeshwa na wachimbaji wadogowadogo. Mnamo mwaka 1993, wachimbaji wadogo waliokuwa wakitambuliwa rasmi walikuwa ni 1,440 na wenye hati za utafutaji madini 480. Kwa kufuata makadirio ya watu 10,000 kwa kila mgodi, kulikuwa na watu takriban 900,000 waliojihusisha na uchimbaji mdogo na shughuli nyinginezo zinazohusiana nazo.

Ripoti ya Benki ya Dunia (2002a: 2) inakiri kwamba uchimbaji madini ulichangia katika ongezeko la vipato vya jamii za karibu na maeneo ya machimbo: uchimbaji mdogo "...uliwakilisha chanzo kikuu na kilichoenea cha kipato." Phillips na wenzake, (2001:7) wanakadiria kwamba vipato vya msingi katika miji palipokuwapo shughuli za uchimbaji vilikuwa ni mara sita zaidi ya vile vya wakazi wa vijijini waliojishughulisha na kazi za kilimo. "Aidha, pesa zitokanazo na uchimbaji mdogo hubakia maeneo ya karibu na machimbo huku zikiongeza zaidi mtiririko wa fedha katika maeneo yaliyojitenga ya vijijini." Waaidha, wakati ambapo "mikogo" ya utajiri inaonekana ni kitu cha kawaida, "si kipato chote huenda kwa 'wanawake, mvinyo na nyimbo'. Wachimbaji wanajikusanyia mitaji ili walikwee jukwaa la utukufu kwenda kwenye udalali na uuzaji wa madini (na) baadhi wanawekeza katika biashara madhubuti zaidi kama vile maduka, mahoteli na nyumba za kulala wageni. Wanahitimisha bila utata kwamba, "hakuna sekta nyingine au mpango mwingine wowote ule wa kutengeneza fursa za ajira ambao umefanikiwa kuingiza kipato kilichoenea zaidi katika maeneo ya vijijini, umechochea ongezeko (kubwa) la mtiririko wa fedha na kupunguza umaskini vijijini kwa kiasi (kikubwa) namna hiyo."

Kimsingi, uchimbaji wa johari nchini Tanzania ulianza miaka ya 1960-70 kufuatia ongezeko la shughuli za utengenezaji wa mapambo ya vito barani Ulaya na Asia. Mwamko kuhusu vito vyenye rangi na mapambo ya vito uliongezeka maradufu, na hata Marekani katika kipindi hiki. Ilikuwa ni katika kipindi hiki, kwa mfano, ambapo wachimbaji wadogo walivumbua migodi maarufu ya tanzanaiti huko Mererani (Arusha) (1964); migodi ya yakuti huko Matombo na Mahenge mkoani Morogoro (miaka ya 1970); migodi ya yakuti huko Longido-Arusha na migodi ya yakuti/zumaridi ya Mto Umba mkoani Tanga. Kufuatia kuongezeka kwa uchimbaji na uuzaji madini usiodhibitiwa katika miaka ya 1960, Serikali ilitangaza Sheria ya Sekta ya Johari (Maendeleo na Uhamasishaji) mnamo mwaka 1967. Sheria hii ilianzishwa kwa lengo la kulinda sekta ya johari na vito pamoja na kuanzisha idara ya masoko ya johari na vito ili kuhamasisha na kuchochea ukuaji wa sekta hii. Aidha, sheria hii ilikusudiwa kuondoa tatizo la ununuzi na uuzaji holela wa madini, ikiwa ni pamoja na uuzaji vito kwa magendo nchini Kenya na nchi nyingine jirani.

Kwa mujibu wa Waziri wa Nishati na Madini, takriban asilimia 60 ya johari na vito viliuzwa nje ya nchi kwa magendo wakati huo, hivyo serikali kukosa maduhuli [mapato], fedha za kigeni, mrabaha na kodi. Kufikia mwishoni mwa miaka ya 1970, vito vyenye rangi vilivyokuwa vikifahamika kuchimbwa Tanzania ni: tanzanaiti; yakuti; zumaridi; vito mbalimbali vya aina ya kwatzi cordierite (baruti); ganeti; scapolite. Vito vingine ni: ahzari; opali; chrisoberly; spineli; topazi; zirikoni; tomalini; obsidian; perodite; moonstone; chrisoprase na ametisti. Uvumbuzi wa aleksandraiti huko Tunduru mkoani Ruvuma, Kusini mwa Tanzania mnamo mwaka 1993/4, ulipelekea kumiminika kwa umati mkubwa wa watu ambao haukuwahi kutokea nchini. Ugunduzi huo ulidhoofisha shughuli za uchimbaji mdogo katika maeneo mengine nchini. Mbali na Watanzania, kulikuwa na bumba la wachimbaji haramu kutoka Tailendi, Ufilipino, Korea, China, India, Ujerumani na Italia. Wengine walitoka Mashariki ya Kati; Senegali; Jamhuri ya Kidemokrasia ya Kongo; Msumbiji; Zambia; Afrika Kusini; Kenya na kadhalika. Serikali ilipiga marufuku uchimbaji katika eneo hilo pamoja na maeneo mengine tangu Januari 1996. Ni hivi majuzi tu ndiyo imewaruhusu wachimbaji kurudi katika maeneo hayo lakini wakiwa na leseni na machimbo halali.

Sheria ya mwaka 1979 ilikuwa ni ya kwanza Tanzania baada ya ukoloni, na iliweka msingi wa kisheria kwa uchimbaji mdogo na uchimbaji mkubwa wa mashirika. Sheria hii ilimpa mamlaka Waziri husika kutenga "maeneo yaliyotengwa" na kuelekeza madini ya kuchimbwa yenye manufaa kwa matumizi ya wachimbaji wadogo kwa mujibu wa taratibu zilizoainishwa katika sheria hiyo. Kati ya mwaka 1980 na 1996, mawaziri wanaohusika walitumia mamlaka yao yaliyoainishwa katika kifungu cha 69 cha sheria hiyo; kwa kutenga maeneo makubwa nchini kote kwa uendeshaji wa shughuli za uchimbaji mdogo.[22] Kwa mujibu wa Sheria hii, ushiriki wa serikali katika mambo kama hayo haukuwa tena wa madaraka; na wachimbaji wadogo wa ndani wangeweza kushika machimbo kwa uhalali kabisa; kuweka vigingi na kuyafanyia kazi. Katika sheria hiyo, kulikuwa pia na vipengele kuhusu udhibiti wa fedha za kigeni ambavyo vilizuia mapato kuhamishiwa nyumbani kutoka nchini bila mwekezaji kuomba "kibali maalumu". Masharti ya kuyalinda makampuni binafsi (ya ndani na nje) yaliainishwa katika Sheria ya Uwekezaji na Ulinzi ya mwaka 1963. Sheria hii iliwahakikishia wawekezaji fidia kamili na ya haki pale utaifishaji unapofanyika. Sheria ya mwaka 1979 ilibainisha tofauti kati ya haki zinazoweza kutolewa kwa wachimbaji wakubwa, hasa wale wa kigeni, na zile zinazoweza kutolewa kwa wachimbaji wadogo.

Ama kwa hakika, Sheria ya mwaka 1979 ilionyesha mabadiliko ya msingi katika mwelekeo wa sera za kiuchumi; kuelekea katika ulegezaji wa masharti ya kiuchumi katika sekta zingine. Sheria hii

---

22 Haya ni: Tangazo la Maeneo Yaliyotengwa kwa Uchimbaji Madini, 1980. Tangazo la Serikali Na. 6 la mwaka 1980, lililotangazwa rasmi na Waziri Al-Noor Kassum na kuchapishwa mnamo tarehe 18 Januari 1980; Tangazo la Maeneo Yaliyotengwa kwa Uchimbaji Madini (Marekebisho) "1982, Tangazo la Serikali Na. 154 la mwaka 1982, lililotangazwa rasmi na Waziri Jackson Makweta na kuchapishwa mnamo tarehe 17 Desemba 1982; Tangazo la Maeneo Yaliyotengwa kwa Uchimbaji Madini (Marekebisho), 1983. Tangazo la Serikali Na. 2 la mwaka 1984, lililotangazwa rasmi na Waziri Paul Bomani na kuchapishwa mnamo tarehe 6 Januari 1984; Tangazo la Maeneo Yaliyotengwa kwa Uchimbaji Madini (Marekebisho), 1984. Tangazo la Serikali Na. 34 la mwaka 1984, lililotangazwa rasmi na Waziri Kassum na kuchapishwa mnamo tarehe 1 Februari 1985; Tangazo la Maeneo

haikuwa na utata kiasi kwamba ushiriki wa serikali katika masuala ya uchimbaji madini haukuwa wa lazima. Kwa mujibu wa Sheria hii, hata kama serikali ingetakiwa kupata hisa katika kila mradi, ingefanya hivyo kupitia njia ya majadiliano. Sheria hii ilikamilishwa na Waraka wa Sera ya Uchimbaji Mdogo wa mwaka 1983, uliowahamasisha Watanzania kushiriki katika shughuli za uchimbaji madini sambamba na shughuli zao nyingine. Utaratibu huu ulilegezwa zaidi mnamo mwaka 1987- 89, wakati sera ya kutathmini biashara ya dhahabu na vito vingine-ili kuruhusu ubinafsishaji wa shughuli za biashara ya madini-ilipoanzishwa. Pamoja na uanzishaji wa sera hii, Benki Kuu ya Tanzania yenyewe iliingia katika soko la ununuzi wa dhahabu kwa msingi wa kutoa bei za soko la dunia bila "kuhoji chochote."

Upo ushahidi maridhawa kuhusu athari na umuhimu wa uchimbaji mdogo wa madini katika uchumi wa taifa kuanzia mwishoni mwa miaka ya 1970. Kukua kwa sekta ya madini katika miaka hiyo, kwa kiasi kikubwa, kulitokana na mchango wa wachimbaji wadogowadogo (Tume ya Kurekebisha Sheria Tanzania, k.h.j; CCM[23], 1992; Chachage, 1995). Kwa mujibu wa takwimu za serikali, sekta ya madini ilichangia asilimia 0.5 tu ya pato la ndani la taifa (GDP) na asilimia 0.8 tu ya ajira rasmi (yaani kwa watu 8,500) mnamo mwaka 1988 (Jordan, 1992: 2). Mnamo mwaka 1989, sekta hii ilikua rasmi kwa asilimia 1.1 tu, na ilidaiwa kwamba, baada ya miaka miwili baadaye sekta hiyo ilikuwa inakua kwa kiwango cha asilimia 20 kwa mwaka na dhahabu ilikuwa inaelekea kuwa ndiyo muingizaji mkubwa wa fedha za kigeni; kufuatia kuanza kutumika kwa sera ya serikali ya kununua dhahabu kwa kufuata bei za soko la dunia, bila kuhoji. Kufuatia uamuzi huo wa Serikali, limbikizo lake la manunuzi rasmi ya dhahabu liliongezeka kutoka gramu 116,000 (1989) hadi tani 1.62 mnamo mwaka 1990; tani 3.6 mwaka 1991; tani 7.24 mwaka 1992 na tani 11.2 katika nusu ya kwanza ya mwaka 1993. Kwa kiwango cha thamani ya Dola za Kimarekani milioni 29.2 mnamo mwaka 1991; thamani rasmi ya mauzo

---

23 Resolute (T) Ltd., wamiliki na waendeshaji wa Mgodi wa Dhahabu wa Nzega; Mgodi wa Dhahabu wa Afrika Mashariki, Tarime; Kampuni ya Madini ya Kahama (Mgodi wa Dhahabu wa Bulyanhulu)

ya dhahabu nje ya nchi tayari ilikuwa imeshaipita ile ya kahawa (zao kuu la biashara ya nje ya nchi hapa Tanzania). Jumla ya mapato yote yaliyotokana na mauzo ya madini nje ya nchi mwaka 1992 yalikuwa ni Dola za Kimarekani milioni 53.1; ambapo dhahabu ilichangia kwa asilimia 76; almasi kwa asilimia 15.6 na vito vingine kwa asilimia 6. Hata hivyo, kiasi kikubwa cha madini yenye thamani kubwa kiliendelea kuuzwa nje ya nchi kwa magendo.

Inakadiriwa kuwa, wakati ambapo nchi ilikuwa ikizalisha kati ya tani 10 na 16 za dhahabu kila mwaka katika miaka hiyo; Benki Kuu ya Tanzania ilikuwa ikinunua takriban tani tatu au nne tu. Wakati huo huo, takriban asilimia 80 ya vito ilikuwa ikiuzwa nje kinyemela. Phillips na wenzake (k.h.j), alitoa takwimu zinazoonyesha kuwa jumla ya mauzo yote ya madini nje ya nchi kwa mwaka 1996 peke yake yalikuwa ni zaidi ya Dola za Kimarekani milioni 130. Kwa upande mwingine, takwimu za serikali zilionyesha kuwa mauzo hayo yalikuwa Dola za Kimarekani milioni 16 tu. Ilielezwa kuwa tofauti baina ya takwimu za serikali na makadirio ilitokana na vitendo vya magendo pamoja na vitendo vya kupuuzwa kwa maazimio ya uuzaji bidhaa nje ya nchi vilivyotawala katika kipindi hiki: "takwimu za serikali zimeonyesha kuwepo kwa mapungufu katika mahesabu kwa miongo mingi; pamoja na mapungufu ya mara kwa mara katika bajeti. Katika hali kama hiyo, mtu angetarajia kuiona Tanzania ikikumbana na mfumuko wa bei usiokuwa wa kawaida pamoja na thamani ya fedha kushuka kwa kasi; lakini jambo hili halikutokea. Uuzaji kinyemela wa dhahabu na vito nje ya nchi unaonyesha vizuri na bayana kwanini uchumi umestawi kuliko zinavyoonyesha takwimu za serikali (Phillips na wenzake, k.h.j). Ukikadiriwa kuajiri takriban watu milioni moja, uchimbaji madini ni "sehemu nyeti kiasi ambacho serikali; wahisani na asasi zisizo za serikali haziwezi kujifanya hazijui uwepo wake", Waziri wa Nishati na Madini aliripotiwa kuyasema haya (Financial Times, 07 Oktoba 1998).

Ulegezaji wa Masharti ya Uchumi na Kurudi kwa Mitaji ya Kigeni

Kukiri kwa Serikali kuhusu nafasi nyeti ya uchimbaji mdogo katika uchumi wa taifa kulitokea baada ya serikali kupitisha hatua zenye madhara kwa shughuli za wachimbaji wadogowadogo. Kupitishwa kwa Sheria ya Taifa ya Uwekezaji (Uhamasishaji na Ulinzi) (NIP) ya mwaka 1990 pamoja na kuanzishwa kwa Kituo cha Kuhamasisha Uwekezaji (IPC) ilikuwa ni hatua muhimu ya kuondoa ukiritimba wa Serikali katika sera ya uchimbaji madini. Vipengele muhimu viwili vya sera ya uchimbaji madini vilifanyiwa marekebisho makubwa: kuondolewa kabisa kwa ukiritimba wa Serikali katika uchimbaji madini; na kuondolewa kabisa kwa uingiliaji wa Serikali katika opereshani za uchimbaji madini hata kama Serikali ingekuwa na hisa. Sheria ya mwaka 1990 ilitenguliwa na Sheria ya Uwekezaji ya mwaka 1997, iliyoanzisha Kituo cha Uwekezaji Tanzania (TIC) kilichochukua nafasi ya IPC, kama njia ya kuharakisha mchakato wa kushughulikia maombi ya wawekezaji. Sambamba na hilo; ilitungwa sheria kuhusiana na masuala ya fedha yanayohusika moja kwa moja na sekta ya uwekezaji, yaani Sheria ya Fedha (Marekebisho Mbalimbali) ya mwaka 1997. Mwaka huo huo, Serikali ilikuja na Sera ya Madini ambayo ilitilia mkazo maendeleo ya uchimbaji madini yanayoongozwa na sekta binafsi na nafasi ya serikali iwe ni kudhibiti, kusaidia na kuhamasisha tu. Ili kuonyesha kwamba Serikali ilikuwa imedhamiria kutekeleza sera hiyo iliyoitangaza rasmi, ilipitisha Sheria mpya ya Uchimbaji Madini mnamo Aprili 1998.

Hii ilikuwa ikitekelezwa kwa mujibu wa maelekezo ya Taasisi za Kimataifa za Fedha (IFIs) kuhusu sera. Benki ya Dunia katika maelezo yake ya mwaka 1989 kuhusu mgogoro unaoikumba Afrika pamoja na ufumbuzi wake kuelekea katika "ukuaji endelevu wa uchumi" ilitoa hoja inayounga mkono uwekezaji wa wachimbaji wakubwa katika uchimbaji wa madini yenye thamani kubwa kama sharti mojawapo la kuyafikia maendeleo yoyote ya maana katika sekta hiyo (Benki ya Dunia, 1989). Ilizilaumu sera zake za miaka ya nyuma ilizozileta na kuzidumisha wakati wa kipindi cha baada ya uhuru. Ilidai kwamba, uzoefu wa uchimbaji madini barani Afrika katika miaka iliyopita ulikuwa na sifa ya upungufu wa ufanisi, kudumaa na kupoteza masoko; kulikosababishwa na kiwango kidogo cha uwekezaji binafsi kutokana na sera zilizokuwa zikitumika wakati huo; zilizozaa vikwazo mbalimbali na udhibiti wa serikali; taratibu ngumu za udhibiti; taratibu mbovu na zisizovutia za ulipaji kodi; pamoja na uchumi mkuu legelege. Matokeo ya yote hayo, kwa mujibu wa Benki ya Dunia, Afrika ilikosa fursa za kufaidika na ongezeko la bei za madini katika kipindi cha miaka ya 1970 na 1980. Kwa hiyo, ilikuwa ni lazima kuchukua hatua za makusudi ili kujenga "mazingira ya kuiwezesha" sekta ya uchimbaji madini; ikiwa ni pamoja na kuhakikisha kuwa miaka ya 1990 haiwi "muongo mwingine wa hasara" kwa Afrika. Benki kuu ilizishauri serikali za Afrika kuanzisha utaratibu mpya wa kushirikiana na makampuni ya kigeni ya uchimbaji madini yaliyokuwa na mitaji pamoja na teknolojia. Haikuwa lazima kwa serikali kujishughulisha sana na uchimbaji madini kwa kuwa "kuchukua hisa kidogo...kunatosha kwa serikali kwenda sambamba na maendeleo ya migodi na kulinda maslahi ya taifa." Kwa mujibu huo, serikali zilitakiwa kutengeneza mazingira yanayovutia, wakati ambapo wahisani walikuwa na dhima ya kufadhili huduma maalumu za ushauri ili kuzisaidia serikali za Afrika kujadili na kuingia "mikataba ya uchimbaji madini iliyo madhubuti kiufundi na yenye kuzingatia haki" (Benki ya Dunia, k.h.j: 122).

Mnamo mwaka 1992, Benki ya Dunia ilichapisha waraka mwingine wa sera ulioonesha mikakati ya sekta ya uchimbaji madini barani Afrika (Benki ya Dunia, 1992). Waraka huo wa sera ulizihimiza serikali za Afrika kufungua rasilimali zao za madini kwa mashirika makubwa ya kimataifa na mitaji ya kifedha. Waraka huo ulisema: "Kwa ujumla, lengo kuu la wahisani kuingilia kati uchimbaji madini barani Afrika-iwe kupitia ushauri wa kiufundi au kufadhili uwekezaji-ni kuwezesha uwekezaji binafsi pamoja na kumpunguzia mwekezaji binafsi hatari ya kupoteza mali, inayohusiana na nchi au miradi".

Mkakati huu ulizishauri serikali za Afrika dhidi ya kutumia sekta ya uchimbaji madini kama chanzo cha kutengenezea ajira. Wawekezaji katika sekta hii "hawapaswi kutumia au kupewa vivutio vya kutumia mbinu za kuongeza fursa za ajira." Badala yake, mapato yatokanayo na kodi ni vyema yatumike katika harakati za kutengeneza ajira katika sekta zingine za uchumi (Benki ya Dunia, k.h.j: 28).

Benki ya Dunia ilichapisha Tathmini ya Sekta ya Uchimbaji Madini Tanzania mnamo mwaka 1990 (Benki ya Dunia, 1990). Tathmini hiyo, pamoja na Waraka wa Mkakati wa mwaka 1992, iliweka mwelekeo wa Mkakati wa Maendeleo ya Sekta ya Madini kwa Tanzania; mkakati uliotekelezwa kama Mradi wa Maendeleo ya Sekta ya Madini wa Wizara ya Nishati na Madini kuanzia mwaka 1993. Lengo kuu la mradi huu lilikuwa "kuvutia wawekezaji binafsi wapya nchini Tanzania..." (Benki ya Dunia, 2002a, k.h.j:1). Mkakati huo ungeweka, kama shughuli za kawaida za siku, utaratibu wa kuzipitia upya kila mara sera za nchi; utaratibu wa udhibiti pamoja na kanuni za fedha kwa sekta ya uchimbaji madini. Mwaka huohuo, Serikali ya Tanzania ilipitisha Sera ya Taifa ya Uchimbaji Madini (NMP). Sera hii ilipitishwa kwa "mwongozo madhubuti na msaada wa kifedha kutoka Benki ya Dunia" na lengo lake pekee lilikuwa ni "kuiweka sekta ya madini mikononi mwa mitaji ya kimataifa" kama ambavyo ilisemwa baadaye na Tume ya Kurekebisha Sheria Tanzania (Tanzania, Tume ya Kurekebisha Sheria, ya mwaka 2003, k.h.j: kifungu1.5.11).

Sera ya Taifa ya Uchimbaji Madini (NMP) ilikusudiwa kupunguza "hatari ambayo ingeweza kujitokeza kuhusiana na haja ya...Serikali ya kutaka kupanua dhima yake katika uchimbaji madini." Sera hiyo ilitimiza lengo hili baada ya kufinya nafasi ya serikali na kubinafsisha makampuni tanzu yaliyokuwa yakimilikiwa na kuendeshwa na Shirika la Umma la Uchimbaji Madini (STAMICO) (Benki ya Dunia, 2003a, k.h.j: 3). Benki ya Dunia iliwafadhili washauri wa Kiingereza na Kitanzania waliodurusu Sheria ya Uchimbaji Madini ya mwaka 1998 (Lissu,k.h.j: 9). Kufuatia mazingira kama hayo katika sekta ya uchimbaji madini, makampuni binafsi yalikwishaanza kuonekana katika uwanja huo mnamo mwaka 1984; kwa kufuata utaratibu ulioelekezwa na Sheria ya Uchimbaji Madini ya mwaka 1979 (iliyorekebishwa zaidi mwaka

1983-84). Katika kipindi cha mwaka 1989 na 1992, serikali ilitoa leseni nane za uchunguzi/utafiti, 75 za utafutaji madini, na 17 za uchimbaji. Kufikia mwaka 1992 kulikuwa pia na makampuni 67 yaliyopewa leseni za kutoboa miamba ya madini (Daily News, 5 Agosti 1992).

Mbali na dhahabu, leseni hizo pia zilihusika na madini na metali kama vile nikeli; kobati; mawe ya thamani kubwa; almasi; grafati; vito vya thamani, boksiti, mchanga wa ufukweni n.k. Maeneo yenye ukubwa wa jumla ya kilometa za eneo 26,000, yaliyo Kaskazini Magharibi mwa Tanzania, yalitolewa kwa Kampuni ya Nikel Kabanga, [Kabanga Nickel Company] na Kampuni ya Uchimbaji Madini ya Kagera [Kagera Mining Company]-kampuni tanzu za (The Canadian Romanex Internal and Sutton Resources) ili zitafute na kuchimba madini ya nikeli, kobati, risasi, zinki na platinamu.

Kampuni nyingine kubwa, TANEX (T.Ltd), ambayo ni kampuni tanzu ya Anglo American Corporation na De Beers ya Afrika Kusini, zilipewa kibali cha kuchimba almasi katika eneo lenye ukubwa wa kilometa za eneo 22,000 huko Mwadui. Placer Dome-kampuni kubwa ya uchimbaji wa dhahabu ya huko Kanada ilipewa mgodi wa dhahabu wa Bulyanhulu-mgodi wenye hadhi kiulimwengu lakini ilitupilia mbali leseni yake mnamo mwaka 1992 "kutokana na sababu zake binafsi" (Parker, k.h.j: 82). Machimbo hayo ndiyo yaliyokuja kuchukuliwa na Kampuni ya Dhahabu ya Ashanti [Ashanti Gold] mnamo mwaka 1999. Kampuni ya Placer Dome iliamua kusitisha shughuli zake baada ya kulangua na kupora kwa muda wa miaka mitano, ilipokuwa imepewa msamaha wa kodi. Mpaka kufikia hatua ya kampuni hiyo kuiachia machimbo hayo kampuni nyingine kubwa, kampuni hiyo ilikuwa imejichumia faida nono. Kulikuwa pia na Kampuni ya Uchimbaji na Utafutaji wa Madini iliyoitwa RTZ Mining and Exploration (kutoka Uingereza), iliyokuwa na leseni ya kutafuta madini katika eneo kubwa mnamo mwaka 1998.

Licha ya ujio wa makampuni haya ya kigeni, Tanzania ilikuwa haifaidiki kabisa na "shughuli" za makampuni hayo kwa namna yoyote ile. Wachimbaji wadogowadogo ndio waliokuwa wakiingizia serikali fedha za kigeni hadi kufikia nusu ya pili ya miaka ya 1990. Mengi ya makampuni yaliyokuwepo yalikuwa yanapenda kujishughulisha na machimbo ya zamani na kwa namna fulani 'kuingia mikataba' na wachimbaji wadogowadogo.

Hali hii, kwa kiasi fulani, ilikuwa ikiakisi mabadiliko katika uchumi na teknolojia ya kuzalisha dhahabu. Kwa kuzingatia viwango vya bei za mwaka 1998/99 (Dola za Kimarekani 330-360 kwa wakia moja), migodi yenye kina kirefu haikuwa na manufaa hata kidogo popote pale ulimwenguni. Kwa upande mwingine, tayari teknolojia mpya za kemikali na gharama nafuu zilikuwa zimegunduliwa wakati huo, zilizowezesha upatikanaji wa dhahabu; tena kwa urahisi kabisa, kutoka machimbo ya zamani na malighafi ambazo hapo awali zilionekana kuwa na kiwango duni kiasi cha kutowapatia faida wawekezaji wakubwa. Baadhi ya teknolojia hizi-ambazo pia ziliweza kubebeka kirahisi-hasa hasa zilikuwa zinafaa kwa "kumaliza kabisa" dhahabu kutoka vyanzo mbalimbali vya zamani.

Kutokana na sababu hiyo, makampuni mbalimbali ya kigeni ya "wachimbaji wakubwa" yaliyoingia katika kinyang'anyiro, kwa hakika yalikuwa hayajihusishi na uzalishaji, na kiutendaji hayakuwa makubwa bali madogomadogo na labda hayakuwa hata na uwezo wa kuwekeza katika uchimbaji mkubwa. Miongoni mwa makampuni hayo yalikuwa ni SAMAX Ltd, yenye makao yake makuu mjini London, iliyopewa machimbo ya wazi ya grafati ya Mererani (Arusha), yakiendeshwa na kampuni yake tanzu ya Graftan Ltd (kwa asilimia 75) African Gems ya Uingereza (kwa asilimia 17.5) na Tanzania Gemstone Industries Ltd (kwa asilimia 10). Ingawa kampuni hiyo ilipewa leseni ya kuchimba grafati ilikuwa ikichimba tanzanaiti kinyume cha sheria. Kampuni hiyo ilifunga shughuli zake na kuipisha AFGEM, Kampuni ya Afrika Kusini, ikiendesha shughuli zake chini ya leseni ya Kampuni ya Uchimbaji Madini Mererani, Mererani Mining Company Ltd, inayomilikiwa na Mtanzania na kujishughulisha na uchimbaji wa tanzanaiti. Hali kadhalika, kampuni ya Mans Mining ya Uingereza ilipatiwa eneo wilayani Chunya ambapo ilikuwa ikiendesha mgodi mdogo wa dhahabu uliokuwa ukitumia mashine na mitambo ya kisasa, lakini ikaishia kujihusisha na ununuzi wa dhahabu kutoka kwa wachimbaji wadogowadogo.

Makampuni mengine madogo au madogo zaidi yalikuwa ni: Sample Resources (Marekani); Reunion Mining (kutoka Uingereza). RTZ Mining and Exploration (kutoka Uingereza), Falcon Bridge, Gallery Gold, Gold Stream na Tancan Ltd (kutoka Kanada). Mengine ni: New Era Mines na Bungu Minerals (Tanzania); na Rift Valley Gold Fields (kutoka Australia). Ukiachilia mbali uchimbaji wa vito vya thamani, kinachosikitisha zaidi ni kwamba, hakuna kampuni ya kigeni hata moja kati ya zilizokuwa zimepewa vibali vya kipekee vya uendelezaji wa migodi tangu katikati ya miaka ya themanini, iliyofungua mgodi mpya. Mathalani, kampuni ya Dar Tardine Tanzania Ltd (wakala wa kampuni ya Kiswisi) ilikuwa imepewa leseni tano mwaka 1984 za uchimbaji madini katika eneo lenye ukubwa wa asilimia 80 ya eneo lenye hazina kubwa ya dhahabu katika ukanda wa Kaskazini mwa nchi (Mara, Mwanza na Singida). Hadi kufikia mwaka 1988, kampuni hiyo ilifanikiwa kufunga migodi ya wawekezaji wengine katika eneo hilo lakini haikuweza kugundua au kuendeleza migodi mipya. Badala yake, kampuni hii ilihusishwa katika ufufuaji wa majaribio wa machimbo ya zamani ya Buhemba (Musoma) kwa kuchuja dhahabu kwa kutumia sianidi. Ilizalisha rasmi kiasi cha kilogramu 40 tu kwa mwaka. Hali kadhalika kampuni hii ilihusishwa na STAMICO katika mradi wa kupeleka timu za wanunuzi wa madini katika maeneo ya migodi "haramu" ya dhahabu kununua dhahabu kwa bei za mnadani (Jourdan 1990: 9). Mwaka huohuo kampuni hii iliwekwa chini ya uchunguzi wa kamati ya bunge kutokana na tuhuma za kujihusisha na biashara ya magendo. Hadi kufikia mwaka 1991, kampuni hii ilipoteza leseni zake zote za utafutaji madini. KONE, kampuni nyingine ya kimataifa iliyokuwa ikiendesha shughuli zake Bulyanhulu kabla ya kampuni ya Placer Dome ambayo hatimaye haikupewa haki za kipekee, ilifukuzwa nchini kwa sababu hizohizo.

Kampuni zilizoanzisha shughuli za uchimbaji wa dhahabu kwa kutumia mitambo ya kisasa kwa kiasi fulani mapema miaka ya 1990, zilikuwa ni: Tan-Can Gold Ltd ya Nzega, Ashanti Gold Mining ya Bulyanhulu na Mans Mining ya Lupa. Lakini hata makampuni haya hayakuweza kuchimba kiasi cha kutosha cha dhahabu katika miaka hiyo. Mathalani, kampuni ya Mans Mining ya Lupa ilichimba kilogramu 8.2 tu katika kipindi cha mwaka 1992/93. Makampuni yaliyoingia baadaye katika mkondo huu ni kama vile: Ashanti Goldfields, Amercosa, Kahama Mining Corporation, Afrika Mashariki Gold Mines, Pangea Minerals, Tanganyika Gold Mines, Arusha Planters and Traders, Golden Pride Project (mradi unaoendeshwa kwa ubia kati ya Resolute Company ya Australia na SAMAX), na Bulyanhulu Gold Mine. Pia kulikuwa na makampuni rasmi ya ukubwa wa kati na madogo yaliyokuwa yamepewa vibali, hususan katika uchimbaji wa vito vya thamani. Kufikia mwaka 1992 kiasi cha makampuni hayo, 14 yakiwa ama na ubia na wageni au yakimilikiwa kikamilifu na wageni yalikuwa yamesajiliwa kwa uchimbaji wa vito vya thamani. Uingiaji, kwa wingi, wa makampuni ya kigeni ya uchimbaji vito vya thamani ulianza mwaka 1990 kufuatia kufungwa kwa migodi katika nchi zinazozalisha madini kwa wingi kama vile Malaysia na Thailand.

Kampuni ya Golden Project (Geita) ilianza uzalishaji mapema mwaka 1999, Bulyanhulu Gold Mining (kampuni tanzu ya Sutton Resources) na Ashanti Gold Mine mwaka 2000. Makampuni mengine yaliyoanza uzalishaji katika mwaka huo ni: Afrika Mashariki Gold Mines (Tarime) na Golden Ridge (Shinyanga). Mwaka huo huo Golden Project iliweza kuchimba kipande cha dhahabu cha uzito wa kilogramu sita kilichokuwa na thamani ya Dola za Kimarekani 600,000 na eneo lake lina hifadhi ya dhahabu inayokadiriwa kufikia tani 78. Ilikuwa ni mwaka 1999 ambapo, hatimaye, dhahabu ilianza kutawala sekta ya madini nchini Tanzania. Baada ya sekta hiyo kukua kwa asilimia 9.1 mwaka 1999 na kwa asilimia 27.4 mwaka 2000, thamani ya mazao katika sekta ya madini ilikaribia kuwa maradufu ikilinganishwa na mwaka 1996 hadi mwaka 2000, ikitegemea zaidi ongezeko la uzalishaji wa dhahabu na almasi. Thamani ya mauzo rasmi ya dhahabu nje ya nchi iliongezeka hadi kufikia Dola za Kimarekani milioni 120.53 mwaka 2000 kutoka milioni 3.34 mwaka 1998. Katika kipindi hicho hicho, thamani ya mauzo rasmi ya almasi nje ya nchi iliongezeka hadi kufikia Dola za Kimarekani milioni 45.75 toka milioni 12.11, na thamani ya mauzo nje ya nchi ya vito vya thamani iliongezeka hadi kufikia Dola za Kimarekani milioni 18.50 toka milioni 8.13. Katika kipindi hicho hicho, thamani ya mauzo rasmi ya tanzanaiti nje ya nchi ilifikia jumla ya Dola za Kimarekani milioni 32.

Kutoka kwenye nchi yenye pato linalotokana na mauzo rasmi nje ya nchi la jumla ya Dola za Kimarekani milioni 422 (pamoja na asilimia 46 zilizotokana na mauzo ya bidhaa nyinginezo nje ya nchi-hususan mazao ya kilimo) katika mwaka 1991, kufikia mwaka 2003 hali ilikuwa ni tofauti kabisa. Kati ya Dola za Kimarekani milioni 1,142 zilizopatikana kutokana na mauzo nje ya nchi mwaka 2003, mauzo ya nje ya nchi ya mazao/bidhaa za kawaida (kahawa, pamba, mkonge, chai, tumbaku, korosho na karafuu) yalikuwa ni ya thamani ya asilimia 19.5 (yaani, Dola za Kimarekani milioni 222.7) na thamani ya mauzo ya mazao/bidhaa zisizo za kawaida (madini, bidhaa za viwandani, samaki na mazao ya bahari, maua, mboga za majani na utalii) ilifikia kiasi cha Dola za Kimarekani milioni 13.7 (asilimia 1.2). Zaidi ya Dola za Kimarekani bilioni 1.4 zilikuwa zimewekezwa katika sekta ya madini nchini hadi kufikia mwaka 2004, mwaka ambao nchi ilifikia uzalishaji wa tani 50 za dhahabu kwa mwaka. Mwaka 2003, thamani ya mauzo rasmi ya dhahabu nje ya nchi ilifikia Dola za Kimarekani milioni 548.3. Wakati huo huo, serikali iliweza kukusanya maduhuli, yanayotokana na mrabaha na kodi, yaliyofikia kiasi cha Dola za Kimarekani milioni 27 tu. Mwaka 2004, mapato yatokanayo na mauzo ya nje ya madini yalifikia Dola za Kimarekani milioni 674.9 na nchi iliweza kukusanya maduhuli yaliyofikia kiasi cha Dola za Kimarekani milioni 68 kutoka katika sekta hiyo.

²⁴Kwa mujibu wa Benki Kuu ya Tanzania, mwaka 2005 mauzo rasmi ya dhahabu nje ya nchi yaliingiza kiasi cha Dola za Kimarekani milioni 641.4 (asilimia 93 ya mauzo yote ya madini nje ya nchi). Wakati huohuo, almasi iliingiza kiasi cha Dola za Kimarekani milioni 19.7 na madini mengine hasa tanzanaiti, yakuti, johari, zumaridi, shaba na fedha yalizalisha kiasi cha Dola za Kimarekani milioni 31.4. Katika mwaka huu, jumla ya mapato yatokanayo na mauzo ya mazao yasiyo ya kawaida nje ya nchi yalifikia kiasi cha Dola za Kimarekani milioni 1,176.3, ikilinganishwa na mwaka 2004 ambapo mapato yake yalikuwa ni Dola za Kimarekani milioni 1,038.3. Mwaka 2005, mauzo ya dhahabu yaliongoza kwa kufikia zaidi ya asilimia 50 ya mauzo yote ya mazao yasiyo ya kawaida ya nje ya nchi. Kwa mujibu wa chanzo hichohicho, kabla ya uuzwaji wa Mradi wa Machimbo wa Tulawaka mwaka 2005, makampuni makubwa ya madini sita yalikuwa yakizalisha kiasi cha wakia milioni 1.5 za dhahabu.

Kama ilivyoelezwa hapo juu, Benki ya Dunia ilizishauri serikali za Kiafrika kutotegemea sekta ya madini kutengeneza nafasi za ajira. Kutokana na hili, kulianzishwa marekebisho ya Sheria ya Uhamiaji ya mwaka 1995 (Kifungu 18(6)), kilichoondoa vikwazo vya ajira kwa wageni katika sekta ya madini. Kwa hiyo, wawekezaji wengine wote walipata haki ya awali ya moja kwa moja ya uhamiaji ya hadi watu watano wakati wa kipindi cha mwanzo wa shughuli zao, "ruhusa ya ukazi inayotokana na uendeshaji wa shughuli za utafutaji wa madini na mafuta itaamuliwa na mwekezaji kwa kutegemea aina ya shughuli

---

24 Hiki ni kiasi kilicholipwa kama mrabaha, kodi na ada. Kanuni zinazohusika ni Sheria za Kanuni za Fedha (Marekebisho Madogomadogo), 1997 na Sheria za Kodi ya Ongezeko la Thamani, 1997 na mabadiliko yaliyofuatia. Mrabaha unatozwa kwa mujibu wa Kifungu 86 cha Sheria ya Madini, 1998. Kwa mujibu huo (a) Kodi ya faida ni asilimia 30 kama ilivyo kwa sekta zingine; (b) Ushuru wa uagizaji wa vifaa, mitambo na zana ni asilimia 0 wakati wa utafutaji na kabla ya uadhimishaji wa mwanzo wa kuanza kwa uzalishaji. Hivyo, hapa unahusika ushuru wa asilimia 5; (c) Kodi ya Ongezeko la Thamani ni msamaha maalum; (d) Kodi ya Zuio la gawio ni asilimia 10; (e) Posho ya kushuka kwa thamani ni asilimia 100; (f) Kodi ya zuio la ushuru wa huduma za kiufundi na uongozi ni asilimia 3; (g) Mrabaha wa Dhahabu ni asilimia 5, Vito vya thamani ni asilimia 5, Johari ni asilimia 0 (yaani vito vya thamani vilivyokatwa na kung'arishwa au kunakshiwa), madini mengine ni asilimia 3. Makampuni ya madini pia hutozwa kodi za ajira zinazojumuisha: Lipa Kadiri Upatavyo; Ushuru wa Orodha ya Malipo, Ushuru wa Mamlaka ya Elimu ya Ufundi Stadi na Ushuru wa Maendeleo.

zenyewe". Hivyo basi, kwa mujibu wa takwimu za ajira, hadi kufikia mwaka 2000, sekta ya madini ilikuwa na asilimia 3 tu ya nguvu-kazi iliyoajiriwa rasmi-yaani wafanyakazi 16,134. Mathalani, kufikia mwaka 2005, Mgodi wa Dhahabu wa Geita ulikuwa na wafanyakazi wa kigeni 105 (wengi wakiwa wenye asili ya Ulaya) kati ya wafanyakazi 2400. Kwa mujibu wa aliyekuwa Waziri wa Nishati na Madini, Bwana Daniel Yona, idadi ya wafanyakazi wa kigeni walioajiriwa katika makampuni makubwa sita ya madini[25] iliongezeka kutoka 12 mwaka 1997 hadi 1,197 mwaka 2002. Katika kipindi hicho hicho, ajira migodini kwa wafanyakazi wa Kitanzania ziliongezeka kutoka 1,769 hadi 5,885. Hii inamaanisha kuwa wafanyakazi wa kigeni walikuwa ni asilimia 17 ya nguvu-kazi yote katika migodi mikubwa sita (Jamhuri ya Muungano wa Tanzania, 2003: 45).

Kuhusu ujira katika makampuni makubwa ya madini, kuna tofauti kubwa ya viwango vya ujira kati ya wafanyakazi Watanzania na wale wa kigeni. Katika makampuni yote, wafanyakazi Watanzania, hata kama wana ujuzi zaidi ya wageni, Watanzania hao hulipwa ujira mdogo mara tatu hadi nne chini ya ule wanaolipwa wafanyakazi wageni. Hata wafanyakazi wageni wa ngazi za chini hulipwa ujira mkubwa zaidi ya ule wanaolipwa wafanyakazi Watanzania wazoefu na wa ngazi za juu. Sehemu ya tatizo hili inahusiana na ukweli kwamba sheria mpya ya uhusiano kazini inazuia uwezekano wowote wa wafanyakazi kuungana. Zaidi ya hilo, sheria hizi mpya za uhusiano kazini zimeanzisha mifumo ya ajira za mikataba. Hii inamaanisha kujali zaidi mambo makubwa badala ya kutengeneza nafasi za kazi, jambo lililosababisha ukosefu mkubwa wa ajira kwa kiwango ambacho hakikuwahi kutokea katika miaka kadhaa iliyopita, achilia mbali kufukarisha wananchi wanaofanya kazi katika sekta ya madini na wale wanaoishi kandokando ya maeneo ya migodi. Mwaka 1993, Waziri alisema kwamba "kuna wachimbaji wadogowadogo kati ya laki tano (500, 000) na milioni moja (1,000,000) nchini kote" (ilitajwa hapo juu: 3). Kabla makampuni makubwa

---

25 Resolute (T) Ltd., wamiliki na waendeshaji wa Mgodi wa Dhahabu wa Nzega; Mgodi wa Dhahabu wa Afrika Mashariki, Tarime; Kampuni ya Madini ya Kahama (Mgodi wa Dhahabu wa Bulyanhulu)

hayajahodhi sekta ya madini, uchimbaji mdogomdogo wa madini ulichangia kwa kiasi kikubwa kutengeneza nafasi za kazi na kuondoa umaskini, hasa maeneo ya vijijini. Vilevile, kazi zinazohusiana na sekta ya madini zilitengeneza wastani wa nafasi tatu za kazi katika kila nafasi moja ya kazi rasmi migodini (Phillipson na wenzake, k.h.j: 7). Wawekezaji wa kigeni huona madini kama shughuli nyingine ya uwekezaji mkubwa, ndani ya fursa za kiuwekezaji zinazotolewa na ulimwengu. Kwa hiyo, mfumo wa fedha na kazi wa kanuni za madini nchini huchangia kwa kiasi kikubwa kuvutia wawekezaji wa kigeni nchini. Serikali zinaamua kuvutia makampuni ya kigeni kutokana na kutegemea kwa kiasi kikubwa kodi kutoka katika sekta ya madini ili kuihalalisha, kodi ambazo wachimbaji wadogowadogo hawawezi kuzilipa kutokana na matakwa yao ya kizalendo. Matokeo yake, kumekuwepo mivutano ya mara kwa mara kati ya serikali na makampuni ya uwekezaji, kila upande ukipigania kupata faida kubwa kuliko mwingine. Sekta hii ina udanganyifu na ulanguzi mkubwa katika uchumi wa ulimwengu na makampuni, matokeo yake sekta hii imelazimika kuongeza sehemu ya mtaji wake katika soko la hisa kutokana na msukumo wa soko huru linalokua la fedha na biashara. Kwa nini mtu ashangae kuwa, kwa mfano, mwaka 1997 kampuni ya Kikanada Bre-X iliongoza katika kila shughuli muhimu katika sekta ya madini kwa kuamini kuwa ilishagundua hifadhi kubwa ya dhahabu huko Indonesia, wakati hakukuwa na kitu kama hicho?

Ni kutokana na sababu hii ambapo mtu inabidi kuwa na wasiwasi kuhusu takwimu rasmi za mapato ya nje ya nchi na kodi ambayo serikali inapata. Kuna magendo na mipango ya chini chini mingi mno katika sekta ya madini nchini Tanzania. Hii inatokana na usiri mkubwa unaoizunguka shughuli nzima, na ukweli kuwa kuweka wazi mapato yatokanayo na madini hufanywa kwa shingo upande na kwa taabu sana na makampuni na wakati mwingine na serikali yenyewe. Mathalani, Septemba 2001, makontena matatu yaliyojaa mchanga wa dhahabu yalizama katika Bahari ya Hindi bandarini Tanga. Kampuni ya Madini ya Kahama iliyokuwa ikisafirisha makontena hayo kwenda nje ya nchi, ilidai kuwa ilikuwa ikiupeleka udongo huo nchini Japani kwa ajili ya uchakataji na uchunguzi/utafiti, kwa kuwa Tanzania haikuwa na vifaa vya kuchakatia na kuchunguzia (yaani kutokuwepo kwa kiwanda cha nakshi)! Kiasi kikubwa cha madini husafirishwa nje ya nchi kwa njia hii. Tena, kuwapo kwa viwanja vya ndege ndani ya migodi, kama vile Geita, Musoma, Kahama, Lupa, Kalalani, n.k. pamoja na ripoti za kuwepo ndege ndogo zinazotua na kuruka nyakati za usiku ni ushahidi wa kuwepo kwa udanganyifu na ulanguzi wa madini.

Inawezekana hii ni sababu mojawapo iliyoifanya Kamati ya Bunge mwaka 2003 kuchunguza shughuli za kitengo cha taifa cha ukaguzi wa madini cha Tan-Sort cha London, Uingereza. Mwaka huohuo, kampuni ya Tanzanite One ilituhumiwa na umma kusafirisha nje ya nchi, kinyume cha sheria, kiasi kikubwa cha madini ya tanzanaiti kuliko kile kilichokuwa kikitangazwa na kampuni hiyo. Takwimu rasmi zinaonesha kuwa Tanzania imeshasafirisha nje ya nchi tanzanaiti yenye thamani ya Dola za Kimarekani milioni 36, wakati takwimu katika masoko ya Ujerumani na Marekani zinaonesha kuwa tanzanaiti iliyouzwa katika masoko hayo ina thamani ya Dola za Kimarekani milioni 360. Kufikia mwishoni mwa mwaka 2005, Mamlaka ya Mapato Tanzania ilikorofishana na makampuni ya madini kufuatia ripoti iliyoandaliwa na kampuni ya Kimarekani, Alex Stewart Asseyers, iliyokuwa imepewa kazi na Serikali ya Tanzania kukagua shughuli za sekta ya madini. Mamlaka ya Mapato ilitoa taarifa (notisi) ya siku 14 kwa Kampuni ya Madini ya Dhahabu ya Geita kufafanua baadhi ya mambo kuhusiana na malipo ya kodi. Taarifa ile ilionya kuwa kushindwa kutolewa kwa ufafanuzi huo kungepelekea kupigwa faini ya mabilioni ya shilingi. Mamlaka hiyo pia ilikuwa ikipanga kukutana na makampuni ya madini kwa kuwa Kampuni ya Ukaguzi iligundua kuwa kulikuwa na ukiukwaji mkubwa wa taratibu za utunzaji mahesabu katika baadhi ya makampuni hayo (The Citizen, 4.10.2005). Kwa mujibu wa takwimu za Serikali, ndani ya miaka mitano, kati ya mwaka 1997 na mwaka 2002, makampuni ya madini ya kigeni sita yaliyotajwa hapo juu yalipata kiasi cha Dola za Kimarekani milioni 895.8 kutokana na kuuza nje dhahabu, tanzanaiti, na almasi. Katika kipindi hichohicho, makampuni hayo yalitumia kiasi cha jumla kuu, Dola za Kimarekani milioni 86.8 kwa ajili ya kodi ya Serikali, mrabaha na makato mengine. Kiasi hiki ni chini ya asilimia 10 ya mapato ya makampuni hayo sita. Makampuni hayo yalitumia kiasi kingine cha Dola za Kimarekani milioni 19.9 na Dola za Kimarekani milioni 6.98 kwa ajili ya miradi ya maendeleo ya jamii na mafunzo ya wafanyakazi, kwa mfuatano huo. Serikali ya Tanzania ina makubaliano ya "umadhubuti wa kodi" na wawekezaji hawa ambapo Serikali haiwezi kufanya marekebisho ya viwango vya kodi au mrabaha (kwa kupandisha) katika "kipindi chote cha uhai wa mradi husika" katika shughuli za madini nchini (Tanzania, Jamhuri ya Muungano, 2003: 49). Takwimu hizi zinamaanisha kuwa uchumi wa Tanzania ulipoteza kiasi cha Dola za Kimarekani milioni 782.12 kamili katika kipindi hicho cha miaka sita na utaendelea kupoteza kiasi kikubwa zaidi siku zijazo. Tan Discovery (2006: 6) inaonesha kuwa mauzo ya madini nje ya nchi yalifikia kiasi cha Dola za Kimarekani bilioni 1 kati ya mwaka 1998 na 2002. Takwimu hizi zinafichua kuwa takwimu rasmi hazikutilia maanani ukweli kuwa kuna udanganyifu na ulanguzi mkubwa unaofanywa na makampuni ya madini.

Zaidi ya hayo, makampuni haya yamekuwa yakitengeneza/yakiingiza kiasi kikubwa mno cha pesa bila kuleta maendeleo yoyote ya maana kwa njia ya kuhamishia katika makampuni mengine ya kigeni haki za madini chini ya Sheria za Haki za Madini za mwaka 1979 na mwaka 1998, kwa mfuatano huo. Kampuni ya madini ya Samax (*Samax Gold Inc.*) ya Vancouver, Kanada, ambayo ni kampuni mama ya kampuni tanzu ya madini ya Samax (*Samax Resources*) yenye makao yake Tanzania, haikulipa fidia kwa maelfu ya wachimbaji wadogowadogo wa Kitanzania walioondolewa kwa nguvu kutoka katika mgodi wa Lusu Wilayani Nzega mnamo Septemba mwaka 1996. Iliuza haki ya uchimbaji madini kwa kampuni ya madini ya Ashanti kwa thamani ya Dola za Kimarekani milioni 213 mwaka 1998. Kampuni ya madini ya Ashanti nayo iliuza eneo hilo, kwa kiasi ambacho hakikutajwa, kwa kampuni ya madini ya Australia, Resolute Mining Ltd. Kampuni ya

Resolute ilitumia kiasi cha Dola za Kimarekani milioni 45 kujenga mgodi wa Golden Pride. Katika mpango wa mwaka 1999, mwekezaji mwingine mwenye makazi yake Vancouver, Kanada, Kampuni ya Madini ya Sutton (Sutton Resources) iliyowahi kuwaondoa kwa nguvu mamia ya maelfu ya jamii za Bulyanhulu (kiasi cha watu 200,000 hadi 300,000) mnamo Agosti 1996, iliuza mgodi wa Bulyanhulu kwa Kampuni ya Uchimbaji Dhahabu ya Barrick (Barrick Gold Corp.) kwa kiasi cha Dola za Kimarekani milioni 280. Kampuni ya Barrick inapiga mahesabu ya kuvuna kiasi cha Dola za Kimarekani bilioni 3 katika kipindi cha miaka 15 ya uhai unaotarajiwa wa mgodi huo. Katika kiasi hicho, Tanzania inapaswa kupata kiasi cha Dola za Kimarekani milioni 5 tu kwa mwaka kwa ajili ya kodi, mrabaha na makato mengine (Lisu, k.h.j). Hii ni mifano michache tu inayoonesha hali ya udanganyifu na magendo katika sekta ya madini nchini.

Gharama za Kiutu Zitokanazo na Uwekezaji wa Kigeni

Kivipi makampuni haya makubwa ya uchimbaji madini yameweza kupata maeneo ya migodi, na ni kwa kiasi gani, kwa hakika, makampuni haya yanainufaisha nchi? Kwa kuwa kiasi kikubwa cha maeneo yaliyotwaliwa na makampuni haya makubwa ya uchimbaji madini yalikuwa yakiendeshwa na wachimbaji wadogowadogo, mchakato mzima umehusisha kufurushwa kwa wachimbaji wadogowadogo hawa. Kazi ya kuwaondoa wachimbaji wadogowadogo ilifanyika kwa mabavu, kama ilivyokuwa kwa Bulyanhulu (Shinyanga), ambako Kampuni ya Uchimbaji Dhahabu ya Kahama (Kahama Mining Company) inaendesha shughuli zake. Kuhusiana na jambo hili, inadaiwa kuwa zaidi ya wachimbaji wadogowadogo 50 walifukiwa/walizikwa wakiwa hai wakati wa kuwaondoa kwa mabavu mwaka 1997, Serikali na wadau wakubwa wengine wa sekta ya madini wamezuia uchunguzi wa mauaji haya. Miongoni mwa wajumbe wa bodi ya kampuni hii ni watu wazito (vigogo) kama vile marais wa zamani wa Marekani, George Bush (mkubwa) na Brian Mulroney; Waziri Mkuu wa zamani wa Kanada na Balozi wa zamani wa Marekani katika Umoja wa Mataifa, Andrew Young. Kuna matukio mengine kadhaa huko

Geita na kwingineko, ambako imeripotiwa kuwa maafisa wa wilaya, mikoa na kanda wametumia mabavu kuwalazimisha wachimbaji wadogowadogo kukubali kusaini makubaliano ya kutia shaka na wachimbaji wakubwa, hali itakayohalalisha kutwaliwa kwa maeneo yao ya migodi. Kampuni ya uchimbaji dhahabu ya Buck Reef (*Buck Reef Gold Mines*) inafahamika kuwa ni kampuni mojawapo ambayo imekuwa ikiwalazimisha wachimbaji wadogowadogo kusaini makubaliano ya namna hiyo. Katika hali kama hiyo, maafisa wa serikali wamekuwa wakitumia nyadhifa zao kuwatisha wachimbaji wadogowadogo kuwa watawashughulikia wasiposaini makubaliano hayo. Kwa mtindo huo, wachimbaji wadogowadogo wengi wa Mugusu, Rwamgasa, Nyakagwe, Nyarugusu, Nyamatondo, n.k wamepoteza maeneo yao ya migodi. Matokeo yake, kumekuwapo migogoro baina ya makampuni makubwa ya kigeni na mabepari wenyeji katika maeneo ya migodi.

Ujenzi wa migodi ya dhahabu ya Nzega na Geita uliwaondoa kutoka migodini kiasi cha wachimbaji wadogowadogo 30,000 katika kipindi cha mwaka 1998 na mwaka 1999 pekee. Hadi sasa kuna migogoro isiyokwisha kati ya kampuni ya Afrika Kusini ya uchimbaji madini ya tanzanaiti (AFGEM) na maelfu ya wachimbaji wadogo wadogo huko Mererani, Arusha. Migogoro hiyo imesababisha kutokea kwa vurugu na umwagaji damu wa mara kwa mara baina ya wachimbaji wadogowadogo na askari wa makampuni binafsi ya ulinzi walioajiriwa na AFGEM. Migogoro mingi imekuwa ikiripotiwa katika miaka ya hivi karibuni. Zaidi ya wachimbaji wadogowadogo 50,000 wa eneo la Mwabomba wilayani Bukombe, Shinyanga, wamekuwa katika vita na makampuni mawili ya uchimbaji dhahabu: kampuni ya Kiingereza (*British Mining Company*) na Twigg (*Twigg Gold Exploration Ltd*) kugombea eneo lililomilikishwa kwa makampuni hayo, eneo ambalo kabla lilikuwa chini ya wachimbaji wadogowadogo hao. Wilayani Tarime mkoani Mara, zaidi ya wanavijiji na wachimbaji wadogowadogo 10,000 kutoka eneo la Nyamongo wameachwa bila makazi wakati kampuni ya uchimbaji dhahabu ya Kiaustralia-(Afrika Mashariki Gold Mines Ltd) ikianza shughuli zake za uchimbaji madini katika maeneo ya Nyabigena na Nyabirama mwaka 2001. Wakazi hao waliondolewa kwa usaidizi wa Kikosi cha Polisi cha Kutuliza Ghasia (FFU) cha Serikali (ya watu) ya Jamhuri ya Muungano wa Tanzania. Hadi sasa katika eneo hilo, kuna kambi ya kudumu ya Kikosi cha Polisi cha Kutuliza Ghasia, kambi hiyo inagharimiwa na kampuni husika.

Inakadiriwa kuwa takribani asilimia 85 ya maeneo ya migodi yamo katika migogoro kati ya makampuni makubwa ya uchimbaji madini na wachimbaji wadogowadogo, huku Serikali ikiyakingia kifua makampuni makubwa. Mwaka 2001, wanakijiji wa Tarafa ya Kakola walitishia kuishitaki Kampuni ya Uchimbaji Madini ya Kahama (Kahama Mining Corporation) kwa kuchimba madini katika ardhi ya kijiji chao, kuwaondoa wanakijiji hao na kubomoa nyumba zao kinyume cha sheria. Mwaka huo huo, kulikuwa na migongano kati ya AFGEM na wachimbaji wadogowadogo, kwa upande mmoja na mamlaka za kijiji, kwa upande mwingine, baada ya AFGEM kuanza kuweka nembo yake katika madini ya tanzanaiti. Nembo hiyo ilikuwa ikitambulisha tanzanaiti kuwa ni kito kinachozalishwa na kampuni hiyo pekee ili iweze kuhodhi uzalishaji na uuzaji wa madini hayo ulimwenguni. Migogoro ya Mererani ilianza mwishoni mwa miaka ya themanini, wakati serikali ilipoamua kumilikisha eneo kubwa la mgodi huo kwa kampuni ya uchimbaji madini, huku ikiwaacha mamia ya wachimbaji wadogowadogo wakisongamana katika eneo dogo. Uamuzi huo ulisababisha uvamizi wa mara kwa mara wa wachimbaji wadogowadogo hao katika eneo lililotengwa kwa kampuni hiyo hivyo kusababisha vurugu. Mwaka 2001, askari wa AFGEM waliwaachia mbwa ili wawashambulie wachimbaji wadogowadogo; pia askari hao waliwapiga risasi baadhi ya wachimbaji wadogowadogo hao.

Mwaka 1997, Serikali ya Tanzania ilifanya jitihada za kuanzisha kampuni ya Meremeta-iliyokuwa chini ya jeshi-ikishirikiana na baadhi ya makampuni ya uchimbaji madini ya Afrika Kusini ili kuwapa wachimbaji wadogowadogo zana za kisasa za kuchimbia madini, ili baadaye, kampuni hiyo na wadau wake, inunue madini kutoka kwa wachimbaji wadogowadogo hao. Zana hizo zilikuwa ni pamoja na pampu za kusukumia maji, kompresa, mashine za kuvunjia, na nyundo za kunyanyuliwa na jeki. Zana hizi zilikuwa wagawiwe wanavijiji kwa sharti la kuiuzia Meremeta madini watakayochimba. Kwa utaratibu huo, uzalishaji wa madini katika baadhi ya vijiji ambamo mradi huo ulitekelezwa ulianza kuongezeka kwa kasi kubwa; na shughuli zingine ndogondogo zilianza kunawiri katika maeneo ya migodi. Hata hivyo, mradi huo ulionekana kutoungwa mkono na wadau wakubwa wa sekta ya madini nchini. Mathalani, makampuni makubwa ya uchimbaji madini, kwa njia ya rushwa, yaliwatumia baadhi ya maofisa wa Serikali ili kuharakisha kusainiwa mikataba baina ya wananchi waliokuwa wanamiliki maeneo ya madini na makampuni hayo; au makampuni hayo yaliwazuia wananchi wenye mikataba nao kushiriki katika mradi wa Meremeta, au kutumia zana za kisasa. Mfano, kampuni ya Ashanti ilitamka waziwazi kuwa ingepata hasara kama isingeweka vikwazo dhidi ya wachimbaji wadogowadogo.

Kutokana na shughuli za wachimbaji wakubwa na jadi ya kuwafurusha wachimbaji wadogowadogo, watu zaidi ya milioni moja waliokuwa wakitegemea uchimbaji madini ili kupata ajira katika miaka ya themanini na tisini, sasa wamepoteza vyanzo vyao vya mapato. Vile vile, kwa wale wanaoendelea kujipatia muhogo wao wa kila siku katika sekta hii, uhakika wa ajira zao ni mdogo sana; hasa wanapoajiriwa na mwajiri aliye chini ya masharti ya kimkataba wa mchimbaji mkubwa; na aliyeahidiwa fidia ya mali yake. Katika mchakato wa utoaji wa leseni za uchimbaji madini kwa makampuni makubwa, aliyeathirika si tu mmiliki wa eneo la madini, bali pia kijiji kizima pamoja na mashamba yao; na hata baadhi ya zahanati, shule, na mazingira yao. Kuna matukio pia, ambapo hifadhi za misitu na maeneo mengine ya mbuga (kama vile Hifadhi ya Mkomazi, Umba, Kigwasi, Makijembe, n.k) yamemilikishwa kwa makampuni ya uchimbaji madini kwa ajili ya utafiti na uchimbaji madini. Matukio yote haya yamesababisha migogoro na wananchi-katika baadhi ya maeneo, vurugu zilitokea kati ya wakazi wa maeneo hayo, kwa upande mmoja na makampuni na vyombo vya Serikali, kwa upande mwingine.

Kinachofanywa na sekta ya madini barani Afrika, hasa Tanzania, si kingine bali ni kuchangia kudhoofika kama si kubomolea mbali ujenzi wowote wa uchumi wenye mwelekeo wa kitaifa unaotokana na maslahi ya kimadini. Jambo hilo huenda sambamba na utoaji fursa holela kwa makampuni makubwa ya kigeni kuhodhi sekta hiyo kwa faida ya maendeleo ya mataifa makubwa. Chochote kinachofanywa na sekta hii chenye mwelekeo wa uchumi wa kitaifa, hufanywa kwa faida ya vikundi vidogo tu vya mabepari uchwara wa humu nchini wasiojaa kiganja. Huku haya yakitokea, dola hupokonywa uwezo wa kutimiza wajibu wake wa kimaendeleo kwa wananchi. Kwa dhana hii ya maendeleo iliyo na mchakato wa maendeleo uliobinafsishwa na wa kienyeji, huku ukikingiwa kifua na asasi zisizo za serikali (AZISE), makampuni haya huishia tu kutoa huduma za kijamii, kama vile kutoa huduma za maji, kukarabati barabara, kujenga madarasa na kuweka madawati, kwa kisingizio cha kuondoa umaskini. Jambo hili hutokea huku makampuni haya yakitumia mamlaka za ghiliba (hegemonia), kufanya uharamia na kupora rasilimali za madini.

Soko huria katika sekta ya madini ni ghiliba na uwongo mtupu, kwa kuwa nguvu hizo za soko hazitokani na nguvu za asili, bali hutokana na miundo ya kitaasisi. Hata hayo makampuni ya kimataifa ya uchimbaji madini yanayohubiri na kutetea sera za ulegezaji masharti ya uchumi kuwa ni njia muafaka ya kufanya sekta ya madini ichangie katika maendeleo ya nchi husika, hughilibu na kudanganya. Kuthibitisha kuwa hawadai hivyo kwa wema, makampuni hayo huruhusu tu serikali kupata mapato ya kutosha kuziwezesha kuimarisha amani na utulivu; lakini huzilazimisha serikali husika kuweka mifumo ya kodi ndogo inayowahakikishia fursa za kuvuna faida nono maradufu. Hivyo, nchini Tanzania, mbali na vivutio vya kikodi, kupitia misamaha na likizo za kodi katika bidhaa na mitambo inayoagizwa kutoka nje ya nchi, makampuni hulipa mirabaha inayotozwa kwa kiwango cha asilimia tatu tu ya jumla ya mauzo; na hakuna mirabaha inayolipwa katika vito vilivyokatwa na kunakshiwa. Hakuna kodi ya ongezeko la thamani (VAT), ushuru wa uagizaji bidhaa na mashine, wala kodi za kuchelewesha riba inayotozwa. Hali hii ni tofauti na nchi kama Kanada ambako kodi ya ongezeko la thamani inayotozwa ni asilimia saba, au Sweden ambako kodi hiyo kiwango kinachotozwa ni asilimia 25, mbali na ushuru wa uagizaji bidhaa na mashine. Tanzania inapoteza kiasi kikubwa sana cha mapato, kutokana na utaratibu huu wa vivutio.

Uchambuzi makini na zingativu wa uporaji wa rasilimali-watu na maliasili za bara la Afrika umepoteza mwelekeo wake ama kimfumo wa midahalo kuhusu maendeleo na mashaka ya Afrika, au ubadilishanaji usio makini wa 'mitindo ya maendeleo' na nadharia kutoka nje ya bara[26] hili katika miaka ya hivi karibuni. Kwa kipindi kirefu, msisitizo wa tafiti na utendaji umehusu maendeleo ya uchumi wa kimataifa na utendaji mbaya wa baadhi ya nchi/kanda. Tafsiri za kiuandishi habari, na utoaji taarifa wa asasi zisizo za kiserikali na 'mitazamo ya wataalamu' wa 'makampuni ya ushauri' zimeinuliwa hadi kuchukua nafasi ya 'uheshimiwa' kwa kugeuzwa kuwa uzao wa mitazamo ya kizalendo na kimapinduzi ya kijamii na kisiasa iliyokitwa katika mizizi ya uchumi-siasa, ambayo inakumbushia ile ya miaka kabla ya themanini. Tafiti zilizo katika mfumo wa kusaka vielelezo au njia mbadala za kuratibu jamii kiutu zaidi barani Afrika zimekuwa si za kuvutia. Badala yake, wanaotawala ni wale wanaojishughulisha na miradi ya kuondoa umaskini; tathmini shirikishi ya umaskini; na shughuli za kibiashara na ujasiliamali kwa ajili ya kujiajiri/sekta isiyo rasmi, n.k.

Katika kipindi cha miaka 500 iliyopita, maendeleo yenyewe, kama dhana inayoelezea kuendelea kwa binadamu, yamejigeuza kutoka kuelezea utumikishwaji wa Waafrika kwa sura ya 'ubatizaji (katika Ukristo) wa watumwa/washenzi/washamba. Ukoloni ukaelezwa kuwa ni 'Dhamira ya Kustaarabisha'; hadi ubeberu na ukoloni mamboleo ukaelezwa kama uletaji usasa na maendeleo. Uvamizi na ugawaji wa milki za Kiafrika, ulioanzisha mchakato mkubwa wa uingizwaji wa watu wasio wa Magharibi katika uchumi wa dunia-katika maeneo mengi wakiwa kama wasafirishaji nje ya nchi wa mazao ya kilimo au madini na waagizaji wa bidhaa za viwandani kutoka nje ya nchi-na ubatizaji wa

---

26 Tazama makala za kihakiki baadaye katika Mkandawire na Soludo, 1992.

Waafrika, chanzo chake kilikuwa ni hiyo 'Dhamira ya Kustaarabisha'. Kisha, ubeberu ulikuwa ni wasifu wa marehemu wa kuheshimiwa na mjenzi wa himaya alikuwa ni yule aliyedhamiria kuzibadilisha jamii za 'kijadi' za Kiafrika kuwa za 'kisasa' (yaani za kimagharibi)[27]. Kutokana na uhuru wa nchi nyingi za Kiafrika, mchakato huo wa kuleta usasa kwa nchi za Kiafrika ulijigeuza kuwa mtazamo wa 'maendeleo kama udhibiti wa matumaini' (Pieterse, 2000)-wa ukuaji wa uchumi kwa njia ya mifumo inayozingatia uzalishaji bidhaa pamoja na ulimbikizaji/ ukusanyaji mali ukiambatana na uondoaji uwezekano wa matokeo ya faida kupatikana kwa maskini.

Ili kupambana na matatizo ya ukosefu wa usawa ulimwenguni, unyonyaji na uporaji wa kiulimwengu uliokuzwa na wanamapinduzi wa Kiafrika, kama vile Frantz Fanon; Kwame Nkrumah; Patrice Lumumba; Leopold Senghor; Gamel Nasser; Ben Bella; Julius Nyerere; Sheikh Anta Diop; Amilcar Cabral; Augustino Neto; Walter Rodney; na wengine wengi; na Mkondo wa Nadharia ya Utegemezi (Frank, 1967,1969) kwa ujumla katika miaka ya sitini na sabini; ili kufananisha, michakato ya 'maendeleo' ilitafsiriwa upya mnamo mwishoni mwa miaka ya sabini. Tafsiri mpya za awali za miaka ya sabini zilikuwa katika mielekeo ya Maendeleo Mbadala au Maendeleo Mengine, iliyolenga katika kupambana na ukosefu wa ushirikishwaji wa umma. Mwelekeo mwingine ulikuwa ni Maendeleo ya Watu ulioshughulikia swala la haja ya kuwekeza kwa watu. Mitazamo yote hiyo ilichukua changamoto zilizoanzishwa na wanamapinduzi wazalendo wa Kiafrika, Mkondo wa Nadharia ya Utegemezi, uhakiki wa kiikolojia na wa usawa wa kijinsia (Mies, 1986; Shiva, 1988; Sachs, 1992). Katika muktadha huu, mitazamo mbalimbali ya dhana ya maendeleo ilizuka katika kipindi cha miaka kadhaa; kama vile maendeleo ya kujitegemea; maendeleo ya wenyeji; maendeleo shirikishi; maendeleo jumuishi; maendeleo huru; maendeleo ya watu; maendeleo ya haki/usawa; maendeleo endelevu; maendeleo ya kienyeji; maendeleo madogo; maendeleo ya ndani, n.k.

---

27 Walt Witman Rostaw's 'Hatua za Maendeleo' na sitiari yake ya jamii za 'kijadi' ya 'kuruka' hadi kwenye 'usasa'-kama vile ndege ilikuwa ni hitimisho zuri la dhana hii.

Uelekezaji wa mitazamo hii katika maendeleo haukubadili kila kitu katika mantiki ya msingi ya mchakato huo-yaani mifumo ya uzalishaji inayozingatia ulimbikizi na bidhaa (soko). Katika hali hizi zote, majaribio yamekuwa yakielekezwa katika kushughulikia kile kinachoonekana kuwa ni athari mbaya za maendeleo (au kama wengine walivyoita, utapiamaendeleo), kwa kuhusisha masuala ya utamaduni, asili, jinsia na usawa wa kijamii. Maendeleo yameendelea kuwa ni mchakato wenye sifa kiutu, kijamii, kisiasa, kijinsia, n.k. Maendeleo endelevu,mathalani, yalizinduliwa katika Mkutano wa Rio mnamo June mwaka 1992, katikati ya utekelezaji wa Mipango ya Marekebisho ya Uchumi (Structural Adjacement Programmes-SAPs) katika nchi za ulimwengu wa tatu na ushindi wa ukoloni-mamboleo ulimwenguni kote. Uongo muhimu sana uliobuniwa hapa ni: maendeleo hayakuhusika na Kusini tu bali pia Kaskazini. Nyuma ya uongo huu, ilikuwa ni mantiki ile ile ya uchumi: ulimbikizaji wa mitaji na kujipatia ziada kubwa kiulimwengu.

Hakika, "pale mahali ambapo ukoloni uliondoka, maendeleo yalichukua nafasi" (Kothari, 1988: 143). Katika dhana hizi za maendeleo, uhusiano wa matabaka na uhasama, kwa kiasi kikubwa, umekuwa ukifichwa, na mkazo umekuwa katika uwepo wa manufaa 'ya pamoja'-maendeleo, ujumla wa kiulimwengu, kutawala asili, ukisiaji wa taamuli (busara), n.k. Miundo na nadharia hizi zimekuwa, kwa kiasi kikubwa, zikijiegemeza katika dhana na fikra za kiuchumi. "Utazamaji na uzingatiaji wa uchumi kimahesabu (au utegemezi wake katika miundo ya mahesabu) umekuwa ni moja ya mbinu zake zenye nguvu kubwa zilizotumika kuteka ukweli wa kisasa kutoka katika zama za leo, jana na zijazo." Depelchin (2004: 114) aliona kuwa "Kutokana na sayansi kuwa inayojaribu kuelezea jinsi ya kutatua matatizo ya kiuchumi kwa ajili ya jamii kwa jumla, uchumi umekuwa ni (moja ya) jinsi ya kutatua matatizo ya wale wanaofaidika sana na mfumo tu." Tafiti-kubwa na ndogo zilizofanyika na ushahidi uliokusanywa hushurutishwa na ajenda za kisera. Ilidaiwa na mitazamo hii "mipya" ya maendeleo kuwa wale ambao ni maskini, wapo katika hali hiyo kwa sababu huona aibu kufanya kazi, hawawezi kubajeti, hawawezi kuweka akiba na kuwekeza; na si kwa sababu wananyonywa, hawana nguvu, wanatawaliwa, wanateswa na wanatengwa.

Wachumi na mabingwa wao wametunga uongo kuwa badala ya "uporaji wa kiulimwengu" kilichokuwepo katika miaka ya tisini ilikuwa ni "kijiji cha kiulimwengu". Badala ya hatua ya ubeberu ya ukoloni- mamboleo, ulimwengu ulikuwa umeingia hatua ya "utandawazi"; ambapo wanyonyaji wamegeuzwa kuwa "wawekezaji" au vizuri zaidi "nguvu muhimu ya taifa letu".

Uuzaji wa haki za umma na taifa kwa mtindo wa ubinafsishaji ulibatizwa tena (ulishabatizwa kabla) "uingizaji wa sera maridhawa za kiuchumi"-"unyumbukaji" wa kiuchumi au "uondoaji urasimu". Kampuni au asasi iliyofukuza wafanyakazi wake ilikuwa "ikijipunguza", "kupunguza wafanyakazi" au "kujifanya nyembamba" (kimichezo; kwa kuwa wembamba ni ishara ya mwili wenye afya). Na kufukuza kazi waajiriwa kilipaswa kuwa ni "kitendo cha kishujaa", kutokana na uchumi mpya ulioshurutisha kuwa ama "ushindane au uporomoke". Kutokana na hali hiyo, iliwezekana kwa kila mtu kujiajiri (iliyoitwa eti sekta binafsi), iwapo mtu huyo atapewa stadi za ujasiriamali. Hivyo, watu waliokosa ajira walisemekana kuwa wapo katika iliyoitwa "sekta binafsi". Nafasi ya ushirikiano baina ya wafanyakazi na wakulima ilichukuliwa na "ushirikianao baina ya dola, wahisani, sekta binafsi na asasi zisizo za serikali (AZISE)-ushirikiano nadhifu.

Hivi sasa, ghiliba ya utandawazi imepata nguvu na inashinda. Utandawazi unabainishwa kama mfumo unaotoa "fursa na changamoto". Inahubiriwa kuwa "Hakuna Mbadala" (TINAMargret Thatcher, aliyekwenda mbali zaidi hadi kudai kuwa hakuna kitu kama jamii, ila kuna mtu mmojammoja na familia tu!) kwa kuwa ulimwengu umefikia "mwisho wa historia" (Fransis Fukuyama). Utandawazi unabainishwa katika hali ambayo mtu anafanywa "ama akubalike kuendana nao au akatae ili aangamie", kwa kuwa hakuna wakati ujao mwingine kwa ajili ya ulimwengu huu. Ili kufaidika na fursa zilizopo, ulimwengu unaambiwa kuwa viungo muhimu ni umimi/ubinafsi na ujasiriamali, unaoweza kuhakikisha kuwa raia wanakuwa na uhuru usiotetereshwa wa kuhangaikia maslahi yao (yaliyopewa ghiliba ya uwezekano usio na mipaka wa "sekta isiyo rasmi" kumfanya kila mmoja "mwenye rasilimali" kujasiriamali.); "haki za binadamu", zitakazolinda haki ya mali za watu-binafsi/mtu mmojammoja; "utawala bora", utakaoanzisha utawala wa sheria na kushughulikia rushwa; demokrasia ya vyama vingi na chaguzi "huru na za haki", zitakazohakikisha kuwa raia wanatumia haki zao za kuchagua nani wa kuwatawala; "jumuiya za kiraia" zenye nguvu huku Asasi Zisizo za Serikali (AZISE-za ndani na za kimataifa) zikimiminika pasipo vikwazo vya maana; na "serikali wezeshaji" ili kuvutia mitaji na mikopo kutoka kwa wahisani na wawekezaji.

Kuhusiana na uchimbaji madini barani Afrika, mathalani, mkazo hasa upo katika wajibu na mchango wake katika "maendeleo endelevu" (tazama, mathalani, Benki ya Dunia, 1989, 2000; Kulindwa na wenzake, 2003). Picha inayochorwa ni: madini huzinufaisha nchi zinazohamasisha uwekezaji katika sekta hiyo katika ukuaji wa uchumi, utengenezaji wa nafasi za kazi, upatikanaji wa mapato yatokanayo na kodi, ongezeko la mauzo nje ya nchi, na ongezeko la mchango wake kwa pato la taifa, katika kipindi fulani. Mathalani, Benki ya Dunia, katika kipindi cha miaka kadhaa, imedai kuwa kuna fursa nyingi katika soko la dunia, hususan za kuuza dhahabu, almasi, vito vya thamani, madini ya viwandani, na mchanga adimu. Uvunaji wa rasilimali hizi unawezekana tu kwa ushirikishwaji wa wadau washirika wa kigeni. Ni katika mfumo wa sera kama hizo ndio mauzo ya madini ya Tanzania yamekuwa yakiripotiwa kuongezeka maradufu katika kipindi cha miaka ya hivi karibuni, hadi kufikia nchi kushika nafasi ya tatu barani Afrika, ya kwanza ikiwa Afrika ya Kusini ikifuatiwa na Ghana.

Yakiwa ni matokeo ya ongezeko la uwekezaji katika sekta ya madini nchini Tanzania inadaiwa kuwa kumekuwepo kuimarika kwa utendaji wa kiuchumi; faida kwa kuzingatia ongezeko la mitaji na teknolojia; utengenezaji wa nafasi za ajira, uondoaji wa umaskini; uimarishaji wa miundombinu; na utoaji wa huduma za jamii kwa jamii zinazozunguka maeneo ya migodi. Kwa mujibu huo, yote hayo yanamaanisha ongezeko la kipato kwa mtu mmojammoja, makampuni na serikali. Hata hivyo, ijapokuwa kuna tatizo la uvujaji wa mapato, kwa kuwa tatizo hilo linaweza kushughulikiwa kwa miitikio ya kisera na uimarishaji wa miundo ya kisheria na kiutawala, sera hizi za madini bado ni saidivu kwa nchi (Kulindwa na wenzake, wametajwa hapo awali). Madai ni kuwa ni kutokana na: kufutwa kwa Sheria ya Tanzania ya Madini ya mwaka 1979 na kutungwa kwa Sheria Mpya ya Madini ya mwaka 1998; kukabiliana na matatizo makubwa ya kiuchumi; na utekelezaji wa Mipango ya Kurekebisha Uchumi, iliyofadhiliwa na Benki ya Dunia na Shirika la Fedha la Kimataifa, ndipo Tanzania imekuwa ni nchi ya historia ya mafanikio.

Mipango ya Kurekebisha Uchumi ilisisitiza ulegezaji masharti ya uchumi, utegemezi katika nguvu za soko, uingiliaji mdogo wa serikali katika uchumi na utoaji wa huduma za kijamii na miundombinu ikiwa ni njia ya kushinda matatizo hayo ya kiuchumi. Kwa utaratibu huu, dola ilipaswa kudumisha sheria na taratibu, wakati huohuo ikiweka "mazingira wezeshaji" kwa ajili ya ufanisi na utendaji kazi wa wajasiriamali na nguvu za soko.

Kihistoria, ni maarifa ya kawaida kwamba katika maendeleo ya mifumo mbalimbali ya ubadilishanaji wa bidhaa, dhahabu, fedha, na madini mengine, siku zote yametumika kama vipimo vya thamani kwa sababu katika mchakato wa kubadilishana yalijiimarisha kama fedha-bidhaa (thamani ya kubadilishia), ndani na kimataifa-malipo ya pesa taslimu. Kwa maneno mengine, dhahabu, kama njia ya mzunguko, kihistoria imekuwa ikitathminiwa kwa jumla ya bei ya bidhaa zinazozalishwa. Dhima yake ikiwa kwamba kama sarafu ina uhuru kamili kutoka kwa thamani yake kimadini, kiasi kwamba noti, ambazo hazina thamani zinaweza kuchukua nafasi yake. Hivyo basi, kihistoria, dhahabu na fedha zimekuwa zikitumiwa na jamii kama ishara ya utajiri. Ulimbikizaji wa mali/mtaji siku zote umewezeshwa kwa njia ya madini hayo ikiwa ni fedha za kiulimwengu pamoja na uzuri ulio nayo. Ni kwa njia hii, yalibuniwa masoko mapana ya kudumu ya dhahabu na madini mengine, bila kuhusishwa na kazi zake kama pesa. Dhahabu na vito vingine vya thamani, siku zote vimekuwa pia vikitumiwa katika uhamishaji wa ulimbikizaji wa mali kutoka nchi moja kwenda nyingine. Historia ya uchimbaji madini barani Afrika na hususan Tanzania, inaunda sehemu ya historia hiyo. Wazungu wa bara la Ulaya walipoanza kuzunguka Kusini hadi pwani ya Afrika Magharibi katika miaka ya 1440, walikuwa wakisaka dhahabu, vito vya thamani na viungo. Ni tamaa ya mali ndiyo iliyowaleta wapelelezi barani Afrika, tamaa iliyochochewa na hekaya ya uongo ya Mfalme wa Kikristo, Prester John, aliyedhaniwa kuwa alitawala himaya kubwa ndani kabisa ya bara la Afrika, na aliishi katika kasri la vioo vya kung'aa na vito vya thamani, meza zilizonakshiwa zumaridi kavu, na alikuwa mkarimu sana hadi kuwa tayari kufaidi mali hizo pamoja na Wakristo wenzake na kuwa tayari kuwasaidia kupata njia ya kuufikia utajiri wa kihistoria wa India. Ilikuwa ni kwa njia hii ambapo biashara ya watumwa ya Afrika-Ulaya ilianza mnamo mwaka 1441 wakati Mwana-mfalme wa Ureno, Nahodha Henry, alipomtuma Antonio Gonsalves, huko pwani ya Magharibi ya Afrika karibu na Rasi ya Bojodor kuchunguza kuhusu utajiri wa bara hili. Gonsalves alirudi Lisbon akiwa na vumbi la dhahabu na Waafrika kumi, aliomletea Mwana-mfalme, ikiwa ni ishara ya utajiri wa Afrika. Mwana-mfalme aliwakabidhi Waafrika wale kwa Papa ikiwa ni zawadi toka Afrika. Papa naye, kama ishara ya shukrani alimpa Henry, Mwana-mfalme milki ya ardhi iliyogunduliwa huko Mashariki ya Cape Blanco.

Baada ya kuwasili Kongo mwaka 1500, Wareno waliligeuza eneo hilo kuwa soko kubwa na zuri la watumwa wa Kiafrika waliokuwa wakifanyishwa kazi, mamilioni kwa mamilioni, katika migodi na mashamba makubwa huko Brazili. Watumwa wengi zaidi walikuwa wasafirishwe kwenda Amerika kufanya kazi katika migodi mikubwa ya madini ya fedha ya Amerika ya Kaskazini (Milima ya Rocky) na Meksiko. Katika maelezo ya Marx (1974: 703) inasemwa: "Ugunduzi wa dhahabu na fedha Amerika, maangamizo, utumwa, uchimbaji wa madini katika migodi ya watu asili ya aborijini, uanzishwaji wa uvamizi na utekaji nyara wa India Mashariki, ubadilishaji wa Afrika kuwa eneo la msako wa kibiashara wa ngozi nyeusi, kuliashiria pambazuko la matumaini kwa zama za uzalishaji wa kibepari. Taratibu hizi za kusisimua ni mwanzo wa ulimbikizaji wa kiujima. Nyuma yao kulizuka vita vya kibiashara miongoni mwa mataifa ya Ulaya, with the globe for a theatre." Kufikia miaka ya 1800, Afrika ilikuwa ni chanzo cha vito vya thamani na malighafi kwa ajili ya Mapinduzi ya Viwanda huko Ulaya.

Afrika Kusini iliharakisha matarajio ya ukoloni wa Afrika baada ya ugunduzi wa hazina kubwa ya almasi huko Kimberly mwaka 1867, na miongo miwili baadaye, dhahabu katika sehemu mbalimbali. Fedha kwa ajili ya zana ghali za kuchimbia madini hayo zilianza kumiminika kutoka kwa wawekezaji wa kigeni wenye shauku ya kutengeneza faida, pia walowezi wengi walianza kumiliki migodi. Cecil Rhodes, kupitia kampuni yake ya British South Africa Company (BSAC), alikuwa ni mmoja wa wamiliki wakubwa wa migodi ya almasi na dhahabu, na alikuwa mmoja wa Mawaziri Wakuu wa Rasi ya Tumaini Jema, akitangaza kuwa kama angeweza angeteka sayari nzima, kisha kujaribu kutengeneza njia na kufadhili ukoloni wa bara zima la Afrika kutoka Rasi ya Tumaini Jema hadi Kairo. Zimbabwe, ambako dhahabu ilikuwa ikichimbwa kwa muda wa karne kadhaa, na ilishafikia pwani ya Afrika Mashariki kupitia Sofala na Kilwa ilikuwa ni sehemu ya pili kuathiriwa katika mlolongo wa nchi zilizokusudiwa kufanywa makoloni na Rhodes na majambazi wenzake.

KIAMBATISHO 1 (cha makala haya)

Mada: Kampuni ya dhahabu yenye uhusiano na familia ya Bush inajaribu kumziba mdomo mwandishi wa habari za udaku

Na Joe Conason

Mitume wema wa utandawazi wanatuambia kwamba pale ambapo matao ya dhahabu ya familia ya McDonald mwishowe yatakapozingira ulimwengu, uhuru utastawi chini yao. Lakini, ushahidi unaofungua aina za uchumi unaohamasisha jamii za uwazi ni vigumu kupatikana-na leo kuna kesi inayosubiri kusikilizwa katika mahakama za Uingereza, kesi inayoashiria matarajio ya kuhuzunisha: kwamba ukandamizaji wa uhuru wa kujieleza na uandishi huru wa habari unavyoathirika katika nchi nyingine kunaweza, siku moja, kuvuka mipaka ya kimataifa kirahisi kabisa kama vile kusafirisha kababu zilizoganda.

Walalamikaji katika kesi hii ni kampuni kubwa ya uchimbaji dhahabu yenye makao nchini Kanada ya Barrick Gold Mining, na mwenyekiti wake ni Peter Munk, milionea wa Toronto mwenye marafiki vigogo wenye nguvu kama vile Waziri Mkuu wa zamani wa Kanada Brian Mulroney na rais wa zamani wa Marekani George Herbert Walker Bush. Watetezi katika kesi hiyo ni Magazeti ya Guardian, kampuni ya jijini London, wachapishaji wa magazeti ya the Guardian (kwa Kiswahili, Mlezi) na gazeti lake dada la kila Jumapili la the Observer (kwa Kiswahili, Mwangalizi katu sitafsiriwe kama Mtazamaji).

Mnamo tarehe 26, Novemba 2000, gazeti la the Observer lilichapisha makala yenye kichwa "Demokrasia Nzuri Inayoweza Kununuliwa na Pesa", safu inayoandikwa na mwandishi wa habari za uchunguzi Gregory Palast (aliyeandikia Salon iliyoelezea uhusiano mzuri unaofurahikiwa na familia ya Bush na wanahisa wa Barrick). Palast, ambaye ni Mmarekani, alieleza kuwa kampuni mwenza ya Barrick ya Marekani, Barrick Goldstrike, imechangia kamati za chama cha Republican kiasi cha Dola za Kimarekani laki moja katika siku za hivi karibuni; na kwamba Goldstrike ilijipatia mradi mzuri sana wa kuchimba dhahabu katika ardhi ya umma huko Nevada, uliofanyika katika siku za mwisho za urais wa H.W Bush; na kwamba jina la rais huyo wa zamani linatokea katika orodha ya watu wanaolipwa na kampuni hiyo ya Barrick baada ya kumaliza muda wake wa urais, kueneza ushawishi wake kwa viongozi wa kigeni kwa kubadilishana mshahara na hisa. Safu ya Palast ilienda mbele zaidi hadi kujadili harakati za kampuni ya Barrick nchini Indonesia na Zaire, na kwa utatanishi mkubwa nchini Tanzania, ambako alitaja ripoti ya Shirika la Kimataifa la Kutetea Haki za Binadamu-Amnesty International likituhumu kuwa, mwaka 1996, kampuni iliyokuja kununuliwa na

Kampuni ya Barrick ilishiriki katika "mauaji ya kinyume cha sheria" ya dazani ya wachimbaji wadogowadogo ili kusafisha mashimo ya dhahabu ya Bulyanhulu, eneo lenye hazina kubwa ya dhahabu, ambalo, kampuni hiyo ilidai kulimiliki. Habari ya tukio hili ni ndefu, na kwa kiasi fulani limefunikwa na wingu zito, lakini liko bayana kwa kiasi hiki: Mnamo Agosti, mwaka 1996, magazeti huru kadhaa ya hapa Tanzania yaliripoti kuwa, zaidi ya wachimbaji madini 52 walikuwa wamezikwa wakiwa hai wakati mabuldoza, mali ya Kampuni ya Uchimbaji Dhahabu ya Kahama-kampuni ambayo baadaye ilikuja kununuliwa na Kampuni ya Barrick-yalipofukia mashimo hayo, huku yakisaidiwa na vikosi vya askari wenye silaha. Hadi muda huo, wachimbaji hao walikuwa wamefanikiwa kuzuia majaribio yaliyokuwa yakifanywa na Kampuni ya Uchimbaji Dhahabu ya Kahama ya kuwaondoa kutoka katika ardhi hiyo yenye ukubwa wa maili thelathini, Kusini mwa Ziwa Viktoria.

Habari hizo za kutisha, kwa vile ziliegemea ushahidi wa kuona, zilipingwa na Serikali kandamizi ya Tanzania, iliyoiunga mkono kampuni husika dhidi ya wachimbaji wenyeji katika mgogoro wa kisheria kuhusu mali, na baadaye, Serikali hiyo ilikataa kuanzisha uchunguzi rasmi wa madai ya mauaji hayo. Iliripotiwa kwamba manusura na wasamaria wema wengine walizuiwa na Serikali kufukua miili ya marehemu kutoka katika eneo la tukio.

Wakati Serikali ikiendelea kukanusha kidinindi kwamba hakuna mtu yeyote aliyeuawa wakati wa kuhamisha wachimbaji kutoka katika mgodi wa Bulyanhulu, Kampuni ya Barrick ilijivua kuhusika kwa namna yoyote na sakata hilo la mwaka 1996, kwani kampuni hiyo ya Kanada haikuinunua Kampuni ya Uchimbaji Dhahabu ya Kahama hadi baada ya miaka mitatu baadaye, yaani mwaka 1999.

Nyaraka za kampuni hiyo zinaonesha, hata hivyo, kuwa maofisa wake walikuwa wanatambua kuwa kampuni inayotarajiwa kuwa kampuni tanzu yake ilikuwa ikitumia njia za kichokozi na kikatili kuondoa maelfu ya wachimbaji wenyeji kutoka katika eneo husika. Wale waliokuwa wakiitwa eti wachimbaji wadogowadogo walikuwa waondolewe ili kuwezesha uchimbaji, ambao sasa unakadiriwa kufikia dhahabu ya thamani ya Dola za Kimarekani bilioni 3.

Akihutubia wanahisa wa Kampuni ya Barrick mwezi Mei mwaka huu, rais na CEO wa kampuni hiyo alijigamba kwamba "kabla hatujanunua kampuni ile, tulifuatilia mchakato mzima kule Buly kwa muda wa miaka mitano, tulikuwa na mawasiliano ya karibu na timu ya uongozi andamizi ya Kampuni ya Uchimbaji Dhahabu ya Kahama. Tulitimiza wajibu wetu-na fursa ilipojitokeza, tuliharakisha kuinunua. Lakini tulifanya hivyo kwa nidhamu: Kwa bei nzuri, na baada tu ya kujiridhisha kuwa Tanzania ni mahali pazuri kuwekeza.." "

Msemaji wa Kampuni ya Barrick hakupatikana ili kutoa maoni yake. Katika madai yake mahakamani, mawakili wa Kampuni ya Barrick wanalalamika kuwa tuhuma za mauaji ya kikatili zilipikwa na wachimbaji wenyeji kwa kushirikiana na wapinzani wa kisiasa wa kimataifa wa Tanzania.

Tuhuma hizi ambazo ni za kuhatarisha amani na utulivu za mauaji ya halaiki zililifikia shirika la kimataifa la kutetea haki za binadamu la Amnesty International, ambalo lilizitolea taarifa fupi katika ripoti yake mwaka 1997 na kisha katika ripoti zake mbili za kila mwaka zilizofuata. Kutokana na msukumo kutoka kwa Kampuni ya Barrick na Serikali ya Tanzania, Amnesty International ilifanya marekebisho katika ripoti yake ya mwaka 2000. Kwa kuwa mamlaka za Tanzania zimeendelea kung'ang'ania kulizuia shirika la Amnesty International kuendesha uchunguzi huru, sheria za shirika hili zinalizuia kusema kuwa tuhuma zimethibitishwa. Wanasheria wa haki za binadamu na wabunge wa vyama vya upinzani wamempa Palast ushahidi wa kuzikwa kwa wachimbaji wakiwa hai, ushahidi aliouona kuwa wa kweli.

Lakini ni watu, wachimbaji wangapi, kama wapo, walikufa ili kuusalimisha mgodi wa Bulyanhulu kwa unyonyaji wa kimagharibi, ni kitendawili kilichobaki bila mteguzi. Palast alikuwa sahihi kabisa kurejelea ripoti za mwanzo za Amnesty International. Bahati mbaya kwake, hata hivyo, hakuna haki chini ya sheria ya uchapishaji ripoti za kashfa ya Uingereza kurudia taarifa zilizowahi kuchapishwa kabla, kama ilivyo kwa matukio mengi chini ya sheria za Marekani.

Mara tu baada ya kuchapishwa kwa safu ya Palast, mwenyekiti wa mashitaka wa kampuni ya Barrick, Munk, alifungua kesi ya madai ya kukashifiwa katika mahakama za Uingereza, ambazo ni mahakama sugu kwa ukosefu wa uhuru wa vyombo vya habari, na ambako ukweli pekee si kinga. Unafuu wake wa kisheria unakuzwa kutokana na kutoshabihiana kwa rasilimali kati ya Kampuni ya Barrick-kampuni kubwa kabisa mojawapo katika soko la hisa la Toronto-na uhakika unaochapishwa na kampuni ya The Guardian. Katika hali hii, Palast na gazeti la the Observer, wana uchaguzi mdogo lakini ili kujaribu kumaliza mambo, kama mwandishi wa habari za uchunguzi nchini Uingereza mara nyingi wanalazimishwa kufanya hivyo.

Lakini wanasheria wa Kampuni ya Barrick, walioipinga safu hiyo ya gazeti la the Observer kwa kudai kuwa ni "uongo na kashfa ya kuharibu jina" wanataka mambo mengi zaidi ya kukanusha au kurekebisha taarifa husika. Kampuni ya Barrick inasisitiza pia kuwa Palast lazima aondoe safu ya kashfa kutoka katika tovuti yake iliyosajiliwa Marekani ya *http://www.gregpalast.com*, ikiwa ni sharti la kumalizwa kwa kesi hiyo.

Kwa maneno mengine, Kampuni ya Barrick inatumia kiujanja sheria ya taifa inayokataza uchapishaji wa habari za kashfa hata bila ya Sheria ya Haki za Binadamu kukandamiza makala "mbaya" kwake huko Marekani. Huko Palast (na tovuti yake) angeweza kulindwa na Marekebisho ya Kwanza. Na Kampuni ya Barrick bado imeenda mbele zaidi kwa kutishia kumshtaki Palast na mwanasheria jasiri wa haki za binadamu Mtanzania, Tundu Lissu, ambaye amethubutu kukusanya ushahidi wa mauaji ya kutisha ya Bulyankulu-ikiwa ni pamoja na matamko ya mashahidi na majina ya marehemu-kwa niaba ya kikundi cha wanamazingira na wanasheria za haki za binadamu wa Tanzania. Tena kwa jeuri kubwa zaidi, Kampuni ya Barrick inajaribu kumlazimisha Palast na gazeti la the Observer kukiri hadharani kuwa "uchunguzi huru" uliofanywa na shirika la Amnesty International uligundua kuwa uzikaji huo wa kutisha haukuwahikutokea. Kwa hakika, kilichosemwa na Amnesty International katika ripoti yake ya mwisho kuhusiana na Bulyanhulu ni kuwa, Serikali ya Tanzania imekataa wito wa Amnesty International "kuruhusu uchunguzi huru wa kisheria" na kuwa shirika hilo basi "limeshindwa kuthibitisha tuhuma za vifo". Kwa ushauri wa mwanasheria wao wa Kiingereza, maofisa wa Amnesty International hawatazungumzia tena swala hilo. Ukimya wa Amnesty International unanufaisha madai ya kisheria ya Kampuni ya Barrick, na kudhoofisha na kuhatarisha uwezo wa waandishi wa habari na waangalizi wa haki za binadamu kufichua ukiukwaji wa haki za binadamu kama huu.

Wanasheria wa Kampuni ya Barrick wamekuwa na mijadala mingine tofauti kuhusu masuala yasiyo ya msingi kuhusiana na safu ya Palast, machache kati ya hayo yanaweza kuvumiliwa na jaji mkweli wa huko Marekani. Jambo lao la msingi linahusu Bulyanhulu, labda kwa sababu harakati za mteja wao zinaungwa mkono kifedha na Benki ya Dunia, ambayo taratibu zake zinakataza kuwekeza katika miradi inayonuka uvundo wa matumizi ya silaha. Na usumbufu unaosababishwa na kuenea zaidi kwa habari ya Bulyanhulu unaweza kuwaogofya vigogo kama vile Bush, mjumbe wa Bodi ya Kampuni ya Barrick, Vernon Jordan na watu wengine maarufu wa kimataifa waliokuza mafanikio ya kampuni hiyo nje ya nchi.

Kwa mujibu wa Palast, bado yu imara tayari kuendelea kuchapisha habari zinazohusu Kampuni ya Barrick. "Kama kuna kosa, nitalirekebisha; tafsiri mbaya, nitaifafanua. Mimi ni mtoa habari, Mimi si papa, mimi si mtu nisiyefanya makosa. Kitu nisichoweza kufanya ni kuficha ushahidi au kusema kuwa uongo ni ukweli. Kama Kampuni ya Barrick ina shauri la kusema, ushahidi wa kuwasilisha, nitauchapisha."

Masuala aliyothubutu kuyafichua Palast ni sehemu ndogo tu ya masuala ya kuchefua yahusuyo utandawazi, kutoka kuajiriwa kwa wakuu wa nchi wa zamani kama washirika wa usimikaji wa unyang'anyi (au mbaya zaidi) wa umma wa wenyeji wanapoweka kikwazo kwa faida kubwa. Kitu ambacho mwandishi-mshindi wa tuzo, hakukitarajia, hata hivyo, ni kwamba yeye na maandishi yake angechokoza jaribio hatari katika utandawazishaji wa "udhibiti wa taarifa."

http:www. salon.com/ news/ col/ cona/ 2001/ 07/ 20/ gold/ index.html

☐ ☐☐☐☐ ☐☐☐☐ ☐☐ ∪☐ ☐ ☐ ☐☐▥☐ ☐☐ ☐ ☐▥∪ ☐☐ ∪☐☐☐☐☐☐☐☐☐▥☐ ∪☐☐☐☐☐☐ ▥☐☐☐[1]

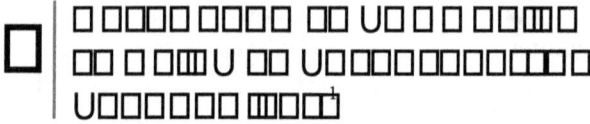

Maelezo ya Awali

Mnamo wiki za mwisho za mwezi Julai mwaka 1905, wazalendo wa Kusini mwa Tanzania, kuanzia Umatumbini, walianzisha vita dhidi ya mkoloni wa Kijerumani - vita vya ukombozi vya Maji Maji. Vita hivyo vilianza mara baada ya wazalendo wa Nandete kung'oa mimea ya pamba ambayo ilikuwa imeshaanza kukomaa. Kitendo hiki kilikuwa ni ishara ya wazi ya chuki ambayo Waafrika walikuwa nayo dhidi ya utawala wa kikoloni; na pia kilikuwa wito wa kuwataka Waafrika waanze vita dhidi ya utawala huo. Nchi ilikuwa imetawaliwa na Wajerumani tangu mwaka 1885; na kuanzia mwaka 1888 kulikuwa kumetapakaa mapambano dhidi ya madhalimu hao karibia nchi nzima. Na ni haya mapambano yaliyokuwa yameanzishwa na akina Mkwawa, Bwana Heri, Machemba, Siki na wengineo ndiyo hatimaye yaliyopelekea kwenye hivi vita dhidi ya tamalaki ya Mjerumani mwaka 1905 vilivyoongozwa na Kinjeketile Ngware. Na katika mwaka huohuo mapambano dhidi ya utawala wa Kijerumani yalitokea huko Namibia na Kameruni.

Babu na bibi zetu walisimama kidete dhidi ya ukandamizaji, unyonyaji, uporwaji wa ardhi, ushurutishwaji kuajiriwa na masetla na makampuni ya mashamba makubwa (*plantations*) ya Wazungu kwa ujira duni, ulazimishwaji kuzalisha bidhaa za kuwanufaisha wakoloni, kulipishwa kodi ya kuuhimili utawala wa kikoloni na wanyonyaji wengine, na mengineyo mengi ya kidhalimu. Baada ya *Tanganyika African National Union* (TANU) kuanzishwa mwezi Julai

---

1   Mada kwa ajili ya "Kongamano juu ya Harakati za Wanyonge Dhidi ya Michakato ya Sera za Ufukarishaji", lililoandaliwa na Taasisi ya Utafiti na Utetezi wa Haki za Ardhi (HAKIARDHI), na kufanyika tarehe 12 hadi tarehe 13 Mei 2005, katika ukumbi wa Baraza la Maaskofu Katoliki (TEC), Kurasini, Dar es Salaam.

1954, watu wa kwanza kuipokea TANU kwa wingi kufikia mwaka 1955, walikuwa ni wale wale wa Umatumbi na Ungindo, ambako vita vya Maji Maji vilianzia. Wangindo walitamka wazi kwamba Nyerere alikuwa Kinjeketile mwingine; ni mzimu wa Hongo uliokuwa umerejea na wakatilia shaka msimamo wa Nyerere uliodai kuwa iliwezekana kuwaondoa wakoloni kwa njia ya amani bila silaha (Illife 1979: 520).

Wakati akitoa utetezi wake wa haja ya Tanganyika (kama ilivyojulikana wakati huo) kupata uhuru kwenye Umoja wa Mataifa huko New York mnamo mwaka 1956 (miaka 51 baada ya vita hivyo), Mwalimu Julius Kambarage Nyerere alikumbushia mapambano haya. Aliwaambia wajumbe wa mkutano huo kwamba katika vita hivyo, watu wa Tanganyika tangu waingiliwe walikuwa wamepigana kwa mikuki, mishale, virungu, visu na mapanga yenye kutu dhidi ya utawala wa Wajerumani Alikumbusha kwamba katika majaribio yote hayo Waafrika walishindwa kuwaondoa wakoloni na jaribio la mwisho likawa ni hivyo vita vya Maji Maji, ambavyo kutokana na ukatili na uuaji wa Wajerumani vilisababisha vifo vya zaidi ya watu 120,000. Akatamka wazi kwamba, katika mapambano ya miaka yote hiyo, hakukuwa na wachochezi wa kizalendo au watu waliobobea katika masuala ya umagharibi au Makomunisti waliosababisha wananchi kuwapinga Wajerumani. Bali, "Wananchi walipambana kwa sababu walikuwa hawaamini kwamba watu weupe walikuwa na haki ya kuwatawala na kuwastaarabisha watu weusi. Walianzisha vita hivyo vya kishujaa siyo kwa sababu ya uoga wa vuguvugu la kigaidi au kiapo cha kishirikina, bali kwa kuitikia mwito wa kimaumbile, mwito wa imani ambao umejikita katika mioyo ya binadamu wote na kwa nyakati zote, miongoni mwa waliosoma na wale ambao hawakusoma, wa kuasi dhidi ya utawala wa wageni. Ni muhimu kulizingatia akilini hili,..."[2]

---

2 Tafsiri ya kwangu. Maneno yake mwenyewe: "The people fought because they did not believe in the white man's right to govern and civilize the black. They rose in a great rebellion not through fear of a terrorist movement or a superstitious oath, but in response to a natural call, a call of the spirit, ringing in the hearts of all men, and all times, educated or uneducated, to rebel against foreign domination. It is important to bear this in mind,..." (Nyerere 1966: 41)

Nimeanzia na maelezo hayo kama utangulizi wa makala yangu kwa sababu, huu mwaka wa kutathmini mwelekeo wa mapambano ya utetezi wa haki za wazalishaji wadogowadogo za HAKIARDHI, pia ni mwaka wa 100 wa maadhimisho ya mwanzo wa vita vya Maji Maji ambavyo vilidumu hadi mwaka 1907. Kadhalika, inakaribia miaka 20 tangu watawala wa Tanzania waingie katika mikataba ya kutekeleza masharti ya nchi za Magharibi ambayo ni ya kidhalimu na yamelenga kuimarisha uhusiano ambao wahenga wetu waliukana kwa nguvu zote. Masharti hayo yanasimamiwa na Benki ya Dunia, Shirika la Kimataifa la Fedha, Shirika la Biashara la Dunia na taasisi zingine za kifedha za nchi za Magharibi. Ni kwa sababu hii watawala wetu wamesahau kabisa umuhimu wa maadhimisho haya ya vita vitukufu vya Maji Maji. Wamesahau kwamba huu ulikuwa uwe mwaka wa tafakuri na tathmini ya mapambano ya Waafrika dhidi ya udhalimu wa kila aina na kujifunza yanayoweza kutusaidia kutokana na historia hiyo.

Ilibidi mwaka huu Watanzania tusimame kidete na kuwadai kwa nguvu zote Wajerumani na wakoloni wengine walipe fidia kwa maovu na udhalimu wao, kama ambavyo Japan na nchi zingine za kidhalimu zililazimika kulipa fidia kutokana na maovu ziliyoyatenda. Laiti kama hao wahenga wangalifufuka leo na kuwasikia wajukuu wakiusifia ubeberu na ukoloni mamboleo kwa kuuremba kwamba ni utandawazi; wakawapamba wanyonyaji kwamba ni wawekezaji au wabia katika maendeleo; wakaugeuza ushurutishwaji kuwa ni ushirikishwaji; na kisha wakiwaita wanaosimamia hayo mahusiano wafadhili au marafiki zetu; bila shaka wangekana na kulaani kwamba huu sio uzao wao!

Ukweli ni kwamba ukoloni na ukoloni mamboleo daima umelenga kujenga uhusiano wa kinyonyaji uliojikita katika uporaji wa ardhi na raslimali, ulazimishaji wa wazalishaji kuzalisha mali na bidhaa za kukidhi mahitaji ya watu wa Magharibi na uwepo wa soko la wafanyakazi wa ujira duni. Maana halisi ya ujenzi wa uhusiano kama huo ni ujenzi wa matabaka miongoni mwa mataifa na ndani ya mataifa (matabaka ya wanyonyaji na wanyonywaji, madhalimu na wadhulumiwao, wagandamizaji na wagandamizwaji, wasiozalisha na wazalishaji, wawekezaji na wawekezwao, wenye nguvu na mabavu na wanyonge, wafadhili na wafadhiki, n.k.) na ubaguzi na utengwaji kirangi, kikabila, kijinsia na hata kirika na kinasaba. Mapambano ya umma kwa ujumla siku zote yamekuwa dhidi ya mfumo kama huo, kwa nia ya kujenga jumuia ya kibinadamu iliyojikita katika uhusiano wa misingi ya usawa, heshima, uhuru na haki za kijamii kwa ujumla. Hivi leo, kwa wale waliokubuhu katika fikra za kimagharibi, matamanio ya ujenzi wa jumuia kama hiyo ni ndoto za wajukuu wa Alinacha na ni za kukejeliwa na kukebehiwa!

Mapambano ya wanyonge dhidi ya ufukarishwaji ni mada pana sana, kwani miongoni mwa wanyonge hao kuna wafanyakazi, wakulima, wafugaji, wavuvi, wachimbaji madini wadogowadogo, wafanya biashara wadogo na wazalishaji wa bidhaa wadogo, na makundi mengine. Haya ni mambo mengi kuyaelezea na kuyamaliza yote katika makala fupi kama hii. Kitakachofanyika katika makala hii ni kuyavinjari kwa ujumla kwa kukumbushia historia ya mapambano ya watu wa makondeni (wakulima) tu, katika kupigania kulinda ardhi na raslimali zao, kwa kusudi la kuutafakari muktadha wa mapambano ya leo na mwelekeo wake. Husemekana kwamba historia hujirudia kwa wale wasiotaka kuzingatia mafunzo yake; na pindi ikifanya hivyo hatima yake huwa tanzia. Katika hali kama hiyo kwa wale ambao wameidharau, yenyewe hubaki ikijifaragua na kuwakodolea macho huku ikiwacheka kwa ujinga na uzembe wao.

Harakati za Wakulima na Mwamko wa Kitaifa

Chini ya ukoloni wa Kijerumani (1885-1916) ni masetla na makampuni ya mashamba makubwa tu ndiyo yalikuwa na haki ya kumiliki ardhi kisheria kwa kutunzwa hati. Waafrika walikuwa na haki ya kuitumia ardhi, na sio kumiliki, kwani ardhi yote ya nchi ilimilikiwa na dola ya kikoloni. Misingi ya sera za Wajerumani ilikuwa ni ujenzi wa uchumi wa kisetla na makampuni ya mashamba makubwa. Hivyo basi, hadi kufikia mwaka 1914, Wajerumani walikuwa wamepora ekari 1,300,000 za ardhi yenye neema kiuzalishaji Kaskazini mwa nchi na upande wa pwani kwa ajili ya kuwamilikisha wageni. Idadi ya

Wazungu iliongezeka nchini kutoka 1,390 hadi 4,998 kati ya mwaka 1904 na 1913, na kati ya hao, 882 walikuwa wakijishughulisha na kilimo. Idadi hii ilikaribia kuwa sawa na ile ya masetla waliokuwepo Kenya wakati huo (Illife 1979: 141). Wakoloni walipora pia maeneo mengine makubwa kwa ajili ya hifadhi za misitu na wanyama kwa kisingizio cha kuhifadhi mazingira. Kulikuwa na maeneo manane yaliyotengwa kwa ajili ya wanyama pori hadi kufikia mwaka 1908. Kabla tu ya Vita vya Kibeberu vya Kwanza vya Dunia vilivyoanza mwaka 1914, idadi ya maeneo haya ilifikia 11. Mnamo miaka ya 1920, Waingereza waliyapanua zaidi maeneo haya na idadi yake ikafikia 13 (maili za mraba 16,300). Katika kuanzisha na kuyapanua maeneo haya, watu waliondolewa na kuhamishwa kwa nguvu. Hivi ndivyo watu wa maeneo ya Lindi, Wamasai, watu wa Rukwa, wale wa Gombe, na kwingineko walivyopoteza ardhi zao. Uporaji wa ardhi kwa ujumla ulikuwa ni njia ya wakoloni ya kuwalazimisha wenyeji waingie katika kazi ya ujira kama njia pekee ya kujikimu na kulipa kodi kutokana na kunyang'anywa nyenzo za aina zote za uzalishaji. Ulipishaji kodi ulianzishwa mahususi kama njia ya kuwalazimisha wenyeji ambao hawakuporwa ardhi kuzalisha bidhaa za kuuza nje ili wapate fedha za kulipia kodi na pia kuingia katika uhusiano wa uzalishaji wa bidhaa badala ya ule wa kujikimu.

Uporaji wa kasi wa ardhi ulikuwa umefanyika kabla ya vita vya Maji Maji. Baada ya vita hivyo, kasi hiyo ilipungua kidogo, na kadhalika ulazimishaji watu kuwa manamba ulifanyika kwa uangalifu zaidi. Wakoloni wakabuni mbinu waliyoiita "ukoloni wa kisayansi" (scientific colonialism), ambao ulizingatia malengo ya ukoloni ya kujinufaisha bila ulazima wa kuwanyang'anya ardhi wenyeji. Hadi hapo walikuwa wamefikia uamuzi kwamba iliwezekana kabisa kuwafanya wazalishaji wadogo-wakulima kuzalisha vilivyohitajika na nchi za Magharibi, kwani mfumo wa ulipaji wa kodi ungewalazimisha kuzalisha mazao ya biashara (Gann & Duignan 1977: 75). Waingereza waliifahamu fika hii historia ya wenyeji kupigana dhidi ya wakoloni; hivyo mwanzoni walikuwa waangalifu sana katika mipango yao ya kupora ardhi.

Kuondoka kwa masetla na makabaila wa mashamba makubwa wa Kijerumani pia kuliwezesha Waingereza kutovamia ardhi zaidi kwa muda mfupi, kwani masetla wa Kiingereza na wengine walioingia wakati huo walirithishwa na kumilikishwa mashamba hayo. Waingereza walikuwa na hofu wakati huo kutokana na hali waliyoikuta katika nchi hii wakati huo: waliwakuta wenyeji ambao walikuwa hawawaamini Wazungu na sera zao za aina yoyote ile, na hasa zile zilizohusu masuala ya ardhi. Hivyo Waingereza walilazimika kuendelea na sera za Wajerumani za kabla ya Vita vya Kibeberu vya Pili vya Dunia, wakaanzisha hata utawala wa kikabila[3] wa machifu, hata kule ambako hawakuwahi kuwapo kihistoria wa kusimamia maslahi ya kikoloni utawala wa wenyeji-(*indirect rule*), kama njia ya kuepusha shari, kwa kisingizio kwamba wao walikuwa wamekuja nchini kuwaendeleza wenyeji.

Katika kuanzisha utawala wa wenyeji, Wazungu walidai kwamba walikuwa wanarudishia taasisi za utawala za kiasili, ambazo kwa hoja yao, zilikuwa zimevurugwa na Wajerumani. Walidai kwamba asili ya Waafrika ni kutawaliwa na machifu na kuishi katika vijiji chini ya mfumo wa ujima. Kwa hiyo basi, umiliki wa ardhi wa Waafrika ulikuwa kimsingi, wa ujima. Kwa sababu hiyo, wakaanza kuwakusanya wenyeji kwa nguvu na kuwalazimisha kuishi katika vijiji kuanzia miaka ya 1920 kwa visingizio hivyo. Hivyo ndivyo walivyowafanyia

---

3 Historia inatudhihirishia kwamba, makabila, kama yafahamikavyo leo yalianzishwa na wakoloni. Jumuia nyingi hapa nchini hazikuwa na machifu-Wazaramo, Wangindo, Wasukuma, Wazanaki, Wabena, Wamaasai, n.k. Himaya chache zenye machifu zilikuwa zimeanza kuibuka katika miaka ya 1860, na si kabla ya hapo. Nazo hizo ni kama zile za akina Mkwawa, Merere, Mbega, Siki, Machemba, n.k. Enzi hizo Wanyamwezi maana yake ilikuwa ni watu watokao Magharibi, Wasukuma ni watu watokao kaskazini, Wasambaa ni watu watokao milimani, Wabondei ni watu watokao mabondeni, n.k. Kilichowatambulisha ni eneo la kijiografia walikotokea au shughuli walizozifanya, na siyo uanajamii wao kisiasa kama ilivyo leo. Kwa ujumla watu walikuwa ni wamoja, na kilichofanyika na wakoloni ni kuwagawa ili kuwepo uwezekano wa kuwatawala (divide and rule). Historia ya mahusiano ya utani hapa nchini-kati ya Wazaramo au Wakwere na Wasukuma au Wanyamwezi, na watu wa sehemu zingine unatokana na haya mahusiano ya umoja yaliyokuwapo, ambayo msingi wake ulikuwa ni kutegemeana, kwani ilibidi Wakerewe wasafiri hadi Ufipa au Ukinga kupata majembe na wengine ilibidi waende hadi Pwani kutafuta chumvi. Utani uliotokana na vita ni ule wa Wangoni ambao walikuwa wamewakimbia makaburu Afrika ya Kusini, wakaja huku kutafuta maeneo ya kuishi miaka ya 1860 na ule wa Wamaasai na majirani zao ambao ulikuwa ni wa kuibiana ng'ombe!

wenyeji wa sehemu zote za Magharibi mwa Tanganyika, huko Lindi na sehemu nyingine nyingi za nchi hii, wakati mwingine wakisingizia kwamba nia yao ilikuwa ni kuondoa matatizo ya ueneaji wa ugonjwa wa malale kwa kutokomeza mbung'o na kuwaletea watu maendeleo (kwa kuwapatia huduma za afya, ushauri, elimu, masoko, n.k.). Sababu za msingi za vitendo hivyo zilikuwa ni uwezekano wa kuwatawala na kuwagandamiza wenyeji kirahisi, kwani watu wakiwa pamoja ilikuwa rahisi kusimika mtawala, kukusanya kodi, kuwakamata wakawe manamba, kuwashurutisha kulima mazao yaliyohitajika na wakoloni na kuyakusanya kirahisi. (Kjeshus 1977).

Kipindi cha miaka ya 1920 hadi 1940 kilikuwa ni kipindi cha wasiwasi mkubwa miongoni mwa wenyeji kutokana na matendo hayo ya Wakoloni kuwaondoa katika maeneo ya makazi na shughuli zao na kuwakusanya katika vijiji. Kwa sababu hiyo, wenyeji waliasi mara kwa mara dhidi ya mipango ya aina yoyote ile iliyobuniwa na wakoloni kwa kisingizio chochote kile-iwe utunzaji wa mazingira, kulima pamba,[4] kuzuia mmomonyoko wa udongo au hata huo utawala wa kienyeji na hao machifu. Waliwapinga pia wafanya biashara wa Kihindi ambao walinunua mazao yao kwa bei ndogo. Uasi huo mara nyingine ulifikia hatua ya kutumia nguvu ikiwa ni pamoja na silaha. Kwa mfano, kulitokea vurugu kubwa sana dhidi ya utawala wa wenyeji (*native authorities*) na vyama vya ushirika mnamo mwaka 1937 huko Bukoba na Kilimanjaro baada ya serikali kutoa rasimu ya masharti ya upandaji kahawa. Wakulima walihisi kwamba masharti hayo yalikusudia kuwafukarisha wale ambao walikuwa pembezoni hadi wakashindwa kuzalisha, kwani yaliwataka wasipande migomba na mazao mengine ya chakula katika mashamba ya mibuni. Kutokana na vurugu hizi, wenyeji kadhaa walifungwa (Coulson 1982: 64).

Wasukuma, ambao ardhi yao haikupata kunyang'anywa walipinga kwa mabavu mpango wa wakoloni wa kuwataka wabadilishe mfumo

---

4   Sote tunayafahamu masimulizi yanayohusu ukaangaji wa mbegu za pamba kabla ya kuzipanda au kupanda mhogo shina likiwa juu. Hizo zilikuwa ni baadhi ya mbinu za mapambano ambayo yalichukua sura za aina nyingi.

wa kilimo na ufugaji kuanzia mwaka 1946 (Maguire 1969). Wapare waligomea kodi na mipango ya kuwataka wabadilishe mfumo wa kilimo (Kimambo 1971); kadhalika, kulikuwa na maasi huko Usambara, Singida, Mbulu, Iringa, Uluguru na kwingineko, dhidi ya hiyo mipango ya kubadilisha mfumo wa kilimo na ufugaji. Hatima ya maasi haya ilikuwa ni kuudhofisha utawala wa machifu ambao ulikuwa umesimikwa na wakoloni na ulisimamia maslahi ya wakoloni haohao. Hawa watu wa makondeni walikuwa sahihi kabisa kuasi na kufanya vurugu, kwani baada ya Vita vya Pili vya Kibeberu vya Dunia Waingereza walitupilia mbali visingizio vyote vya awali vya kutowaingilia wenyeji katika masuala ya ardhi na kuanza kupora maeneo makubwa ya ardhi kwa ajili ya kuwaleta masetla ambao wangeongeza uzalishaji haraka ili kulipia madeni yaliyotokana na Vita vya Kibeberu vya Pili vya Dunia kwa Wamarekani na kuujenga upya uchumi wa Uingereza ambao ulikuwa umeharibika vibaya sana kutokana na vita hivyo.

Wazalishaji wadogo hawakuweza kukidhi mahitaji ya kibeberu ya wakati huo, hivyo ilibidi wanyang'anywe ardhi ili Wazungu waingie.

Kati ya mwaka 1945 na 1955, masetla wa Kiingereza waliongezea maeneo waliyomiliki kutoka ekari 287,635 hadi ekari 1,301,654; wa Kigiriki walipanua maeneo yao kutoka ekari 90,803 hadi ekari 294,649; na, Wahindi walipanua maeneo yao kutoka ekari 68,110 hadi ekari 235,715. Kampuni ya Chakula ya Uingereza (*Overseas Food Corporation*) ambayo ilianzisha Mradi wa Ulimaji Karanga ilikuwa na malengo ya kufungua mashamba yenye ekari million 3 huko Kongwa na Lindi. Ilianza kwa kutwaa eneo la ekari 480,000 (ingawa iliweza kusafisha eneo la ekari 50,000). Hadi kufikia miaka ya 1950, asilimia 40 ya eneo la nchi lililoweza kulimika (ambalo lilikuwa asilimia 5) lilikuwa mikononi mwa masetla na makampuni ya kizungu. Kulikuwa na mabepari wa mashambani wa Kihindi na wa Kiarabu pia kwa kiasi fulani, na baadaye hata wale wa Kiafrika kama ilivyokuwa huko Mbulu, Ismani na kwingineko (Bates 1957).

Kufikia miaka ya 1950, upinzani dhidi ya utawala wa kienyeji uligeuka kuwa upinzani wa utawala wa aina yoyote wa mseto, kwani wenyeji walihisi kwamba utawala kama huo ulilenga kuimarisha mbinu za uporaji wa ardhi. Haya mapambano dhidi ya utawala wa machifu, wafanyabiashara wa Kihindi na unyang'anywaji wa ardhi, hatimaye yaliiwezesha shughuli za Tanganyika African Association (TAA) ambayo ilikuwa imeundwa na wasomi wa Kiafrika tangu mwaka 1929 na kuwa TANU mwaka 1954 kuenea nchi nzima na kubadilika kimalengo na kuwa na msimamo mkali. Mgogoro wa ardhi wa Meru (1951-53) na kuongezeka kwa wasiwasi wa kuporwa ardhi miongoni mwa Waafrika ndivyo vilivyoanzisha uhamasishaji wa Watanganyika kupata ari ya kupigania uhuru wa nchi. Na ni mgogoro huu ambao ulipelekea kuanzishwa kwa TANU. Chanzo cha mgogoro huu ulikuwa ni mpango wa Kikoloni wa kutaka kunyang'anya ardhi sehemu za Engare Nanuki na Liguruki kwa ajili ya kuwapatia Wazungu wafungue maranchi ya ufugaji kuanzia mwaka 1948.

Mgogoro wa Meru uligeuka kuwa suala la kimataifa, ukiongozwa na Umoja wa Wananchi wa Meru-*The Meru (Freemen) Citizens' Union*. Mwaka 1951, wakoloni waliingia huko Meru na kuswaga mifugo ya Wameru, wakavunja na kuchoma nyumba, maghala na mazizi ya wenyeji na kuwafukuza Wameru kama nyangarika. Wameru walikataa kuhama na wakagoma kupokea fidia. Katika mapambano hayo, watu wawili waliuawa na wengine 25 kufungwa (idadi ya waliojeruhiwa haijulikani).

Wameru waliwasilisha malalamiko yao kwenye ofisi ya makoloni, London, kisha walikusanya michango kutoka sehemu mbalimbali za nchi na kumpeleka Kirilo Japhet, ambaye alikuwa kiongozi wa umoja wa Wameru na katibu wa TAA, na Earle Seaton ambaye alikuwa mwanasheria kutoka visiwa vya West Indies, Umoja wa Mataifa. Kirilo Japhet alikuwa Mwafrika wa kwanza kuuhutubia Umoja wa Mataifa, naye alifanya hivyo mwaka 1952 (Japhet & Seaton 1967).

Mnamo mwaka 1953, baada ya Nyerere kutwaa uongozi wa TAA pamoja na Saadani Kandoro, walimwomba Kirilo Japhet azungukie nchi nzima chini ya mwavuli wa TAA kuwaeleza wananchi kuhusu mgogoro wa Meru. Hili lilisababisha mwamko mpya nchi nzima, kiasi kwamba liliwafanya Nyerere, Kirilo, Kandoro, John Rupia, watoto watatu wa Kleist Sykes, Dossa Aziz, na wengine kuanza kuibadilisha katiba ya TAA. Mapambano ya wakulima yalikuwa yamegeuka kuwa mapambano ya kitaifa dhidi ya ukoloni. Hata tume ya Umoja wa Mataifa iliyotembelea Tanganyika mwaka 1954 ilikiri wazi kwamba suala la ardhi ni kitovu cha maasi yote yaliyokuwa yakitokea nchini, na kwamba mgogoro wa Meru ulikuwa umesababisha wenyeji wa nchi nzima kuungana ili kuwapinga wale wote wasio wenyeji.

Kisiasa, hii migogoro ya ardhi miongoni mwa wana TANU ilibainishwa na ukosoaji wa sera za kikoloni za mfumo wa mseto kufikia mwaka 1956. Nyerere alidai wazi kwamba wale waliosimamia siasa hizo walikusudia kuzigeuza siasa za ubaguzi wa rangi ili ziwe za ubaguzi wa kifedha-ambazo zingekuwa mwendelezo wa siasa za kulinda watu wachache. Sera za mseto zilikusudia kutambua umilikaji binafsi wa ardhi na uwezekano wa kununua na kuuza ardhi bila kujali rangi, kwa kisingizio cha usawa. Nyerere alitamka wazi kwamba sera hizo zingepelekea ardhi yote kumilikiwa na wahamiaji ambao ndio walikuwa na fedha na ufadhili kutoka katika nchi walizotokea (Nyerere, K.M.J). Mwaka 1958, TANU ilizikataa sera za soko huria katika masuala ya umilikaji wa ardhi. Ilitamka wazi kwamba kile kilichokuwa kikifanywa na serikali ya kikoloni ni kubadilisha mfumo wa unyang'anyi wa ardhi ili kuwezesha kuwepo mfumo wa kuwakosesha wenyeji ardhi kwa njia ya umiliki ambao umejikita katika umiliki binafsi wa ardhi kutegemeana na uwezo wa mtu kimtaji, na hivyo kuwafanya wale walio katika hali ya chini washindwe kumiliki ardhi.

Kwa kifupi, msingi wa mapambano ya uhuru na mwamko wa kitaifa katika nchi yetu ulikuwa ni upiganiaji wa ardhi na rasilimali zake. Wale wapendao kuipindisha historia kwa maslahi ya makundi yao na ya wakoloni hudai kwamba TANU ndiyo iliyoleta uhuru. Lakini ukweli ni kwamba ni mapambano ya wakulima na wafanyakazi na makundi mengine ya wanyonge yaliyowalazimisha wakoloni kuipa Tanganyika uhuru. Wasomi walioanzisha TANU walilazimishwa kuchukua huo msimamo wa kitaifa/kizalendo wa mapambano hayo. Na wasomi waliokubali kuongoza mapambano hayo ni wale tu waliokuwa na mioyo jasiri. Wale waliokuwa na mioyo fufutende walibakia hawana msimamo au waliendelea kujipendekeza na kujikomba kwa Wakoloni.

Uhuru, Maendeleo na Kuporomoka kwa Uzalendo

Upinzani huo wa kuporwa ardhi na rasilimali wa wakati wa ukoloni ulikuja kuwa msingi wa sera za serikali huru. Kwa watawala wapya, kwao huu haukuwa upinzani dhidi ya umilikaji binafsi wa ardhi; bali dhidi ya umilikishaji wahamiaji ardhi. Kwa sababu hiyo, baada ya uhuru ilitamkwa rasmi kwamba ardhi ni mali ya taifa, na ni serikali tu iliyokuwa na uwezo wa kutwaa au kugawa ardhi kwa manufaa ya umma. Tamko hilo lilitolewa bila ya kuibadilisha sheria ya kikoloni ya umilikaji wa ardhi ya mwaka 1923. Hii sera iliendana zaidi na sera za watawala wapya kuliko kuainisha hali halisi kama ilivyokuwa. Msimamo wa viongozi wa mapambano ya uhuru ulikuwa umeanza kubadilika ghafla mwaka 1958 baada ya TANU kushinda katika uchaguzi wa mseto na kuwawezesha Waafrika kuingia katika Baraza la Kutunga Sheria (*Legislative Council*).

Kwa mfano, ingawa TANU ilikuwa imejijenga katika maeneo ya Ziwa Viktoria kwa misingi ya kuwaunga mkono wakulima katika mapambano yao dhidi ya sera za kilimo zilizotishia mfumo wa maisha ya watu, wakulima wa huko waliamua kuzidisha mapambano yao dhidi ya kanuni zote zilizotolewa na serikali za machifu. TANU iliwaambia Wasukuma huko Mwanza kwamba ilibidi watii sheria na kudumisha utulivu, kwani kila serikali ina sheria zake. Wakaambiwa kwamba "TANU ya leo" iko tofauti kabisa na "TANU ya Jana" (Taylor 1963: 141). Hivyo ndivyo walivyoambiwa Waluguru, Wasambaa, Wahehe, na wengineo ambao walikuwa wameamua kuzidisha ari ya mapambano dhidi ya sheria za kikoloni zilizohusu ardhi na matumizi yake. Hata wafanyakazi wa mkonge wa Tanga, wa migodini Mwadui na wa reli na posta ambao walizidisha mapambano yao nao waliambiwa hivyohivyo na TANU (Friedland 1969). Lakini haya mapambano ya wafanyakazi ni historia nyingine ambayo inahitaji majadiliano yake ya kina na si katika mada hii.

Ukweli ni kwamba, kipindi kabla na baada ya uhuru kilikuwa ni kipindi cha mapambano na migongano mikubwa ambayo ilitokana na uelewa tofauti wa maana halisi ya kujitawala-kisiasa, kiuchumi na kijamii-miongoni mwa makundi na matabaka mbalimbali nchini. Kilikuwa kipindi ambacho watu walipigania kuzimudu wao wenyewe nyendo za nyanja mbalimbali za kimaisha, kisiasa na kiuchumi kwa nia ya kuyabadilisha maisha yao. Mwandishi mashuhuri wa kizalendo, Sheikh Shabaan Robert aliyaainisha haya katika kitabu chake cha mwaka 1960 kwa kubainisha kwamba kulikuwa na misimamo miwili kuhusu uelewa wa mabadiliko yaliyokuwa yanatokea Tanganyika kutokana na kupewa nafasi ya kujitawala wenyewe: kuna baadhi ya watu ambao waliyatazama mabadiliko hayo kama matokeo ya mapambano dhidi ya ugawanywaji wa mali, faida na madaraka usio na usawa miongoni mwa watu nchini; na wengine walioona kuwa haya yalikuwa matokeo ya mabadiliko yasiyoepukika kutokana na ukweli kwamba yalikuwa yakitokea duniani kote (Robert 1966).

Mwaka 1957-58, Shabaan Robert alikuwa ameandika shairi refu- Mapenzi Bora, ambalo lilitetea mapenzi miongoni mwa binadamu (Robert 1969) na mwaka 1960-61 aliandika riwaya-Siku ya Watenzi Wote, ambayo ilijaa umaizi na utambuzi wa masuala ya: maendeleo na ustawi wa watu; matamanio ya watu na mahitaji ambayo yangewawezesha kuyabadili maisha yao yaliyokuwa yamepogoshwa na utawala wa kikoloni; kuhusu ukosefu wa imani katika dini na kanuni za maisha; harakati za wanawake kujitafutia usawa na fursa ya kushiriki katika maamuzi mbalimbali; uharibifu uliokuwa umetokea katika tabia za mwenendo wa maisha ya watu; na mengine mengi ya msingi. Katika riwaya hii, Shabaan Robert alionyesha jinsi watu walivyokuwa wakipigania ujenzi wa jumuia zenye uwiano kimantiki.

Wakulima walitegemea kwamba baada ya wakoloni kuondoka matumizi ya nguvu katika kuwalazimisha kulima mazao yaliyopangwa na serikali au kutekeleza sera za kilimo yangekwisha. Pia waliamini kwamba unyang'anyi wa ardhi ungekomeshwa. Kwao, uhuru halisi ulimaanisha kujitawala wenyewe na kujiamulia mambo kuhusu maisha yao. Kwa mfano, mnamo Septemba 1959, kikundi cha vijana 90 wasiokuwa na kazi, wakulima, kiliondoka mjini Morogoro kuelekea mahali kusikojulikana. Baada ya muda, ilikuja fahamika kwamba walikuwa wamekwenda Kilombero kuanzisha mashamba ya kilimo cha umoja na walikuwa wameshasafisha mashamba ya ekari 45 baada ya wiki moja. Enzi za uanzishaji wa makazi ya pamoja na uzalishaji wa kushirikiana zilikuwa zimeanza, na kati ya mwaka 1960 na 1963, kulikuwa na maelfu ya miradi kama hiyo iliyokuwa imeanzishwa na wananchi kwa ridhaa yao wenyewe (Cliffe & Cunningham 1973; Wisner na wengine 1973; Coulson, k.h.j).

Mfano wa makazi na uzalishaji wa aina hiyo uliosifika sana enzi hizo ni ule wa *Ruvuma Development Association*, chama cha kijamii, kidemokrasia na kiuchumi. Ni vijiji vilivyoanzisha shule zake na mitaala iliyozingatia mahitaji ya jumuia zake; vikaanzisha viwanda vijijini; na kujitosheleza kwa mahitaji yote. Vijiji vya RDA, na vingine ambavyo vilianzishwa na wananchi wenyewe sehemu mbalimbali vilipata mafanikio makubwa. Na wakati mwingine, TANU na serikali ilijitokeza na kuvisifia huku ikiwapa baadhi ya misaada. Lakini sera za serikali mwanzoni mwa miaka ya 1960 zilikuwa zimelenga kuanzisha tabaka la mabepari wa Kiafrika wa mashambani. Hizi sera zilianguka kitakotako na hazikufaulu hata kidogo. Na ni kwa sababu hii, serikali ilijikuta ikiwa na migogoro na vijiji vilivyoanzishwa na wananchi wenyewe, kwani havikutaka kudhibitiwa. Vijiji vya RDA vilivunjwa na serikali na mali zao zote kunyang'anywa mwaka 1969, baada ya wanavijiji hao kukataa kulima tumbaku wakisisitiza kwamba kwao mazao ya chakula yalikuwa muhimu zaidi.

Watu wa makondeni walikuwa wamekusudia kwa dhati kuukana uhusiano ulioletwa na wakoloni pamoja na mfumo wa maisha ulioyaleta. Hapa nitatoa mfano tofauti kidogo wa mapambano yaliyoelekezwa katika masuala ya mfumo wa maisha mara tu baada ya uhuru-wa Wambugwe waliokuwa wakiishi Kusini mwa Ziwa Manyara. Wambugwe waliamini kwamba uhuru ulimaanisha watu wajitawale wenyewe na wawe na uwezo wa kufanya maamuzi yanayohusu maisha yao. Kutokana na njaa na matatizo yaliyotokea mara tu baada ya uhuru, wazee walilalamika kwamba maisha yalikuwa hayajabadilika, ingawa walikuwa wamepata uhuru. Wakajiuliza iweje kwamba hawakuruhusiwa kuwa na waganga wa mvua (*msungati*) katika kila wilaya, badala ya hawa machifu ambao walikuwa wamechomekewa na wakoloni hata baada ya uhuru? Wakadadisi zaidi: iwapo wako huru, iweje basi walikuwa wanaendelea kulipa kodi? Na, kwa nini hawaruhusiwi kuwinda wanyama bila kulazimika kutafuta leseni? (Mbee 1970: 138).

Ingawa vijana wa TANU walijaribu kufafanua kwamba maana ya uhuru haikuwa hiyo, wazee walishikilia msimamo wao kwamba hawakubaliani na vitu ambavyo haviko tofauti na wakati wa utawala wa Waingereza. Mwaka 1963, wazee hao waliitisha mkutano mkubwa ambao ulijadili kuhusu suala la kurudia mfumo wao wa asili wa kulinda mashamba yao. Wakatamka wazi kwamba sababu yao kuu ya kufurahia uhuru ni kurudisha mila zao. Tamko lao la kwanza lilikuwa: waganga wa kienyeji sharti waheshimiwe, na hasa wale wa miti shamba na wale ambao wanalinda kaya za watu na jumuia dhidi ya maradhi. Walidai kwamba kwa sababu walikuwa huru walikuwa na haki ya kuhakikisha kwamba nchi yao inatakaswa ili iweze kuzalisha chakula kingi. Kwa maelezo yao, juhudi zao za kuweza kufanya hivyo zilikuwa zinakinzwa na Wakatoliki na kanuni za kikoloni zilizoendelezwa na serikali ya baada ya uhuru (Mbee: taz. juu).

Ukweli ni kwamba japokuwa nchi ilikuwa huru, uhuru huo ulikuwa ni wa bendera na nchi iliendelea kuwa tegemezi. Mpango wa Maendeleo wa Miaka Mitatu (1961-64) ulikuwa umeandaliwa na Benki ya Dunia. Mpango huu uliitaka serikali ya Tanganyika itafute kila njia ya kuwezesha kuwe na mazingira mazuri ambayo yangewavutia wawekezaji wa nje kuwekeza katika sekta za viwanda, madini, kilimo, huduma, kodi na ushuru nafuu au hata msamaha kwa wawekezaji, kuwapa mikopo, na hata ruzuku kwa ajili ya wawekezaji. Ilibidi nchi ijenge mazingira ambayo yangewezesha kuwepo kwa mfumo wa ujira ambao ni wa chini, bei za malighafi ambazo ni nafuu na fursa ya wawekezaji kuhamisha faida zao na kuzipeleka nje. Mpango huu ulipendekeza kwamba kuundwe shirika la umma la maendeleo ambalo lingesaidia kuvutia mitaji ya ziada na hata kuwezesha serikali kuingia katika ubia na wawekezaji wa nje (Chachage 1986).

Haya yote yalitegemea uwezo wa nchi kuongeza uzalishaji wa bidhaa za kuuza nchi za nje. Hivyo, kilimo kilikuwa ndiyo msingi wa maendeleo. Kutokana na mwelekeo huo, matumizi ya nguvu katika kuwalazimisha watu walime kahawa, tumbaku, chai na mazao mengine yaliongezeka. Kadhalika, migomo ya wafanyakazi iliharamishwa. Katika mikoa na wilaya mbalimbali kulitungwa sheria ndogondogo za kuwalazimisha watu wabadilishe mfumo wa ukulima na kuzalisha mazao ya kuuza nje ya nchi. Haya yalitokea, kwa mfano, Kigoma, ambako wakulima walilazimishwa kulima pamba; Ruvuma ambako wakulima walipangiwa ukubwa wa eneo la kulima tumbaku; n.k. Kuliwekwa pia adhabu za kifungo na faini kwa watu waliokiuka sheria hizo. (Coulson 1982: 266; McHenry, Jr 1973: 303-316).

Kufutwa kwa utawala wa machifu mwaka 1963 kuliwezekana kwa sababu kwa wananchi wengi, wao waliwakilisha maslahi ya wakoloni. Hivyo hakukuwa na upinzani kabisa. Lakini badala yake kulikuwepo uimarishaji wa serikali za wilaya na nguvu za maafisa wa serikali, watendaji na hata majumbe. Mwaka huo huo, serikali ilipitisha sheria ya uwekezaji ambayo ilizingatia ushauri uliokuwa umetolewa katika Mpango wa Maendeleo wa Miaka Mitatu. Kwa kifupi, mikakati ya maendeleo ya nchi iliyotekelezwa katika miaka kumi ya mwanzo ya uhuru ilisisitiza haja ya serikali kusimamia kila shughuli za maendeleo, ujenzi wa barabara, uanzishaji wa vyama vya ushirika na bodi za kununua mazao, utoaji ruzuku kwa wakulima, utoaji huduma za afya na elimu na huduma nyingine. Mikakati hii ilimaanisha uimarishaji wa serikali kuu, udhoofishaji wa jumuia zote zisizokuwa za kiserikali zilizojishughulisha na utoaji wa huduma wakati wa ukoloni, kutokana na serikali kutokutoa huduma kama hizo na ufishaji kwa ujumla upinzani kutoka kwa wafanyakazi, wakulima na makundi mengine ikiwa ni pamoja na ule wa kisiasa.

Lengo, kama walivyobainisha watawala wa baada ya uhuru, lilikuwa ni kuleta maendeleo na ustawi wa wananchi kwa ujumla. Hivyo dola ya utawala wa kikoloni, ilianza kuchukua sura mpya: ile ya kusimamia na kupanga mipango ya maendeleo. Na ili kuyafikia maendeleo hayo, ilibidi uhuru wa vyombo vya kulinda na kutetea maslahi ya wananchi, kama vile vyama vya wafanyakazi, wakulima, vijana, n.k. vipunguziwe nguvu zake au viwekwe chini ya udhibiti wa serikali. Wakulima hawakutakiwa wadai bei nzuri ya mazao yao au hali bora ya uzalishaji, kwani hili lingepunguza uwezekano wa serikali kukusanya mitaji ya kuwezesha kuleta maendeleo na wafanyakazi hawakutakiwa kudai ujira mnono kwa kuwa hilo lingewatishia wawekezaji. Ukweli ni kwamba mkakati huu uliwezesha ukuaji wa uchumi katika miaka ya 1960, ingawa masetla walikuwa wametoroka nchi pamoja na mitaji yao na hakukuwa na wawekezaji wengi kutoka nje kama ilivyotarajiwa.

Katika sekta ya kilimo, inakadiriwa kuwa kulikuwa na ekari milioni 29 ambazo zilikuwa zikilimwa mwaka 1964. Eneo hili liliongezeka na kufikia ekari milioni 39 mwaka 1970. Katika kipindi hiki, uzalishaji wa pamba ulipanda kutoka tani 30,000 hadi tani 79,000; kahawa kutoka tani 20,000 hadi tani 55,000; pareto kutoka tani 1,300 hadi tani 3,800; sukari kutoka tani 29,000 hadi tani 90,000; korosho kutoka tani 28,000 hadi tani 118,000; na, alizeti kutoka tani 6,000 hadi tani 13,000. Ni haya maendeleo katika sekta ya kilimo ambayo yaliwezesha ukuaji wa uchumi wa wananchi kwa ujumla. Hadi kufikia mwishoni mwa miaka ya wa 1960 viwanda vingi vilikuwa vimejengwa, kiasi kwamba mahitaji yote ya kawaida ya nchini yalikidhiwa na viwanda hivyo. Kutokana na hili, serikali ilikuwa imeanzisha mpango wa miaka 20 wa ujenzi wa viwanda vikubwa (heavy industries) mwaka 1971. Kulikuwa na mashirika 64 ya umma mwaka 1967 na idadi yake ilipanda hadi 139 mwaka 1974, na kufikia 320 mwaka 1982. Haya mashirika yalikuwa na viwanda au makampuni tanzu kadhaa chini yake. Kwa mfano, Shirika la Viwanda Vidogo (SIDO) lilikuwa na zaidi ya viwanda 3,200 vilivyokuwa vimetapakaa katika miji yote nchini.

Katika masuala ya miundombinu, kutoka kuwapo kwa kilomita 200 tu za barabara za lami, na barabara nyingi zilizokuwa zikipitika kwa msimu, kufikia miaka ya 1970 kulikuwa na barabara za lami kutoka Dar es Salaam hadi Namanga, Dar es Salaam hadi Zambia, Dar es salaam hadi Rufiji na Morogoro hadi Dodoma. Hata zile barabara ambazo hazikuwa na lami zilikuwa zimeboreshwa. Kadhalika, Tanzania (pamoja na Zambia) ilikuwa ni nchi pekee iliyokuwa imejenga reli-Tanzania Zambia Railway (TAZARA)-katika bara zima la Afrika baada ya uhuru. Kulitokea maendeleo makubwa pia katika sekta ya afya kutokana na kujenga vyuo mbalimbali na vya ngazi tofauti za mafunzo ya wauguzi na madaktari. Kati ya madaktari waliosajiliwa 403 mwaka 1961, Waafrika walikuwa 12 tu na wale wenye leseni walikuwa 22 tu. Idadi ya madaktari wa Kiafrika ilifikia 123 mwaka 1970, na idadi ya hospitali ilikuwa imefikia 122 mwaka 1971 ikilinganishwa na mwaka 1961 wakati kulipokuwepo hospitali 98; idadi ya vituo vya afya vijijini ilipanda katika kipindi hichohicho kutoka 22 hadi 90; na idadi ya zahanati za vijijini ilipanda kutoka 975 hadi 1,400. Wakati kulikuwa na miradi 20 tu ya maji mwaka 1961 na watu 300,000 walikuwa na huduma za maji safi vijijini, kufikia mwaka 1971 kulikuwa na miradi ya maji zaidi ya 100 na watu 1,400,000 walikuwa na huduma za maji safi (Nyerere 1973).

Katika nyanja ya elimu kulikuwa na hatua kubwa iliyopigwa pia, kwani wakati kulikuwa na watoto 486,000 waliokuwa katika shule za msingi 3,100 mwaka 1961, hadi kufikia mwaka 1971; kulikuwepo watoto 848,000 (asilimia 54 ya watoto wote waliostahili kuwa shuleni) katika shule za msingi 4,705. Lengo la watoto wote wenye umri wa kwenda shule kusomeshwa lilifikiwa mwaka 1975. Kadhalika, wakati kulikuwa na wanafunzi 11,832 katika shule za sekondari (176 wakiwa kidato cha tano na sita) mwaka 1961, idadi yao ilifikia 31,662 mwaka 1971 na kati yao, 1,488 walikuwa katika kidato cha tano na sita. Chuo Kikuu cha Dar es Salaam kilijengwa baada ya uhuru na kilishakuwa na wanafunzi 3,000 mwaka 1971. Ikumbukwe pia kwamba Watanzania kwa ujumla walikuwa hawajui kusoma na kuandika wakati nchi ikipata uhuru, lakini kutokana na kampeni za elimu ya watu wazima, mwaka 1971, watu wazima 560,000 walikuwa wakihudhuria masomo ya watu wazima na idadi ya wale waliokuwa wamejiandikisha katika masomo hayo ilipanda hadi milioni 5 mwaka 1977. Asilimia 95 ya Watanzania walikuwa wanajua kusoma na kuandika ilipofika mwaka 1982.

Japokuwa sera za baada ya uhuru zikiwa ni pamoja na zile za ardhi zililenga kuinua maisha ya watu wa kawaida na kuwalinda wazalishaji wenyeji, kihalisia zilikuwa na madhara yake pia, kwani hizi ndizo zilizowezesha serikali baada ya uhuru kupora maeneo mengi ya wafugaji na wawindaji kwa kisingizio cha maendeleo. Kadhalika, ni sera hizo zilizoiwezesha serikali kuwahamisha watu wa mashambani kwa nguvu mwaka 1973/74 (Operesheni Vijiji) kutoka katika maeneo yao na kuwakusanya vijijini. Kwani misingi ya sera hizi ilikuwa imejikita katika uhusiano ulioanzishwa na ukoloni. Idadi ya mbuga za wanyama ilifikia 12 hadi mwaka 1995. Wakati huohuo, kulikuwa na maeneo 17 ya hifadhi za wanyama na maeneo 40 yaliyokuwa chini ya udhibiti wa serikali. Kwa kifupi, kilomita za mraba 239,065 au asilimia 26 ya eneo la nchi (kilomita za mraba 945,166) zilikuwa chini ya himaya ya serikali. Kadhalika ni sera na sheria hizo zilizowezesha serikali kutwaa maeneo makubwa ya ardhi kwa ajili ya mashamba ya taifa, ikiwa ni pamoja na kuwapokonya wenyeji wa Mbulu, kwa mfano, maeneo yao kwa ajili ya kuanzisha kilimo cha ngano.

Mafanikio haya katika masuala ya maendeleo yaliambatana na migogoro yake. Kufikia mwaka 1965, kwa mfano, ilibainika kwamba vyama vya ushirika ambavyo vilikuwa vimeanzishwa na serikali vilikuwa vikiwanyonya na kuwaibia wakulima. Kadhalika vilikuwa vimejaa ufisadi na viliwafaidia watu wachache waliokuwa madarakani. Wakulima walionyesha wazi kukerwa na mambo kama hayo pamoja na ulipishwaji mkubwa wa kodi. Kilichowakera zaidi ni jinsi ambavyo wale waliokuwa katika madaraka ambao walikuwa wamekabidhiwa dhamana ya kuwatumikia wananchi walivyokuwa wakijineemesha, hadi ikafikia wakati wakaitwa kwamba wao ni kabila la Wabenzi. Waliitwa hivyo baada ya Waziri wa Tawala za Mikoa kupuuzia amri ya Rais na kuagiza Mercedes Benz 17 kwa ajili ya wakuu wa mikoa. Wabenzi wakawa wanaitwa wanyonyaji na makupe wa makabwela (Coulson 1982: 182; Karioki 1979: 86). Enzi hizo Wasukuma waliimba wimbo uliosema (Maguire: 1967: 369):

Sisi Watanzania tunajitawala wenyewe
Lakini kuna wachache wanaofaidi matunda ya watu
waliopata uhuru.
Hawa wana madaraka makubwa serikalini
Wanapata mishahara minono,
Lakini sisi wakulima hatutafaidika
Utumwa bado ungalipo.
Majira ya mvua yanakaribia
Na sisi tunalima pamba:
Tutakachoona ni bei ya pamba kuteremka.

Waungwana, tunawatajirisha watu wengine,
Tunawafanya wanenepe na kuneemeka.
Ebu angalia saa za mikono walizovaa
Na jinsi wanavyovitumia vitambaa vyao kufuta pua zao!

Hadi hapa, haistaajabishi kwa nini Azimio la Arusha lilitangazwa
mwaka 1967. Azimio hili lilitangaza vita dhidi ya wanyonyaji wa nje
na ndani na kutangaza azma ya nia ya ukombozi. Kama kumewahi
kutokea maandamano na matendo mengine makubwa nchini ya kuunga
mkono sera, hakuna kama ilivyokuwa mwaka 1967!

Lakini Azimio hili halikuweza kuzuia vitendo vya kidhalimu
vya wanyonyaji na wale waliowakandamiza wananchi. Matendo ya
kuwashurutisha wananchi yaliendelea na kadhalika unyonyaji wa
wakulima uliendelea. Badala ya kuwapa wananchi uhuru zaidi, hatima
ya sera hizi ilikuwa ni kuwadhibiti wakulima na shughuli zao kuliko
hata ilivyokuwa awali. Ni katika hali hii ndipo nchi iliposhuhudia watu
wakiswagwa kama mifugo na kukusanywa katika vijiji vya maendeleo/
ujamaa, wakilazimika kuacha ardhi na mazao yao porini. Kati ya
mwaka 1973 na 1975, kiasi cha karibia watu million 9 wa makondeni
walihamishwa na kuwekwa vijijini, na mwaka 1976 ilitangazwa rasmi
kwamba nchi nzima huko mashambani watu walikuwa wakiishi katika
"vijiji vya maendeleo". Kutoka idadi ya vijiji 809 nchini mwaka 1969,
idadi ya vijiji ilikuwa imeongezeka hadi I,950 mwaka 1970. Hadi kufikia

mwaka 1973, kulikuwa na vijiji 5,628 na mnamo mwaka 1976 idadi ya vijiji hivi ilifikia 7,684 (Mapolu 1986: 118-9)

Kama ilivyokuwa wakati wa ukoloni, serikali ilitumia mabavu kuwahamisha watu wa makondeni. Si hivyo tu: watu wengi walihamishwa kutoka kwenye maeneo yenye neema na kupelekwa kwenye maeneo ambayo yalikuwa hafifu kwa shughuli za kilimo au yale ambayo yalikuwa na uhaba wa ardhi. Kadhalika, kuna baadhi ya wananchi waliohamishwa wakati wa majira ya kilimo-wakati mvua zikinyesha. Makazi ya zamani ya wananchi yaliharibiwa pamoja na mali zao. Watu waliwajibika kupoteza muda wao mwingi kujenga makazi mapya, badala ya kujishughulisha na masuala ya kilimo. Kadhalika, sehemu kubwa za misitu ambazo watu walikuwa wamezoea kuzihifadhi kimila kama vyanzo vya kuni, miti ya majengo, matunda, dawa, na matumizi mengine, ziliteketezwa kutokana na mahitaji yaliyoibuka ghafla ya miti ya majengo na haja ya kufungua mashamba mapya.

Toka wakati huo, matatizo lukuki ya kimazingira na kijamii yaliibuka huko makondeni kutokana na kuchipuka ghafla kwa "vimiji" vidogo. Kadhalika, uzalishaji wa mazao uliporomoka ghafla, kiasi kwamba thamani ya bidhaa zilizokuwa zikiuzwa nchi za nje iliteremka kwa asilimia 35 kati ya mwaka 1974 na 1980. Mchango wa kilimo katika pato la taifa ulianguka kutoka asilimia 42 hadi asilimia 36 na wa viwanda uliteremka kutoka asilimia 11 hadi asilimia 4 kati ya mwaka 1975 na 1980. Kuporomoka kwa mchango wa viwanda kulitokana na kuadimika kwa malighafi kutoka nje, ambazo zilinunuliwa kwa fedha za kigeni zilizotokana na uuzaji wa mazao ya kilimo katika soko la dunia. Kutokana na hali hiyo kwa ujumla, deni la taifa la nje lilikuwa limefikia shilingi bilioni 6 mwaka 1980. Si hivyo tu: kwa kuwa viwanda vingi vilikuwa vinazalisha chini ya uwezo wake-vingi vikizalisha wastani wa asilimia 35 wa uwezo wake-nchi ilikumbwa na uhaba mkubwa wa bidhaa zote muhimu, ikiwa ni pamoja na sukari, nguo, madawa, pembejeo, nakadhalika.

Kibaya kuliko vyote hadi kufikia kipindi hicho ni ukweli kwamba mabodi ya mazao ambayo yalikuwa vyombo vya serikali vya kununua, kuuza na kuhudumia mazao mbalimbali, na kuiwezesha serikali kupata mapato kutoka kwa wakulima kwa ajili ya kujiendeleza na kupanga mipango ya maendeleo, yalikuwa yamegeuka kuwa mapango ya hasara. Haya yalikuwa yamejaa ufisidi, wizi, ubadhirifu na ufujaji wa kila aina kuanzia miaka ya 1975, hususan baada ya vyama vya ushirika kufutwa mwaka huo baada ya kuzifuta serikali za mitaa kwa kisingizio cha kupeleka madaraka mikoani mwaka 1972. Toka mwaka 1975, zilikuwa zimeundwa serikali za vijiji ambazo pia zilikuwa na jukumu la kuwa vyama vya msingi kama mawakala wa mabodi na mamlaka ya mazao. Kila kijiji kikawa na mameneja/watendaji wa serikali. Nchi ilishuhudia mabodi yakiwakopa wakulima pasi kuwalipa au kuwacheleweshea malipo yao, na pindi wakulima walipolipwa, mapato yalikuwa duni sana kwa kulinganisha na thamani ya jasho lao.

Huu mpango wa kuwalazimisha wakulima kuishi katika vijiji ulikuwa umewachukiza sana watu wa makondeni tangu ulipoanzishwa. Katika baadhi ya sehemu, wakulima waliipinga serikali na chama waziwazi. Huko Njombe, kwa mfano, wakulima walimwuua Bwana Shamba ambaye alikuwa akizitekeleza sera hizo. Kesi yao ilimalizika mwaka 1979.

Mahakama iliwaachia kwa sababu sheria ilikuwa hairuhusu kuharibu mali ya mtu na kila mtu alikuwa na haki ya kulinda mali yake. Walipolazimishwa kuanzisha mashamba ya kijiji, walifanya hivyo kwa shingo upande, kwa kuhisi kwamba walikuwa wakigeuzwa kuwa watumwa wa serikali. Hivyo, walitumia saa siyo zaidi ya sita kwa wiki katika shamba la kijiji, wakifanya kazi kimgomo baridi. Walipoona mabodi nayo yamezidi kuwakopa, walianza kung'oa kahawa na kupanda nyanya na vitunguu (kama ilivyotokea huko Kilimanjaro) au waliacha mikorosho porini na badala yake kujishughulisha na kazi ya kuchoma mkaa ambayo ilikuwa na faida zaidi kwa watu wengi wa mkoa wa pwani. Kadhalika, wengi wao walianza kuyakwepa masoko ya serikali na kuuza mazao yao kwa walanguzi, ambao waliyapeleka nje ya nchi.

Operesheni vijiji ilisababisha matatizo mengi sana ya umilikaji wa ardhi. Kutoka wakati huo, watu waliweza kunyang'anywa ardhi ambayo iligawiwa kwa watu binafsi kutoka nje ya kijiji na hata taasisi ama serikali yenyewe. Hivyo ndivyo serikali ilivyoweza kutwaa maeneo makubwa ya ardhi hata za vijiji kwa ajili ya kufungua mashamba ya serikali. Leo hii maeneo hayo, badala ya kurudishwa kwa wakulima, yanagawiwa/yanauziwa 1994). Ingawa sera ya nchi ilisimamia kuwa ardhi ni mali ya taifa, biashara ya kununua na kuuza ardhi pamoja na kuwapora wakulima wadogo ilikuwa imeshashamiri hadi kufikia kipindi hiki.

Mwanzoni, wimbi hilo lilitiwa msukumo na sera mpya za kilimo zilizotangazwa mwaka 1982, ambazo, zilipendekeza mfumo wa uzalishaji binafsi na uwezekano wa watu kumilikishwa ardhi (Tanzania, United Republic of, 1982), na urudishwaji wa serikali za mitaa mwaka huohuo na vyama vya ushirika mwaka 1984. Hizi sera zilianzishwa kama njia ya kutatua matatizo yaliyokuwa yakiikabili sekta ya kilimo na kukuza uzalishaji. Lakini pia hizi sera zilianzishwa wakati ambapo Tanzania ilikuwa imeanzisha mipango ya kurekebisha uchumi, ambayo kasi yake iliongezeka kuanzia mwaka 1986. Katika miaka hiyo, kulikuwa na wazee wengi waliokuwa wakistaafu na watu waliostaafishwa na serikali kwa nguvu (siku hizi wanasema wamepunguzwa badala ya kufukuzwa kazi!), ambao kimbilio lao lilikuwa ni kutafuta maeneo ya ardhi hata kama yalikuwa yabakie kama amana kwa ajili ya matumizi ya baadaye au kuja kuyauza tena. Kadhalika, kulikuwa na wawekezaji wa ndani na nje ambao walikuwa wakihimizwa kuwekeza katika sekta ya kilimo.

Tanzania ilikuwa imeingia katika kipindi kingine cha unyang'anyi na uporaji wa ardhi kutokana na kutekeleza masharti ya Benki ya Dunia na ya Shirika la Fedha la Dunia. Kutokana na hali hii, kumekuwa na mapambano ya hapa na pale ya wakulima wadogo, wafugaji na makundi mengine ambayo yamekuwa yakibetuliwa pembezoni na mfumo huu uliodumu miaka ishirini. Haya matatizo na migogoro ya ardhi, kwa mfano, yalisababisha vita kati ya wakulima na wafugaji mnamo mwaka 2000 huko Kilosa, Morogoro. Chanzo cha migogoro hiyo kikiwa ni uingiaji wa watu wenye uwezo kimadaraka au kimali kutoka mijini na kutwaa maeneo ya ardhi. Mwaka huo, watu 30 waliuawa, wengi waliumia na wengine kama 400 hivi waliyakimbia maeneo hayo kukwepa shari ya vita. Jumla ya nyumba 77 za wakulima na wafugaji zilitiwa kiberiti (Daily News 20.12.2000). Na katika miaka hii ya karibuni kumekuwa na ripoti nyingi za aina hiyo katika vyombo vya habari.

Licha ya migogoro miongoni mwa wenyeji, watu wa vijijini wamejikuta mara kwa mara wakigombana na serikali. Hii miaka ya karibuni, kwa mfano, imeshuhudia wananchi wa Rukwa, Arumeru, Handeni, n.k. wakigomea kulipa kodi. Inasemekana kwamba, Wamaasai wa Saunye, huko Handeni walitangaza mnamo mwaka 2002 kwamba hawatalipa kodi ya mifugo hadi hapo watakapodhihirishiwa kuwa kodi zao zimekuwa zinatumikaje miaka yote hii. Walisema kwamba walikuwa wanagoma kulipa kodi kwa sababu walikuwa hawapati huduma zozote kutoka serikalini. Walionya kwamba mtu yeyote yule ambaye angewafuata kukusanya kodi wangemshughulikia vilivyo (Business Times 15-21.11.2002). Katika tukio jingine, mwanamke wa Kimaasai-Harriet Lemoriet-ambaye alikuwa akiwakilisha mtandao wa taasisi za jumuia yake isiyo ya kiserikali aliyekuwa akihudhuria mkutano wa Consultative Group (kati ya wafadhili na taasisi za fedha za dunia na serikali ya Tanzania) uliofanyika Dar es Salaam, aligoma kuongea kwa Kiswahili au kwa Kiingereza. Alidai kwamba apatiwe mkalimani, kwa sababu alikusudia kuongea Kimaasai, watake wasitake.

Aliwaeleza wajumbe wa mkutano huo kwamba, "Katika uelewa wangu, mkutano huu unatakiwa kujadili matatizo yawakabiliyo wakulima na wafugaji, wengi wao wakiwa ni watu wa makondeni, lakini tutaelewaje kama kinaendelea nini wakati hatuielewi hata lugha inayotumika katika kujadili masuala hayo?" (The Guardian 04.12.2002). Kufuatana na uelewa wake, mkutano huo ulikuwa umelenga kuwashirikisha watu katika kutatua tatizo la umasikini, lakini haikuyumkinika kama vipi watu washiriki katika lugha ya kigeni. Hii haikuwa haki kabisa kwa umma wa Watanzania ambao wengi wao ni mafukara na wanaishi vijijini. Hawa wamekuwa wakisikia kuhusu masuala ya utawala bora na mbinu za ushirikishwaji katika kutatua matatizo; lakini wote hawakuwemo kwenye mkutano huo. Alitaka mikutano kama hiyo ikafanyike vijijini na siyo kwenye mahoteli makubwa ya mijini. Alihitimisha kwa kulaumu sera za serikali za kilimo. Kwa mawazo yake, hakukuwa na sababu ya serikali kuingiza chakula kutoka nchi za nje wakati wakulima walikuwa wakizalisha chakula cha kutosha na kingi kilikuwa kinaoza kutokana na ukosefu wa masoko ya uhakika. Waziri wa Fedha, Bwana Basil Mramba, alimjibu kuwa siku za nyuma, mikutano kama hiyo ilikuwa ikifanyikia Paris, kwa hiyo ni maendeleo makubwa kuwa sasa inafanyikia Dar es Salaam! (The Guardian 04.12.2002).

Hitimisho

Napenda kutamka wazi kwamba misingi ya utaifa na uzalendo, hadi kufikia watu kuitwa wananchi, ni uwezo wao wa kumiliki na kudhibiti njia za kuzalisha mali na kujikimu kama watu binafsi, jumuia na hata taifa. Na katika hili mhimili mkuu ni umiliki wa ardhi na vilivyomo ndani yake. Uwezo huo ukififishwa, basi watu wanaishia kuwa watawaliwa na watu wa nje, kitendo ambacho ni cha aibu sana katika karne hii ya 21, ambayo imeshinikizwa na mahubiri ya demokrasia ya: kushirikishwa, uwezo wa watu kujiamulia mambo yao wenyewe, haki za binadamu, n.k. Inavyoelekea, maneno ya mwanamapinduzi Frantz Fanon (2001) aliyotamka wakati nchi za kiafrika zikipata uhuru yamesadifu: watu wa mijini na hususan mabwanyenye wa kitaifa mara nyingi huishia kuhaini mapambano ya Kitaifa. Baada ya uhuru matamanio yao ni kupata makombo ya mabwana waliokuwa wakitutawala na wanaendelea kututawala. Hawawezi kufikiria kwa kuzingatia maslahi ya taifa na matatizo yake, na wanaridhika kuwa mameneja na watekelezaji wa maslahi ya nchi za Magharibi na mashirika yake.

Kama tukizingatia muktadha wa mapambano ya sasa hivi ya wazalishaji wadogo, basi ni wazi kwamba uamsho wa hisia za kizalendo umeanzia tena miongoni mwa watu wa vijijini. Kilichokosekana ni wasomi wa umma ambao wako tayari kuungana nao katika vuguvugu hili, kwani badala yake kuna asasi zisizo za kiserikali ambazo zimejipandikiza kwa kisingizio cha kuwatetea, huku zikijinufaisha na kuendelea kuwapo kwa mfumo unaowafukarisha wananchi. Na hapa yanibidi niseme wazi kwamba dhana ya utandawazi iliyojikita katika vichwa vya watu wengi, hasa wasomi na wanasiasa wetu, ni dhana ya uzushi mtupu! Huu si utandawazi; bali ni utandawizi!

Inabidi kuyatilia mashaka haya madai kwamba kuna kipya katika hii dhana ya utandawazi. Kwa mfano, dai kwamba teknolojia imeufanya ulimwengu kuwa kijiji kwa kuwezesha watu wote duniani kuunganishwa kirahisi kwa mawasiliano, limeibusha mjadala kuhusu suala la uwezekano au fursa ya kuwa na vyombo vya masiliano kwa watu wote na hususan wale ambao ni mafukara au makabwela. Hakuna usawa katika hili, walio wengi duniani hawana fursa au nafasi ya kuwa washiriki wa hayo mawasiliano. Wenye fursa ni matajiri na wale wenye uwezo tu. Kadhalika, imedhihirika wazi kwamba maudhui ya yaliyomo katika mawasiliano hayo ni yale ya upande mmoja-wa nchi za Magharibi. Hivyo, kuna watoa habari na wapokea habari; watoa maarifa na wapokea maarifa; wenye uhodhi wa ukweli na wale ambao sauti zao hazisikiki kabisa, wastaarabu na washenzi, wenye utamaduni na wasio na utamaduni, lugha za manufaa na zile ambazo si muhimu, n.k.. Vyote vilivyo 'vyema' ni vya kutoka Magharibi na vile visivyofaa, ni vile ambavyo ni vya kwetu wenyewe!

Kabla hii dhana ya utandawazi haijaanza kutumika, huu mfumo ulijulikana kama ni mfumo wa dunia wa uhusiano wa kibepari, ambao ulikuwa umeiunganisha dunia nzima kutokana na mapinduzi ya kimawasiliano na teknolojia. Hivyo ndivyo alivyoutambulisha mfumo huu Mwalimu J.K. Nyerere mwaka 1970 katika hotuba iliyonukuliwa hapo awali. Lakini kwake, badala ya mfumo huu kuleta ukombozi wa mwanadamu, ulikuwa ukiukomaza uhusiano wa kinyonyaji; badala ya kuibuka kwa dunia moja matokeo yake yalikuwa ni mgawanyiko maradufu wa watu kitaifa na kimataifa kati ya mafukara (ambao ni wengi) na matajiri (ambao ni wachache). Kwa maneno yake mwenyewe:

Kwa lugha ya utaalamu, dunia sasa ni kitu kimoja.[5] Binadamu ameit-

---

5 Haya makala yalitafsiriwa toka lugha ya Kiingereza mwaka 1974. Inaelekea kwamba neno teknolojia lilikuwa halitumiki wakati huo, kwani sentensi hii katika lugha ya awali inasomeka: "The world is one in technological terms". Tafsiri yake ilibidi iwe, "Kiteknolojia, dunia sasa ni kitu kimoja."

azama dunia kutoka mwezini akaona jinsi ilivyo kitu kimoja. Ninaweza kusafiri toka Tanzania hadi New York kwa saa chache tu kwa ndege za jeti. Mawimbi ya redio yanatuwezesha kuzungumza na wenzetu, ama kwa wema au kwa ubaya, mnamo kipindi cha sekunde baina ya mtu kusema na kusikiwa. Bidhaa hutengenezwa kwa vifaa vya ustadi kutoka sehemu zote za dunia, na halafu huuzwa maelfu ya maili kutoka mahali zinakotengenezwa.

Lakini wakati huohuo ambapo, kwa sababu ya maendeleo ya ufundi [teknolojia-C.S.L.), kutegemeana kwa binadamu kunazidi, bado tabaka baina ya watu nazo zinazidi kupanuka kwa haraka zaidi siku hata siku.....

Kwa hiyo dunia siyo kitu kimoja. Watu wake wamegawanyika zaidi sasa, na pia wanatambua zaidi migawanyiko yao, kuliko walivyokuwa hapo zamani. Wamegawanyika baina ya walioshiba na walio na njaa; wamegawanyika baina ya walio na mamlaka na wanyonge; wamegawanyika baina ya mabwana wanaotawala na watwana wanaotawaliwa; baina ya wanaonyonya na wanaonyonywa. Na watu wachache ndio wanakula vizuri, na ndio wanaomiliki mali ya dunia nzima na wanaomiliki pia binadamu wenzi wao. Aidha, kwa ujumla, watu wachache hao ni weupe....(Nyerere 1974: 96-7)

Kwa maoni yake yeye, katika dunia kama hiyo, hakuna masoko huria kati ya "mbilikimo" na "pandikizi la jambazi": bei ambazo ziko katika masoko ya dunia hupangwa na wakubwa na wenye nguvu huko nje "ambako nchi masikini huwa kama mbilikimo anayefurukuta mikononi mwa pandikizi la jambazi!" (k.h.j: 93)

Kama nilivyotamka mwanzoni, ni muhimu tukakumbuka kwamba yabidi mwaka huu tuuchukulie kama ni mwaka wa kuwaenzi wahenga wetu waliopigana dhidi ya wakoloni kwa nia ya kulinda hadhi na heshima yetu wote. Katika hali ya sasa hivi, tuna mengi ya kujifunza kutokana na mapambano hayo, kubwa zaidi likiwa ni lile la nini maana ya uhuru na uzalendo wa Kiafrika.

☐☐☐☐☐☐☐ ☐☐☐ ☐☐☐☐☐ ☐ ☐ U☐☐☐☐☐☐
☐ ☐☐☐ ☐ ☐ ☐ ☐☐☐☐☐☐☐☐ ☐☐ ☐ ☐☐☐☐☐☐[6]

Utangulizi

Juhudi za kuikomboa Afrika katika nyanja zote na harakati za kujenga jamii mpya ambazo hazina ubaguzi, ukandamizaji, unyonyaji, ufisadi na kadhalika zina historia ndefu. Mababu na *babibi zetu walipigana na kuupinga ukoloni na mifano ya namna hiyo imetapakaa Afrika nzima. Kadhalika, hata baada ya kupata uhuru, juhudi kubwa zilifanyika kujaribu kupigana na ukoloni mamboleo na ubeberu. Si hivyo tu, harakati za upiganiaji uhuru zilijikita katika misingi ya imani kwamba "Binadamu wote ni ndugu zangu, na Afrika ni moja". Hii ilikuwa ndiyo nguzo kuu, kwa mfano, ya chama kitukufu cha TANU.

Kuanzishwa kwa Jumuia ya Umoja wa Afrika mwaka 1963 na ofisi za ukombozi wa Afrika kufunguliwa Dar es salaam, kulikusudiwa kuwe hatua ya kwanza ya kuiunganisha Afrika. Hatua ambayo ingefuata ni kuikataa kabisa mipaka iliyowekwa na wakoloni kwa kuifanya Afrika iwe moja. Hili halijatokea hadi leo. Na hata mkutano wa viongozi wa Afrika uliofanyika Durban mwezi uliopita na kuanzisha Umoja wa Afrika, kwa kuiga walivyofanya Ulaya haukuyafikia malengo haya, badala yake ulikazania kuongea masuala ya kiuchumi na jinsi ya kuhakikisha kwamba bara la Afrika linajishirikisha zaidi katika utandawazi ambao kihalisi ni kutandaa kwa wizi au utandawizi. Yaani, uendelezaji wa mfumo unaowagawanya watu kati ya wafadhili na wafadhiki, waheshimiwa na waishiwa, wenye hisa (*stockholders*) na washika dau/wadau (*stakeholders*), walenga na walengwa, wawezeshaji na wawezeshwaji, walaji na walwaji, waelewa wa usasa na wasioelewa,

---

6 Makala yametayarishwa kwa kongamano kuhusu Biashara, Utandawazi na NEPAD lililofanyika tarehe 15.08.2002 lililoandaliwa na Tanzania Gender Networking Programme na The Gender and Trade network in Africa.

wawekezaji na wawekezwao, wenye mali (mitaji) (vitega uchumi) na wenye rasilimali, na kadhalika.

Waafrika waliaamini kwamba kupigania uhuru na heshima ya Mwafrika kuliambatana na kuliunganisha bara lao ambalo liligawanywa kinyemela na wakoloni na mabeberu waliogawana nchi zetu kama vipande vya mnofu huko Berlin mwaka 1884. Ugawanyaji huu ulikuwa wa kidhalimu na kishetani, kwani uliwagawanya watu, jamii, ndugu, koo, marafiki, katika sehemu mbalimbali na kupandikiza mbegu za chuki ambazo mavuno yake tunayavuna leo kwa kufukuzana kila mahali kwa madai ya kulinda uraia unaozingatia mipaka iliyowekwa na wakoloni. Ni wazi kwamba vitendo kama hivi vinahalalisha uhusiano wa kidhalimu ulioingia katika jamii zetu kwa misingi ya kikoloni, kigandamizaji na kinyonyaji!

Hivyo, akina Kwame Nkrumah, Mwalimu Julius Kambarage Nyerere, Leopord Senghor, Sekou Toure na wengineo waliamini kwamba ukombozi wa mwafrika hautakamilika bila Afrika kuwa moja kijamii, kiuchumi na kisiasa. Waliamini kwamba bila ujenzi wa jamii za umoja, haki, heshima, usawa na ustawi wa jamii, Afrika lingebakia kuwa bara lisilo na ustaarabu wa kibinadamu, na kuendeleza mahusiano ambayo yanahalalisha ukandamizaji, unyonyaji na ufukarishwaji wa walio wengi, huku wachache wakinufaika na kushamiri. Miaka ya 1970, Waafrika waliyakana masharti ambayo yalikuwa yanatolewa na Benki ya Dunia na Shirika la Fedha la Dunia pamoja na wafadhili wengine. Haya mashirika na wafadhili yalidai kwamba matatizo ya kiuchumi yaliyokuwa yakiikabili Afrika yalitokana na sera za kizalendo za kulinda masoko na wazalishaji, ikiwa ni pamoja na utoaji wa ruzuku kwa wakulima. Kadhalika hayo mashirika yalidai kwamba sera ambazo zinalenga katika ustawi wa jamii-yaani kuhudumia jamii katika masuala ya afya, elimu na miundombinu mbalimbali iliongezea matatizo, kwani ilisababisha utozaji mkubwa wa kodi kwa wawekezaji, kiasi kwamba wawekezaji wa nje walikuwa wanasita kuwekeza.

Mwalimu Julius Kambarage Nyerere alikuwa mmojawapo wa wapinzani wakubwa duniani wa dhana hizi za kidhalimu. Alisema wazi kabisa kwamba kuondoa sera za ustawi wa jamii, au kutolinda maslahi ya wananchi kwa kufungua milango ya "masoko huria" pasi kujali maslahi yao ni kinyume kabisa cha maendeleo ya binadamu. Hakuwa peke yake katika upinzani huu. Mwaka 1980, Viongozi wa Afrika walikaa Lagos na kubuni Mpango wa Lagos (*Lagos Plan of Action*). Huu ni mpango ambao ulijikita katika misingi ya ujenzi wa Afrika inayojitegemea kwa umoja (*collective self-reliance*). Kabrasha lake liliainisha wazi kabisa kwamba kutokuendelea kwa Afrika na matatizo yake kunatokana na kunyonywa na kugandamizwa kwa karne nyingi, kitu ambacho kilikuwa bado kinaendelea kutokana na kulazimishwa kutekeleza sera za mataifa makubwa. Hata Tume ya Uchumi ya Afrika ya Umoja wa Mataifa, (*Economic Commission for Africa*) ilizikosoa vikali sera za Benki ya Dunia na Shirika la Fedha la Kimataifa. Hii Tume ilibainisha wazi kwamba misingi iliyokuwa ikipendekezwa na mashirika haya iliongezea matatizo barani Afrika badala ya kuyatatua.

Katika mkutano wa Umoja wa Mataifa wa kuangalia mafanikio na matatizo yaliyojitokeza katika kipindi cha miaka kumi ya Mwongo wa Wanawake, Amani, Usawa na Maendeleo (1975 - 1985) uliofanyika Nairobi, wanawake walibainisha wazi kabisa kwamba, matatizo makubwa yalikumbalo bara la Afrika yanatokana na mahusiano ya kidhalimu ya mgawanyo wa kazi (*division of labour*) kimataifa, kitaifa, kijamii na hata kikaya, kadhalika, uhusiano usababisha unyonyaji, uonevu na ugandamizaji wa kitabaka, kijinsia na hata misingi ya ubaguzi wa rangi na "ukabila". Kwenye mkutano huu na hata uliofanyika Copenhagen, wanawake wa Afrika, Asia na Marekani ya Kusini walitamka wazi kwamba ili kuwe na jamii zenye ustawi, ilibidi kuyakabili sawia masuala yote yasababishayo utengwaji wa watu kijamii, kijinsia na kitabaka kwa kupigana dhidi ya uhusiano wa kinyonyaji, kigandamizaji na kidhalimu. Walitaka suala la msingi la kuzingatiwa liwe lile la ujenzi wa jamii zenye misingi ya haki za kijamii na kijinsia na usawa katika kupata haki zote za kibinadamu na mahitaji ya msingi.

Haya yalikuwa mapambano ya dhati yaliyokusudia kuendeleza harakati za karne nyingi za kumkomboa mwanadamu na kupigania ujenzi wa jumuia zenye misingi ya ubinadamu, badala ya zile ambazo zinawalaza watu matumbo matupu, au kusababisha watoto kuingia vitani na kuukosa uhondo wa raha ya kuufaidi utoto wao kwa kujiendeleza katika nyanja zote. Ni mapambano yaliyolenga kuwapigania wanyonge, masikini, wafanyakazi, wakulima masikini, makundi ya kijamii yanayobaguliwa na kugandamizwa, wanawake, watoto, vijana, na kadhalika. Ni mapambano yaliyokusudia kulinda haki za kitamaduni, elimu, usanii na mafanikio yote yaliyo mema hapa duniani, ikiwa ni pamoja na uwezo wa kufikiri.

Haya yote hayakumbukwi tena na viongozi wetu wa Afrika walioamua kuuleta huu mpango wa Ushirika Mpya wa Maendeleo kwa Afrika (*New Partnership for Africa's Development*-NEPAD). Na ni wale waliokanyaga nyenyere tu ndio huwa na matatizo ya kusahau kiasi hiki. Mpango huu umeandaliwa na hao viongozi, na kabla haujafikishwa hata kwenye mkutano wa kuzindua umoja mpya wa Afrika, ulipelekwa huko Kananaskis (Canada) kwenye mkutano wa Mataifa Tajiri Manane (G 8) ili upewe baraka. Hao viongozi walikwenda huko kuomba misaada wakitaka bara la Afrika lisaidiwe dola bilioni 64 ili kutekeleza mpango huo. Hawa viongozi waliufumbia macho ukweli kwamba Afrika ina fedha zaidi ya hizo bilioni 64, kama ikizingatiwa kwamba fedha za serikali za Afrika na baadhi ya matajiri barani zilizoko huko nje, ikiwa ni pamoja na zile alizoiba Abacha, Mobutu, au watu kuhamisha kwa ulafi wao ni zaidi ya dola bilioni 240. Na hapa mamilioni ya fedha yanayochotwa na "wawekezaji" na mataifa makubwa kwa njia za unyonyaji hazijajumuishwa.

Wakuu wa Mataifa Makubwa Manane waliusifu sana mpango huo. Na hawa ndio washiriki (*partners*) halisi wa mpango huu. Wakasema kwamba, kwa mara ya kwanza, Waafrika wameweza kujitungia mipango na mbinu zao wenyewe. Kisha wakakubali kwamba watawapa dola bilioni sita. Nazo zitatolewa kwa nchi mojamoja, kwa kuzingatia misingi ya utekelezaji wa masharti ya siku zote-utawala bora, demokrasia, mazingira bora yanayoruhusu wawekezaji kutoka nje, uwepo wa masoko huria, upigaji vita ugaidi na mengineyo! Haya mataifa makubwa yalifurahi kwa sababu huu mpango haukuulaumu uhusiano wa kinyonyaji na kibaguzi uliopo duniani, ambayo yanaiathiri Afrika. Huu mpango unadai kwamba matatizo ya kiuchumi ya Afrika yametokana na mipango mibaya inayobuniwa Afrika, ikiwa ni pamoja na kukosekana kwa utawala bora, kushindwa kupiga vita kushamiri kwa rushwa na ufisadi, ukosefu wa amani ambao unaharibu mazingira ya uwekezaji na mengineyo. Huu mpango mpya unatamka wazi kwamba utaendeleza mipango ya urekebishaji wa uchumi (SAPs) iliyoanzishwa na mashirika ya fedha ya dunia, ikiwa ni pamoja na uwekaji wa dira ya maendeleo na mipango ya upunguzaji umasikini *(Poverty Reduction Strategies)*.

Ukiona kabaila anamsifu nokoa, ujue kwamba kuna hitilafu. Maana yake ni kwamba nokoa kaukubali uhusiano wa kikabaila! Inaelekea kwamba waliokanyaga nyenyere si wao tu! Kwani, mashirika yanayojiita si ya kiserikali (NGOs) (tofauti na jumuia zinazotetea maslahi ya kijamii na haki za binadamu) nayo yakaripuka: *Mpango huu haukuwashirikisha wananchi! Lazima Wananchi washirikishwe!* Wananchi washirikishwe kufanya nini, wakati misingi inayopendekezwa ni ile ambayo wameikana siku zote? Siyo ajabu, kwani neno ushirikishwaji siku hizi maana yake ni kuwaburuza watu wayaafiki yale wasiyokubali, na si uwezo wa watu wenyewe, mmoja mmoja katika makundi na jumuia kupanga na kuchagua lililojema kwao na vizazi vyao!

Ikumbukwe kwamba baada ya kuonekana kwamba ushurutishaji wa masharti katika bara la Afrika unapingwa na wengi tangu mwisho wa miaka ya 1990, na pia utandawazi ukipingwa dunia nzima-kuanzia Mexico mwaka 1994, Seattle mwaka 1999, yakaendelea Davos, Washington DC, Quevec, Gothenburg, Barcelona, Genoa, New York na kilele chake kuwa Porto Alegre mwaka 2001 na 2002, ambapo tamko lilitolewa wazi kabisa kwamba "ujenzi wa jamii tofauti na hii ya uliberali wa kileo unawezekana," mashirika na mataifa makubwa yalikuwa yamekwisha waachia viongozi wa nchi za Kiafrika kubuni mbinu za utekelezaji wa hiyo mipango ya kidhalimu. Kwa hiyo, kuanzia mwishoni mwa miaka ya 1990, masharti ya upataji wa misaada na mikopo na kusamehewa madeni yalitegemea kuwepo kwa mpango wa upunguzaji wa umasikini na dira ya maendeleo. Nchi 49 zina mipango kama hiyo, ikiwa imebuniwa chini ya ushauri wa mashirika ya fedha ya dunia.

Wanaodai kuwa wananchi hawakushirikishwa, kama zilivyo serikali zetu za Afrika wameleweshwa na dhana zisizo na mbele wala nyuma zilizotapakaa sasa hivi ambazo zinapingana na itikeli na maadili yote yanayouainisha ubinadamu wetu. Dhana za "uhuru" au "ukombozi", ambazo zilipelekea watu kuwa wahanga katika historia zimegeuka kuwa mzaha na kukosa dhamira. Sasa uhuru ni kuwa na simu ya mkononi na ukombozi uwezo wa kuwadhulumu wengine. Mapinduzi ni kumghilibu mwenzi wa mwingine na kumfanya awe wako. Mapenzi ni uhusiano wa mtu na vitu. Inatamkwa wazi: dawa sio kuwahi bali kupata-kwa kihalali au kidhalimu. Mitizamo ya kijamii ya mwelekeo wa kiadilifu inabezwa, kwani ubinafsi na ubinafsishaji pamoja na matamanio ya kibinafsi ni muhimu zaidi kuliko nadharia za ukombozi; maarifa, elimu, uwezo wa kufikiri, uchambuzi na busara si muhimu tena, bali maoni na matakwa au hata uigaji kisisisi ndivyo vinatawala katika utatuzi wa matatizo.

Biashara na masoko huria ndiyo kigezo cha mafanikio. Sokomoko sasa ni soko huria! Ufadhili sasa umekuwa ndiyo sera za kijamii! Mtu akiwa hana ajira anaambiwa yuko kwenye sekta isiyo rasmi! Wafanyakazi wanaofukuzwa kazi tunaambiwa wanapunguzwa, wanyonyaji na wahujumu sasa wamekuwa wawekezaji na wafadhili. Mwanamapinduzi wa Marekani ya Kusini, Regis Debray, aliwahi kutamka kwamba inapotokea kwamba taifa na dola vinaruhusu nguvu za masoko kutawala, basi uzalendo, utaifa na hata ubinadamu unapotea, kiasi kwamba historia inakuwa si muhimu tena. Maana yake ni kwamba, hisia zote za kibinadamu zinafifishwa kwa kisingizio cha utawala wa masoko na ujenzi wa uchumi kakamavu, hali inaeleweka kwamba wanaofaidika ni wachache wakati mamilioni ya watu wakibeuliwa pembeni kama nyangarika.

Na ni kweli kwamba sasa hivi historia si muhimu tena, na ndiyo

* Makala yametayarishwa kwa kongamano kuhusu Biashara, Utandawazi na NEPAD lililofanyika tarehe 15.08.2002 lililoandaliwa na Tanzania Gender Networking Programme na The Gender and Trade network in Africa.

maana hata udhalimu wa akina Mfalme Leopord, akina Carl Peters, akina Cecil Rhoses na wengineo unaweza kusameheka kabisa! Hata yale masharti ya mataifa makubwa yameshakuwa sehemu ya fikra za viongozi wetu, nao wanadai kwamba sasa ni zetu wenyewe! Hizi habari za kutisha za uozo, ulaghai, ufisadi na wizi uliotokea Worldcom, Enron, Arthur Andersen na makampuni megine makubwa duniani ambazo zinadhihirisha waziwazi kabisa uozo wa mfumo unapapukia hazifuatiliwi kabisa katika nchi za Kiafrika. Hata ule wizi wa kura kule Florida katika uchaguzi uliopita haufanyi watu wakajiuliza maswali hata kidogo!

Habari zilizotapakaa sasa hivi kuhusu udanganyifu katika mahesabu ya Shirika la Simu Tanzania na baadhi ya mengineyo yaliyobinafsishwa, kwa wengi hazidhihirishi kuwa dalili ya mvua ni mawingu, bali anga angavu. Ukweli uliogubikwa na kusahauliwa kabisa ni ule uliofahamika siku zote kuwa maadili ya mfumo wowote ambao umejikita katika kujipatia faida zaidi na zaidi na kujitajirisha ni usakaji wa pesa kwa njia yoyote ile nyoofu au hata za kiovu. Mfumo wa namna hiyo hauna nafasi ya kukidhi mahitaji na maslahi ya watu walio pembezoni. Katika mfumo huo, maslahi ya jamii si muhimu hata kidogo.

Mpango wa NEPAD, kimsingi, unakusudia kuendeleza mahusiano ambayo yamekuwa yakilindwa na mataifa makubwa na mashirika ya fedha ya dunia. Mahusiano haya ndiyo yameongezea ufukarishwaji wa walio wengi na kuwawezesha wachache kutajirika pasi kikomo kwa kununua haki na rasilimali za walio wengi, kwa kisingizio cha ubinafsishaji, kama vile asilimia 90 ya watu duniani si watu binafsi katika jamii/jumuia katika hii miaka 30 iliyopita. Watu binafsi ni watu fulani tu. Zamani tulikuwa tukisisitiza kuhusu muungano (alliance) wa wafanyakazi na wakulima, lakini leo hao hawamo, badala yake ni ushirikiano (*partnership*) wa serikali, wafadhili, sekta binafsi na mashirika yasiyo ya kiserikali (NGO).

NEPAD inazungumzia juu ya utawala bora (utawala wa sheria hata kama sheria hizo ni za kidhalimu!), lakini inasahau kwamba dola za Kiafrika zimefifishwa kiasi kwamba hazina uwezo tena wa kutoa huduma za kijamii, kutokana na kuwalinda wawekezaji na kuwapa misamaha ya kodi, fedha ambazo zingewezesha uimarishaji wa utawala bora! Inasahau kwamba urekebishaji wa uchumi pia umesababisha kutokomea kabisa uwezekano wa kuwepo kwa demokrasia ya kweli iliyojikita katika misingi ya kukidhi mahitaji ya wanadamu. Demokrasia na utawala bora unaoainishwa katika NEPAD ni ule wa kukidhi matakwa ya wafadhili.

Kadhalika, NEPAD inaongelea kuhusu suala la amani na usalama, lakini haisemi kwamba misingi ya amani na usalama popote pale duniani ni uwepo wa mfumo wa haki na usawa wa kijamii, kisiasa na kiuchumi, na kuyapinga mahusiano yote ya kikoloni na kikoloni mamboleo yanayosababisha ubaguzi, utengwaji, ugandamizaji na unyonyaji au kutokuwa na usawa kwa ujumla katika umiliki wa rasilimali. Hata katika ufutiwaji wa madeni, badala ya kudai ufutiwaji wa madeni, NEPAD inadai kwamba Afrika inawajibika kuyalipa madeni. Imesahau kwamba hao wanaoidai Afrika wamefaidika kwa karne tano za kuidhulumu Afrika, tangu enzi za biashara ya utumwa, ukoloni hadi ukoloni mamboleo uliopo sasa hivi ambao umepachikwa jina la utandawazi. Wakati Waafrika wanadai kufutiwa madeni na kulipwa fidia kutokana na udhalimu waliofanyiwa katika historia-dai ambalo lilijitokeza wazi katika mkutano wa Durban wa mwaka 2001 uliojadili suala la ubaguzi wa rangi, utengwaji na chuki za kiubaguzi kwa ujumla, NEPAD hailizingatii dai hili kabisa!

Masuala ya kupunguza umasikini, kuongeza elimu ya msingi, maji safi, kupunguza vifo vya watoto na wazazi kwa misingi ya ushirikiano wa sekta binafsi na serikali yanaipamba NEPAD. Lakini masuala ya umuhimu wa Afrika kujitegemea hayaguswi hata kidogo. NEPAD haiyakosoi madhara ya sera za urekebishaji wa uchumi za mashirika ya fedha ya kimataifa; badala yake inazikumbatia. Kadhalika, inaukubali hata mpango wa Marekani-*African Growth and Opportunity Act*, ambao kusudio lake halisi si kuruhusu bidhaa za Afrika kuuzwa huko, bali kulinda maslahi yake, na kuruhusu zile nchi zinazokubaliana na sera zake kuuza nguo na pamba huko. Hakuna zaidi ya biashara hiyo! Mswada huo kihalisia unaitaka Afrika kufungulia masoko yake kwa ajili ya biashara na vitega uchumi vya Marekani, wakati huohuo Marekani yenyewe ikilinda masoko yake. Ama, wajinga ndio waliwao! Hata madhara ya Shirika la Kimataifa la Biashara (*World Trade Organization-*WTO) au yale ya misaada ya kimataifa, ambayo inatumika kama silaha kuzipa masharti nchi za Kiafrika hayazingatiwi na NEPAD. Maendeleo, kwa mwelekeo wa NEPAD, ni kuongeza uzalishaji wa malighafi wakati bei zake zinaendelea kuporomoka kila siku. Kadhalika kwa mantiki ya NEPAD, maendeleo yatatokana na kuwakumbatia na kuwategemea zaidi "wafadhili"!

Mengi yanaweza kusemwa kuhusu NEPAD. Lakini kwa ufupi, huu si mpango wa Waafrika hata kidogo. Afrika ya Kusini na Nigeria, nchi ambazo ziko mstari wa mbele katika kuupigia debe mpango huu, ni miongoni mwa nchi ambazo zilikuwa na msimamo wa ugeugeu, katika suala la kuiunganisha Afrika kule Sirte. Hata lilipokuja suala la kuukubali umoja mpya wa Afrika huko Lusaka, nchi hizi zilisitasita na zikachelewa sana kuuridhia mswada wa umoja wa Afrika uliozinduliwa Julai mwaka huu. Kadhalika, wakati Umoja wa Nchi Huru za Afrika umekuwa na azimio la kuzuia ugaidi toka mwaka 1999 (*Convention on the Prevention and Combating of Terrorism*), Rais wa Senegal, ambaye ni mshiriki mkuu katika utungaji wa NEPAD, alijipeleka kimbelembele mwishoni mwa mwaka jana kudai kwamba viongozi wa Afrika watunge azimio la kupigana na ugaidi, baada ya matukio ya tarehe 11 Septemba 2001. Bila shaka kwa mwenye macho haambiwi tazama!

Kwa wenye nia njema ya kuitakia mafanikio, heri na baraka Afrika, inabidi kwanza wapiganie uwezo wa kufikiri badala ya kuwa kasuku kama inavyojidhihirisha sasa hivi. La muhimu zaidi ni kutafuta njia na uwezekano kwa wazalishaji wa Afrika na wale wanaonyonywa, kugandamizwa, kunyanyaswa na kudhalilishwa kuungana katika bara zima. Inabidi kurejea tena na kutekeleza mwito wa miaka ya 1950, enzi Waafrika wakidai kuwepo kwa vyama vya bara zima vya kuwatetea wafanyakazi, wakulima, vijana, wanawake, na kadhalika. Huu unabakia mpango madhubuti hadi leo. Huu ndio umoja wa kweli wa Afrika, ambao utawawezesha wale walio pembezoni kuwa wamoja na kupinga yale yote ya kidhalimu. Muungano wa serikali zetu unaokataa kuifutilia mbali hii mipaka na hizi pasi; muungano wa Afrika ambao unashikilia kuukumbatia zaidi utandawazi na kujipendekeza kwa "wafadhili"; badala ya kuwaunganisha watu na jamii kwa ujumla, ni muungano wa kuendeleza udhalimu. Kusema Afrika lazima iungane, maana yake halisi ni watu wa Afrika, hususan wanyonge, ndio waungane!

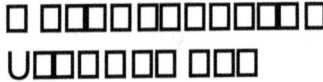

□ | □ □□□□□□□□□□□ U□□□□□□ □□□

I

Utandawazi ni dhana ambayo imeenea kwa kasi ya moto wa nyikani katika hii miaka ya karibuni. Ni dhana ambayo imewateka wasomi, wanasiasa, wachumi na waandishi wa habari barani Afrika na kuwaganda vichwani kama yule mzee aliyempanda Sindbad mgongoni katika ngano za kale kisha akakataa kushuka. Utumizi wa dhana hii umekuwa fasheni miongoni mwa wengi barani Afrika katika kipindi ambacho duniani kote watu ambao wameshamaizi uhalisia wa mfumo wa uhusiano unaoimarishwa na dhana hiyo wamejitokeza kwa wingi kuupinga kwa nguvu zote. Maandamano ya kwanza yaliyofanyika kuupinga utandawazi yaliandaliwa huko Mexico mnamo mwaka 1994. Baada ya hapo, yalifanyika mengine kuanzia mwaka 1999 huko Seattle, na baada ya hapo hadi leo yameendelea kufanyika Davos, Washington DC, Quebec, Gothenburg, Barcelona, Genoa, New York, na kwingineko.

Mwaka 2001, kwa mfano, polisi wa Canada walilazimika kutumia mabomu ya machozi 7,707 dhidi ya waandamanaji waliokuwa wanapinga mfumo huo huko Quebec; huko Gothernburg polisi walilazimika kutumia risasi za moto dhidi ya waandamanaji. Mambo yalikuwa hivyohivyo Barcelona, ambako polisi waliwachokoza waandamanaji. Maandamano yaliyotokea Genoa yalisababisha mtu mmoja kuuawa na polisi na watu 600 kuumizwa. Hata wakati mkutano wa Shirika la Biashara la Kimataifa ulipohamishiwa Doha (Qatar ambako ni jangwani ikidhaniwa kwamba waandamanaji hawatafika huko!) Novemba 2001, kulikuwa na maelfu ya waandamanaji. Na kilele chake kuwa Porto Alegre (Brazil) mwaka 2001, 2002 na 2003, ambapo tamko lilitolewa wazi kabisa na Mkutano wa Dunia wa Kijamii (*World Social Forum*) kwamba "ujenzi wa jamii tofauti na hii ya uliberali wa kileo unawezekana!" Mkutano huu umekuwa ukiwajumuisha wapenda amani, haki na ustawi wa pembe zote za dunia kila mwanzoni mwa mwaka, wakati viongozi wa dunia wakikutana Davos au kwingineko katika Mkutano wa Kiuchumi wa Dunia. Serikali ya Uswizi ililazimika kutumia mabilioni ya fedha Januari 2003 kuwalinda hao viongozi wa dunia dhidi ya waandamanaji waliokuwa wanapinga dhana ya utandawazi, dhana ambayo viongozi hao walikuwa wamekutana kuijadili.

Wanaoupinga utandawazi duniani wamedhihirisha wazi kwamba utandawazi ni mkakati wa kisiasa wa makusudi uliopangwa na wenye nguvu na uhodhi wa mitaji (nchi na watu) ambao umezilazimisha serikali na watu kutawaliwa na nguvu za kiuchumi na kijamii ambazo zinadhaniwa kwamba hazizuiliki wala kupingika. Makusudi yenyewe yamelenga kutajirisha wachache. Wametamka wazi kabisa kwamba hizi ni siasa za maksudi zilizoundwa na mataifa makubwa pamoja na mashirika yao, kama Shirika la Biashara la Dunia, Benki ya Dunia na Shirika la Fedha la Dunia, kuwagandamiza na kuwanyonya hohehahe wa dunia hii. Mkutano wa Kijamii wa Dunia wa Kwanza uliofanyika Porto Alegre mwaka 2001 ulitoa tamko la kuwataka watu wote duniani wasimame kidete kupinga utawala wa mashirika ya fedha duniani, utokomezwaji wa tamaduni za watu, uhodhi wa elimu na maarifa, uhodhi wa vyombo vya mawasiliano ya habari, uharibifu wa mazingira na udunishaji wa hali za watu. Mkutano huu ulibainisha kwamba haya yote yanatendwa na mashirika makubwa ya kiuchumi duniani, yakisaidiwa na sera ambazo ni kinyume cha demokrasia.

Katika hali hii, maswali ya msingi ya kujiuliza ni: je, dhana ya utandawazi ni ngano/gumzo tupu au ina uhalisia? Ni kitu gani kipya katika dhana ya utandawazi ambacho kinautofautisha mfumo huu na mingine iliyopita? Je, vielelezo ambavyo vinautambulisha mfumo huu viko tofauti kiasi gani na vile ambavyo kabla ya hapo viliutambulisha mfumo ukoloni, ukoloni mamboleo au ubeberu? Kutokana na ukweli kwamba watu wa kawaida wanalazimishwa na wenye nguvu kuikubali dhana hii, ni vigezo vipi vinaweza kutumika kupima kuwepo au kutokuwepo kwa utandawazi? Vipi, kwa mfano, mtu wa kawaida (yule aliye kiwandani au kondeni akitoa jasho) atauelewa utandawazi kwa vigezo vyake mwenyewe, bila kulazimishwa kuelewa, ikizingatiwa kwamba akumbwavyo navyo kila kukicha ni ongezeko na kukomaa kwa mazonge, madhila, ubetuliwaji, utengwaji, unyonywaji, wa ugandamizwaji, n.k. Vitu ambavyo amevishuhudia kwa miongo mingi tangu ujio wa ukoloni? Kwa nini vitu ambavyo vimekuwapo toka zamani vinabatizwa majina mapya? Je, huku si kuyapa heshima maovu na kuyafanya yaliyo mema kuonekana kinyume chake? Na katika hali kama hiyo, nini tofauti ya kutandaa kwa uwazi (utandawazi) na kutambaa kwa wizi (utandawizi-kama unavyofahamika na wengi sasa hivi)?

Wale ambao hawajakoma kufikiria katika enzi hizi watamaizi wazi kwamba utandawazi ni mradi wa kiitikadi; ni ajenda ya kujenga uhusiano wa kibinadamu wa namna fulani. Kwa sababu hiyo, imekuwa vigumu hata wanataaluma wa nyanja mbalimbali kukubaliana maana na dhima ya dhana hiyo. Kuna wale ambao wanaamini kwamba utandawazi ni mfumo mpya wa dunia, na ni tofauti kabisa na ule uliokuwa ukiitwa wa kibeberu miaka 20 iliyopita. Hawa, kwa Kiingereza, wanaitwa *Hyperglobalists*. Hawa wanaamini kwamba huu ulimwengu wa sasa unaelekea pahali pazuri. Hawaoni haja ya kuubadili mfumo huu, na hutumia muda wao mwingi kuutukuza kwa madai kwamba hakuna mbadala wake hakuna chaguo jingine, ama unashiriki au unazama! Wanadai kwamba matatizo yawakumbayo mamilioni ya watu duniani yanaweza kumalizika kwa kuukumbatia huu mfumo wa utandawazi, alimuradi kuwepo mikakati ya kupunguza umasikini. Kwao wao, umasikini unatokana na uvivu, kukosa ujasiriamali, kutokuweka akiba na kutokuwa na mipango miongoni mwa wale walio masikini. Kwa hiyo, "Mtaji wa masikini ni nguvu zake mwenyewe!"

Vilevile, kwao wao, tatizo kubwa ni umasikini tu. Na huo, kama alivyosema Rais mstaafu wa Marekani Bwana Bill Clinton mwaka 2002, wakati akitathmini chanzo cha ugaidi uliosababisha matukio ya Septemba 11, ndio chanzo cha vita, ugaidi na chuki miongoni mwa binadamu. Msimamo wa aina hii umejikita akilini mwa wengi, kiasi cha kusahau kabisa ule ukweli kwamba kuna mwenendo wa kijamii na uhusiano ambao misingi yake ni ufukarishwaji wa wengi na utajirisho wa wachache. Baadhi yetu tungependa kuamini kwamba historia bado inayo mengi ya kutufundisha. Na watu wa huko nilikozaliwa-Iringa wana msemo usemao: *"Ikitele ikilovela sa kisunga kikavandikilwa"*- Chungu cha zamani kinaweza pia kutumika kuwekea maziwa (ukipata chungu kipya usitupe cha zamani).

Katika kuivinjari dhana ya utandawazi, tatizo ni kwamba wengi hatuongelei tena masuala ya uhusiano wa kinyonyaji, kigandamizaji, kitabaka, kionevu n.k., kama ilivyokuwa zamani wakati tukiongelea kuhusu mfumo wa dunia, ambao leo umepewa jina la utandawazi. Enzi hizo ilieleweka kwamba wale ambao ni masikini wako katika hali hiyo kwa sababu wananyonywa, wanagandamizwa, wanabetuliwa pembeni, wanaonewa, wanabezwa, wanadhulumiwa, wanakosa haki,wakati matajiri (nchi au watu) walitajirika kwa sababu walitenda vitendo hivyo na kuishi kwa jasho la wengine. Hivyo, kwa mfano, Mwalimu Nyerere akihutubia Shirika Katoliki la Mary- Knoll, huko New York mwaka 1970 alitamka:

> *Tatizo la dunia ya leo si umasikini; maana tunao ujuzi na amali zinazotuwezesha kuufuta umasikini. Tatizo lenyewe hasa ni mgawanyiko wa binadamu katika tabaka mbili, tabaka ya matajiri, na tabaka ya masikini. Jambo hilo ndilo linaloleta matatizo, vita, na chuki kati ya watu.7*

> *Tunaweza kuziona tabaka hizi katika mafungu mawili. Kwanza, nchi moja watakuwako watu wachache wenye mali nyingi, na mali yao huwapa sauti kubwa; hali wananchi walio wengi sana wanateseka na umasikini na dhiki za aina mbalimbali.....*

> *Na pili, tukiitazama dunia kama mkusanyiko wa nchi nyingi, tunaona tabaka za aina hiyo hiyo. Upande mmoja kuna nchi chache, tajiri, zinazotawala dunia katika mambo ya uchumi; na kwa sababu ya utajiri wao zinatawala mambo ya siasa pia. Upande mwingine kuna nchi ndogondogo zilizo masikini ambazo inaonekana mwisho wao utakuwa kukandamizwa daima.8*

Ni wazi kwamba mtizamo kama huo wa Mwalimu Nyerere ulijikita

---

7 Hapa nchini kwetu, wale waliokuwa wakiitwa wanyonyaji, mabepari na makupe wakapanda cheo kuwa wahujumu wa uchumi mwaka 1984, walibadilika baada ya hapo na kuitwa wawekezaji au wafadhili!
8 Julius K. Nyerere, Binadamu na Maendeleo, Oxford University Press, Nairobi, 1974, uk. 91.

katika imani iliyouangalia mkakati mzima wa ufutaji wa umasikini kwa kuzingatia masuala ya ujenzi wa jamii zenye haki, usawa na heshima kwa binadamu wote. Leo hii, msimamo kama huu unadaiwa kwamba ni ndoto za Alinacha. Inadaiwa kwamba watu binafsi ni muhimu zaidi kuliko jamii na jumuia. Si umoja wa wafanyakazi na wakulima tena ambao ni muhimu, bali ushirika wa serikali, wafadhili, mashirika yasiyo ya kiserikali na sekta binafsi ambao ndiyo muhimili wa maendeleo na ustawi wa jamii. Nadharia zote za ukombozi wa mwanadamu na dhana na maadili yote ambayo hapo zamani yakiuainisha ubinadamu wetu zimetupiliwa mbali katika hii miaka 20 iliyopita.

Ukweli ni kwamba, kihalisia, utandawazi ni ainisho la uibukaji wa tabaka jipya la mabepari (walikuwa wakijiimarisha katika sekta ya fedha, vyombo vya habari, matangazo ya biashara, taaluma za kisomi, biashara, masoko ya hisa ya dunia, n.k.) ambao wamejitokeza tangia miaka ya 1970. Hawa, tofauti na wale wa zamani ambao walikuwa wakiwekeza katika mitaji ya uzalishaji-wakijenga viwanda, wakiwekeza kwenye migodi, wakifungua mashamba, n.k. walikuwa wamejikita katika katika mitaji ya fedha na ununuzi wa hisa na uporaji wa maliasili (madini, mafuta, misitu, wanyama pori. Kazi yao kubwa ilikuwa ni kununua hisa na ulanguzi wa mitaji ambayo iliivunjilia mbali mipaka ya nchi mbalimbali na kuugeuza ulimwengu mzima kuwa ni uwanja wa masoko ya ulanguzi (*speculative markets*), kiasi kwamba waliweza kuingia nchi yoyote na kuondoka bila ya kujali malengo ya muda mrefu ya nchi husika. Kazi yao kubwa ilikuwa ni kununua hisa, rasilimali na dhamana yaani kununua vile ambavyo awali vilikuwa haki ya jumuia (viwanda na mali za umma), yawe mabenki au vitega uchumi ambavyo vilitokana na jasho la wengi kwa kisingizio cha ubinafsishaji.

Kutokana na kuimarika kwa mitandao ya kompyuta katika masoko ya fedha duniani, ilifikia hali kwamba biashara ya uuzaji na ununuzi wa mitaji na hisa iliweza kufanyika kwa saa 24 duniani kote, huku kukiwa na wataalamu ambao kazi yao kubwa ilikuwa ni kununua mashirika mbalimbali, bila kujali kama yalikuwa yakizalisha kitu gani au mamilioni ya watu walikuwa wakipokonywa ajira zao. Huu ulimbikizaji wa mitaji wa aina mpya kabisa duniani haukuwa na lengo la kuwekeza au kujenga viwanda vipya, bali kununua kila kilichokuwapo na kukiuza papo hapo kwa faida kubwa zaidi. Ikasemekana kwamba teknolojia ya kompyuta ndiyo ambayo ina itawala, na kutoka hapo misuli na akili za binadamu hazikuwa na manufaa tena kiuchumi. Dhana ya kazi na uzalishaji, kama msingi wa maisha ya binadamu na ainisho la maisha yake, vikawa vimepinduliwa. Badala yake, uteja na masoko huria ukawa ndiyo msingi wa maisha kiitikadi, kiitikeli na kimaadili. Ikadaiwa kwamba masoko huria (ununuzi na uuzaji) ndiyo msingi wa jamii na si uzalishaji. Kwa hiyo, hakukuwa na haja ya kuota njozi za maisha ya usawa, haki na jumuia zenye misingi ya ubinadamu wa kweli.

Kabla ya hapo, dola ilipata uhalali wake kutokana na kutoa huduma za jamii, sasa hakukuwa na haja hiyo tena, kwani masoko ndiyo yalikuwa yamechukua jukumu la kutoa huduma za jamii-afya, elimu, matunzo ya uzeeni na huduma zingine. Sera za ustawi wa jamii hazikuwa na maana tena, kwani ziliwalemaza watu (japokuwa bado walitakiwa waendelee kulipa kodi, ambazo ndizo hasa chimbuko lake). Kwa hiyo msukumo mkubwa ukawekwa katika kuzilazimisha serikali kujitoa katika utoaji wa huduma za jamii, kwa madai kwamba masoko huria yangekidhi katika nyanja hiyo. Kazi ya dola ikadaiwa kuwa ni kuhakikisha kwamba kuna utawala bora au utawala wa kisheria (bila kujali kama hizo sheria zilikuwa ni za haki au za kidhalimu). Kiitikadi, ilidaiwa, haya yalikuwa yamedhihirishwa na sayansi ya jenetiki, ambayo ilikuwa imeonyesha kwamba tofauti za watu ni za kibaolojia-ziwe za kitabaka, kijinsia, kiakili, kimadaraka, kiuwezo wa mali, kirangi, kikabila, kiujasiriamali, haya yote yalitokana na maumbile na si mazingira ya kijamii!

Ilibidi watu wakubali tofauti zilizopo miongoni mwa watu, lakini pia ilibidi ikubalike kwamba iliwezekana kwa mtu yeyote kuwa tajiri, alimuradi awe na ari ya ujasiriamali na ufanya biashara. Laiti watu wote wangalipewa mikopo ya mitaji, basi hakungekuwa na kipingamizi chochote cha kuwafanya wote wawe matajiri na umasikini kutokomea kabisa katika uso wa dunia! Hii ndiyo nadharia mpya iliyojitokeza kutokana na mabadiliko hayo ya kiuchumi na kiteknolojia, ambayo imejikita katika mitandao ya mawasiliano yanayotokana na ukuaji wa utumizi wa kompyuta. Kompyuta, runinga, redio, simu na vingine vilikuwa vimeufanya ulimwengu uwe kijiji kwa kuwezesha watu wote duniani kuunganishwa kirahisi kwa mawasiliano. Uhalali wa dola haukuwa katika utoaji wa takwimu za kuonyesha kama nini kinatokea katika maisha na maendeleo ya watu tena, kwani hii kazi ilichukuliwa na mabingwa wa tabaka la juu wenye mitaji kudhihirisha kwamba hali zilikuwa zinaboreka siku hadi siku (kwa kutumia wataalamu waliobobea kwa wingi wa vyeti). Wakati matajiri wakinunua hisa kwenye masoko ya hisa, hohehahe waliliwazwa kwa imani kwamba kwa kucheza bahati nasibu au bingo au kuingia kwenye mashindano ya urembo, basi nao pia siku moja wangekuwa matajiri!

Nchi za Kiafrika ziliingizwa katika mfumo huu kwa njia ya urekebishaji wa uchumi, ambao ulitokana na utekelezaji wa masharti ya taasisi za fedha za dunia, hususan Benki ya Dunia na Shirika la Fedha la Kimataifa. Hizi taasisi na wafadhili zilidai kwamba matatizo ya kiuchumi yaliyokuwa yakiikabili Afrika yalitokana na sera za kizalendo za kulinda masoko na wazalishaji, ikiwa ni pamoja na utoaji wa ruzuku kwa wakulima. Kadhalika, hizo taasisi zilidai kwamba sera ambazo zinalenga katika ustawi wa jamii-yaani kuhudumia jamii katika masuala ya afya, elimu na miundombinu mbalimbali ziliongezea matatizo, kwani zilisababisha utozaji mkubwa wa kodi kwa wawekezaji, kiasi kwamba wawekezaji wa nje wakawa wanasita kuwekeza.

Taasisi hizi zililazimisha serikali za Kiafrika kujitoa katika masuala ya uchumi na huduma za kijamii. Japokuwa wananchi waliendelea kulipa kodi, lakini sasa waliambiwa lazima walipie hizo huduma (kwa maneno laini-wachangie katika utoaji huduma). Ilibidi wawekezaji wa kutoka nje wajengewe mazingira mazuri ya uwekezaji, ikiwa ni pamoja na misamaha au unafuu wa kodi, kutungiwa sheria zinazowalinda na kuwapa fursa ya kuhamisha mapato yao, upatikanaji wa malighafi kwa bei nafuu, sera za ujira zinazoruhusu wawekezaji kupata faida kubwa, kushamiri kwa biashara na masoko huria, utawala bora na mfumo wa vyama vingi. Na hivi ndivyo vikawa vigezo vya mafanikio. Baada ya kukidhi masharti hayo, ufadhili ukachukua nafasi ya sera za kijamii! Lakini ukweli ni kwamba, haya mapinduzi ya kimawasiliano na kiteknolojia hayajaanza hii miaka 20 iliyopita. Haya mabadiliko yaliyotokea kiuchumi, kiteknolojia na kisiasa ni mwendelezo na kukomaza kwa uhusiano uliokuwepo kwa karne nyingi za utumwa, ukoloni, ukoloni mamboleo na ubeberu kwa ujumla. Matatizo makubwa zaidi ya kiuchumi na kijamii yamejitokeza kutokana na urekebishaji wa uchumi, jambo ambalo limesababisha watu wengi kutokuwa na ajira na uhakika wa kujikimu kimaisha au hata kumiliki na kutawala rasilimali zao na nyenzo za kuendeleza maisha yao. Ukuaji wa mashirika makubwa ya mawasiliano pamoja na mitandao yake, ushindani mkubwa wa kiuchumi duniani, mapinduzi ya kiteknolojia, mgawanyo mpya wa kazi duniani, kuimarika kwa mfumo unaotawaliwa na mabenki na taasisi za fedha na za mawasiliano badala ya ule ambao awali ulizingatia uzalishaji na mabadiliko mengine mengi yaliyoanza kutokea miaka ya 1970, vilisababisha kuibuka upya kwa uonevu na unyanyasaji ambao umejikita katika ubaguzi wa rangi, kitabaka na kijinsia ndani ya nchi na duniani kote.

Inabidi kuyatilia mashaka haya madai kwamba kuna kipya katika hii dhana ya utandawazi. Kwa mfano, dai kwamba teknolojia imeufanya ulimwengu kuwa kijiji kwa kuwezesha watu wote duniani kuunganishwa kirahisi kwa mawasilino, limeibusha mjadala kuhusu suala la uwezekano au fursa ya kuwa na vyombo vya mawasiliano kwa watu wote na hususan wale ambao ni mafukara au makabwela. Hakuna usawa katika hili, walio wengi duniani hawana fursa au nafasi ya kuwa washiriki wa hayo mawasiliano. Wenye fursa ni matajiri na wale wenye uwezo tu. Kadhalika, imedhihirika wazi kwamba maudhui ya yaliyomo katika mawasiliano hayo ni yale ya upande mmoja wa nchi za Magharibi. Hivyo, kuna watoa habari na wapokea habari; watoa maarifa na wapokea maarifa; wenye uhodhi wa ukweli na wale ambao sauti zao hazisikiki kabisa, wastaarabu na washenzi, wenye utamaduni na wasio na utamaduni, lugha za manufaa na zile ambazo si muhimu, n.k.. Vyote vilivyo 'vyema' ni vya kutoka Magharibi na vile visivyofaa, ni vile ambavyo ni vya kwetu wenyewe!

Kabla hii dhana ya utandawazi haijaanza kutumika, huu mfumo ulijulikana kama ni mfumo wa dunia wa uhusiano wa kibepari, ambao ulikuwa umeiunganisha dunia nzima kutokana na mapinduzi ya kimawasiliano na teknolojia. Hivyo ndivyo alivyoutambulisha mfumo huu Mwalimu J.K. Nyerere mwaka 1970 katika hotuba iliyonukuliwa hapo awali. Lakini kwake, badala ya mfumo huu kuleta ukombozi wa mwanadamu, ulikuwa ukiukomaza uhusiano wa kinyonyaji; badala ya kuibuka kwa dunia moja matokeo yake yalikuwa ni mgawanyiko maradufu wa watu kitaifa na kimataifa, kati ya mafukara (ambao ni wengi) na matajiri (ambao ni wachache). Kwa maoni yake yeye, katika dunia kama hiyo, hakuna masoko huria kati ya "mbilikimo" na "pandikizi la jambazi": bei ambazo ziko katika masoko ya dunia hupangwa na wakubwa na wenye nguvu huko nje "ambako nchi masikini huwa kama mbilikimo anayefurukuta mikononi mwa pandikizi la jambazi!"

□□□□□ U □□ □□□□

Soko Huria au Soko Holela?

□□ □□□□ □□□ □□ □□□ □□□□□ □□□□ □□□□□□□□

Utangulizi

Kikao cha bunge cha mwezi Oktoba/Novemba 2001 kinatarajiwa kupitisha sheria inayoshughulikia Masuala ya Tumbaku Tanzania ya 2001 (*Tobacco Industry Act, 2001*), ambayo inafuta sheria iliyoanzisha Bodi ya Tumbaku ya mwaka 1984. Hii ni sheria ambayo inatarajiwa kutoa utaratibu mzuri zaidi katika "usimamizi, na kushughulikia maendeleo katika zao la tumbaku kulingana na mabadiliko yanayoendelea kutokea katika sekta ya kilimo". Mabadiliko yenyewe, kihalisi, ni yale yanayohusu kuwepo kwa soko huria katika ununuzi wa zao na uuzaji wa pembejeo ambao umetokea katika miaka ya 1990. Prof. Chachage Seithy L. Chachage anachambua.[1]

Itakumbukwa kwamba, hata hiyo sheria ya mwaka 1984 ilipitishwa baada ya kurudisha mfumo wa vyama vya ushirika ambao ulikuwa umeondolewa mwaka 1975 kutokana na kuvigeuza vijiji vya maendeleo na vya ujamaa kuwa vyama vya msingi, na hivyo kuyapa nguvu mabodi ya mazao kununua mazao moja kwa moja kutoka vijijini. Sasa sheria hii inakusudia "kuruhusu vyama vikuu, makampuni binafsi na watu binafsi kushiriki katika soko huru katika shughuli zinazohusu ununuzi na uuzaji wa zao la tumbaku na kuwezesha Bodi ya Tumbaku kutoa zaidi huduma za usimamizi."

Sheria hii inapitishwa wakati ambapo zao la tumbaku limekuwa katika zahama karibia kipindi cha miaka mitatu hivi. Zahama hii imesababisha wakulima wa zao la tumbaku wa Wilaya kama vile ya Songea kufukarika na hata kuishia kushindwa kujihudumia na

---

1 Pia mwanakikundi wa Uchambuzi wa Hali ya Kilimo Tanzania-Tanzania Agricultural Situation Analysis (TASA)

kujikimu katika mambo muhimu yahusuyo afya, elimu na hata lishe. Ni wakati ambapo wakulima wanautilia mashaka huu mfumo wa soko huru na kuilaumu Bodi ya Tumbaku ndipo hii sheria inapitishwa. Kwa maneno ya mmoja wa wahusika katika masuala ya kilimo huko Songea alivyosema: "Si rahisi kuielewa kirahisi maana hasa ya soko huru. Wafanyabiashara lazima wapate faida yao na si rahisi kuwadhibiti au kuwasimamia. Wanachama chao chenye nguvu, Chama cha Wanunuzi wa Tumbaku Tanzania (*Association of Tobacco Traders of Tanzania*). Wakulima hapa wana taabu sana, kama ilivyokwisha kutokea huko Iringa. Kwa hawa wafanyabiashara, mshindani wao mkuu ni Chama cha Ushirika wa Wakulima wa Songea (SAMCU), nacho kinaonekana kama chombo ambacho kinawapunguzia faida yao…. Hivyo katika msimu uliopita waliungana pamoja, wakagomea kununua tumbaku kupitia ushirika, kisha wakateremsha bei chini kupita kiasi."

Wakulima wengi wanaona kufukarishwa kwao kumetokana na mambo amabayo yamekuwa yakifanywa na Bodi ya Tumbaku. Maneno ya mwanakijiji wa Nambecha, ambayo yanawakilisha hisia za wengi, yanaweza kuelezea hisia hii vizuri sana: "Kuhusu uchumi kuna matatizo makubwa sana. Matatizo ya kwanza yameletwa na serikali inayoitwa Bodi. Hii ndiyo imewafanya wakulima waanze kulonga. Yaani kuchanganya madaraja [ya tumbaku] na kisha kuwahonga wateuzi wa Bodi. *Classifier* [mteuzi] akifika anataka chochote, kuna watu wanaotoa chochote ili wapate bei nzuri….Wewe unayestahili daraja la kwanza unakosa, kwa sababu hujalonga. Kulonga inabidi utoe shilingi 2,000/= au mabelo. Wanaofaidika ni watu wakubwa tu. Hawa wanapata gredi nzuri…Kuna wakati ma-*classifier* wanadai wachomewe kuku…Mkilalamika, mnaambiwa hamtaki uchumi…."

Mwanakijiji mwingine ambaye ni mzee mstaafu wa siku nyingi alikuwa na haya ya kusema: "Gredi hizi zinasababishwa na watu wawili: aidha ile kampuni inam-tip mnunuzi au mnunuzi anam-tip grader. Inategemea na wanunuzi wanavyoongea. Unajua kipindi kile cha… (jina la kampuni limehifadhiwa), mnunuzi alikuwa anampa kabisa *classifier* hela za kula ili ampunje mkulima. Wateuzi wanategemea sana

wafanyabiashara. Bodi ya Tumbaku sioni kama inaweza kuwasaidia
sana wakulima. Kwa kuwa ile ni serikali, labda wameona wengine
hawana mahali pakula ndiyo sababu wameanzisha hiyo bodi. Lakini
sioni kama inawasaidia wakulima kwa sababu wao ndio wanawaweka
wateuzi, na wateuzi haohao hawafuatilii kama haki inatendeka....
Hakuna sababu iwepo bodi kwa sababu haitusaidii."

Huyu mwanakijiji mzee anaendelea kusema, "Mimi nilishukuru
sana niliposikia Rais amemchagua Bwana Kahama kuwa Waziri wa
Ushirika, kwa sababau Kahama toka zama zile za mawaziri wa kwanza
wa Nyerere alikuwepo....Sasa ni mtu mzima na yeye profession yake
ni ushirika toka kule kwao. Tulikuwa tumetegemea sana ushirika
utakwenda vizuri. Lakini sasa kwa sisi hapa Songea, wakulima
kunyimwa pesa zao, jambo hili hakuna hatua zinazochukuliwa...
Alipokuja Rais mwezi wa sita aliambiwa. Lakini hakuna kinachofuata
baada ya hapo. Kwa hali hiyo watu wengi wanaona serikali haiwasaidii.
Sasa ikiwa haijali matatizo haya, watu wengi wanasema uchaguzi wa
mwaka 2005 hawajui watampigia kura nani...Mtindo huu haujawahi
kutokea....Hakuna kinachowalinda wakulima."

Katika mazungumzo ya pamoja na akina mama, nao walikuwa na
yao ya kusema. Mama mmoja wa umri mkubwa wa kijiji kimoja alisema:
"Zamani kabisa wakati wa CCM, unaweza kubeba silaha yako-kadi ya
CCM. CCM itakusaidia. Au unakwenda kulalamika, unasaidiwa. Lakini
kufikia mahala CCM ilituachia. Ndipo mambo yakaanza kuharibika.
Toka mwaka 1999 hali imekuwa ngumu. Tukienda kulalamika, haya
CCM haifikirii matatizo ya wananchi. Haifikirii matatizo ya wakulima
ambapo tuliitegemea." Mama aliendelea, "Zamani tukipeleka mazao
yetu yote katika chama cha msingi. Baadaye tukawa tunapeleka mazao ya
biashara-yaani tumbaku SAMCU. Lakini walivyotubadilisha badilisha!
Yaani walivyobadilika! Mpaka 1997 tumbaku walikuwa wananunua
SAMCU, hali ilikuwa nzuri. Baada ya hapo ikaingia masoko huru...
wakasema wanakuja kusaidia uchumi wetu mgumu....Baadaye serikali
ikaingilia kati ikavunja soko huru na kurudisha ushirika. Mazao yetu
yalikoenda hatujui. Wametukwamisha uchumi wetu. Hali ngumu sana,
tunashindwa hata kula."

Kulikuwa kumetokea nini? Labda hapa yapasa turudi katika historia kidogo. Tanzania, tumbaku inalimwa kuanzia Tabora, Mbeya, Iringa na Ruvuma. Ruvuma (Wilaya ya Songea) ndiyo iliyokuwa ya kwanza kulima tumbaku kuanzia mwaka 1928. Sehemu zingine zilianza kulima tumbaku baada ya Vita Kuu ya Pili ya Dunia. Vivyo hivyo, miongoni mwa vyama vya ushirika vya kwanza nchini kulikuwepo Chama cha Wakulima cha Wangoni na Wamatengo (Ngoni Matengo Union-NGOMAT), ambacho kilianzishwa mwaka 1936 kwa msaada wa baadhi ya maofisa wa kikoloni. Mnamo mwaka 1948, chama hiki kiliweza kujenga kiwanda chake cha kusindika tumbaku mjini Songea, ambacho kilianza kufanya kazi mwaka 1951. Hiki ndicho kiwanda kikubwa peke yake katika mji huo hadi leo, ambacho kinaajiri watu karibia 2,000. Wafanyakazi wengi katika mji huu ama ni wa serikali au ni wa mashirika ya umma. Hiki ni kiwanda ambacho kinawalisha wengi, wakiwemo wafanyabiashara wakubwa na wadogo, pamoja na akina 'mama n'tilie'.

Kuona hayo maendeleo, serikali ya mkoloni ilianzisha bodi ya kudhibiti na kulisimamia zao hilo, *Songea Native Tobacco Board* (Bodi ya Tumbaku ya Wenyeji wa Songea) mwaka 1948. Hii ilikuwa ndiyo Bodi ya kwanza kwa zao hili. Lakini haikufua dafu, kwani kufikia miaka ya 1950 ilikuwa haina nguvu kabisa. Serikali ya baada ya uhuru ilianzisha Bodi ya Tumbaku mwaka 1963, wakati ilipokuwa imeshaamua kuingilia kati uendeshaji wa vyama vya ushirika kwa kuudhibiti na kuanzisha wa aina nyingine. Katika mkoa wa Ruvuma kulianzishwa ushirika wa mkoa na serikali (*Ruvuma Regional Cooperative Union*-RURECU), ambao ulihakikisha kwamba shughuli za NGOMAT zinakuwa chini yake. Kama kulikuwa na ongezeko lolote katika uzalishaji wa tumbaku mnamo miaka ya 1960, ni kwa sababu serikali za mikoa na wilaya zilikuwa zimetunga sheria ndogondogo za kuwalazimisha watu kulima mazao ya biashara. Bwana Peter Barongo alipitisha sheria kama hiyo mkoani Ruvuma mwaka 1965. Hivyo, zao la tumbaku liliongezeka kwa asilimia 13 kwa mwaka kati ya mwaka 1964 na 1971.

RURECU (pamoja na Chama Kikuu cha Taifa) na NGOMAT havikuwa na uhusiano mzuri hata kidogo siku zote. NGOMAT iliiona RURECU kama chombo ambacho kilikuwa hakijali maslahi ya wakulima kutokana na urasimu, rushwa na ubadhirifu kilichokuwa navyo. Na kila wakati NGOMAT ilipodai hivyo, RURECU ilikuwa ikitishia kuivunja NGOMAT. Kufika mwaka 1972, licha ya NGOMAT kuwa na uhusiano wa kihasama na RURECU, shughuli zake zilitiwa mashakani kutokana na serikali kuanzisha Mamlaka ya Tumbaku *(Tobacco Authority of Tanzania-TAT)* mwaka 1972, ambayo ilipewa madaraka ya kununua tumbaku moja kwa moja kutoka kwa wakulima na kuyauzia makampuni ya nje ya nchi. Kutokana na madaraka yake mamlaka, ambayo yalitokana na ukweli kwamba serikali ilikuwa nyuma yake, Mamlaka ilidiriki kudai kwamba NGOMAT ilikuwa imeshindwa kulinda maslahi ya wakulima na badala yake ilikuwa ikiwanyonya wakulima kutokana na kuwatoza kodi kubwa na kuwakata makato mengine pamoja na kushamiri kwa rushwa. NGOMAT nayo ikadai kwamba TAT ilikuwa haiyachukulii maanani maslahi ya wakulima kwani lengo lake kubwa lilikuwa ni kuchuma faida tu. Wakulima walichukizwa sana na kuwepo kwa Mamlaka, kiasi kwamba ilitokea wakati wakulima wa Nangero na Namtumbo-sehemu ya Undendeule ambayo ilikuwa inazalisha sana tumbaku kuliko sehemu zingine, walitishia kugoma kulima zao hilo. Walikuwa wamekasirishwa na vitendo vya wateuzi wa tumbaku *(classifiers)* waliokuwa na tabia ya kuwapa madaraja ya chini au yasiyo ya haki ili kujinufaisha binafsi, kitu ambacho kilikuwa hakijawahi kutokea enzi za ushirika. NGOMAT ilivunjwa na RURECU mwaka 1973, na mali zake zote, ikiwa ni pamoja na kiwanda cha kusindika tumbaku cha Songea, ziliuzwa kwa Mamlaka ya Tumbaku. Hadi mwishoni mwa miaka ya 1970, TAT ilikuwa ikiyauzia tumbaku makampuni 17 ya nje.

Ni kutoka wakati huo ambapo uzalishaji wa zao la tumbaku ulianza kuporomoka, kiasi kwamba ukuaji wa uzalishaji wa zao hilo ulikuwa asilimia 2.6 kwa mwaka kati ya 1972-1980. Wakulima walikuwa wameacha kulima tumbaku, na badala yake walikazania mazao ya chakula ambayo wakati huo yalikwishaanza kuwa na bei nzuri zaidi na hayakuhitaji matumizi makubwa ya pembejeo au kuajiri watu zaidi ya wale waliokuwa ndani ya kaya. Wakati huo, kuajiri watu kulichukuliwa kama kitendo cha unyonyaji, hivyo haikuwa rahisi kupata wafanyakazi wa kutosha. Hali hii ilifikishia hatua kwamba tani za mbolea ambazo zilikuwa zimenunuliwa kwa mkopo wa Benki ya Dunia kurundikana mkoani, kwani licha ya wakulima kupunguza ulimaji wa tumbaku, walikuwa pia wamepunguza au kuacha kabisa kutumia pembejeo.

Ulimaji wa mazao hayo uliteremka kwa sababu ya upungufu wa bidhaa muhimu madukani, utozwaji wa kodi nyingi na kubwa na kukosekana kwa masoko ya uhakika ya mazao hayo. Soko la mazao ya chakula lilikuwa na matatizo tangu mwaka 1981/82, wakati ambapo Shirika la Usagishaji (*National Milling Corporation*) lilikuwa limeanza kukwama kununua mazao hayo. Ndipo wakajitokeza wafanyabiashara binafsi, ambao walinunua mazao hayo kwa bei ya chini kuliko hata ile ya serikali. Kufikia mwaka 1988/89, masoko huru yaliruhusiwa kuingia katika ununuzi wa mazao ya chakula, kutokana na mashirika ya umma na vyama vya ushirika vilivyorudishwa tena mwaka 1984 kushindwa kabisa kununua. Japokuwa hawa wafanyabiashara walinunua kwa bei ndogo kuliko ya serikali, lakini waliitwa 'wakombozi' kwa kuwa hakukuwa na soko jingine.

Wakati vyama vya ushirika viliporudishwa mwaka 1984, vilianzishwa tena na serikali kama vyama vya kimkoa pamoja na chama kikuu. Navyo vilitakiwa kununua mazao yote, lakini ikashindikana, navyo vikaishia kununua mazao ya biashara tu. Chama cha Mkoa wa Ruvuma (*Ruvuma Cooperative Union*-RCU) kilipoanza, kilikuwa kinanunua mazao yote, lakini kila kilipopeleka mahindi kuliuzia Shirika la Usagishaji la Taifa, hili lilikataa kununua sehemu kubwa ya mazao, au lilidai kwamba gredi haikuwa nzuri. Almuradi lilikuwa na kila aina ya visingizio. Mnamo mwaka 1985, RCU ilitumia shilingi bilioni 3 kununua mahindi kwa wakulima, lakini Shirika la Usagishaji lilinunua asilimia 80 tu ya mahindi hayo. Mahindi mengi yaliishia kuoza katika uwanja wa mpira wa Zimanimoto ambako yalikuwa yamehifadhiwa. Mnamo mwaka 1986, RCU ilinunua mahindi ya shilingi milioni 9 kutoka kwa wakulima, lakini ikaishia kuyauza kwa shilingi milioni

4. Na ni kutoka wakati huo watu wakaanza kusema kwamba chama kilikuwa kikinunua "mazao hewa".

RCU iliacha kununua mazao mengine yote, ikabaki ikinunua tumbaku tu ambayo ilipitia kwa Mamlaka kama wakala wa makampuni ya nje. Makampuni yalianza kununua moja kwa moja kutoka kwa RCU mwaka 1992, nayo RCU ikabadilika kuwa SAMCU mwaka 1994, baada ya kujitenga na Mbinga (kahawa) na Tunduru (korosho). Badiliko hili liliwezekana kutokana na ubadilishaji wa Sheria ya Vyama vya Ushirika mwaka 1991 (*Cooperative Societies Act of 1991*), ambayo ilivitenganisha vyama vya ushirika kutoka kwenye mikono ya CCM kutokana na ujio wa mfumo wa vyama vingi uliotarajiwa mwaka 1992.

Hadi wakati huo, SAMCU ilikuwa ikiweza kukopa kutoka katika mabenki na kurudisha mikopo. Lakini balaa lilitokea mwaka 1994, wakati serikali ilipopeleka tani 30,000 za mbolea kutoka Ujerumani (wakati mahitaji ya wakulima yalikuwa tani 7,000 kwa mwaka!), kupitia halmashauri ya wilaya bila kueleza kama ulikuwa ni msaada au mkopo. Matokeo yake, SAMCU iliishia katika madeni makubwa, kwani hiyo mbolea ilikuwa ni mkopo wenye riba ya kati ya asilimia 27-29. SAMCU ilijikuta ikilipa riba ya shilingi milioni 100 kwa mwezi, kuilipa TAZARA gharama za usafiri ambazo zilikuwa shilingi milioni 600 na kuwalipa mawakala wa usafirishaji shilingi milioni 300.

Kwa sababu wakulima hawakuwa na soko la mazao ya chakula waliwajibika kurudia tena katika upanuzi wa kilimo cha tumbaku miaka ya 1990. Uzalishaji wa mahindi ulianguka kutoka tani 34,000 hadi tani 10,511 kati ya mwaka 1985/86 na mwaka 1989/90, wakati uzalishaji wa tumbaku ulipanda kutoka tani 418 hadi 1,530 katika kipindi hicho hicho. Uzalishaji wa mahindi ulizidi kuanguka kutoka tani 6,433 mwaka 1990/91, zikapanda hadi tani 24,913 mwaka 1992/93, lakini zilishuka hadi tani 3,490 mwaka 1994/95. Wakati huohuo, uzalishaji wa tumbaku uliongezeka hadi kufikia tani 6,939 mwaka 1996/97.

Bei ya tumbaku ilikuwa ya kutia matumaini wakati huo na SAMCU iliweza kulipa zaidi ya kiwango cha dira ya bei kilichopangwa na Baraza la Tumbaku huko Morogoro. Wakati Baraza la Tumbaku lilipopanga kuwa dira ya bei ya wastani iwe shilingi 420/= kwa kilo mwaka 1994/95, SAMCU iliweza kulipa shilingi 450/= kwa kilo mwaka huo. Mwaka uliofuata bei iliyokuwa imepangwa ilikuwa shilingi 440/= kwa kilo, SAMCU ililipa shilingi 460/= kwa kilo. Mwaka 1996/97 dira ya bei ilikuwa shilingi 540/= kwa kilo na SAMCU ililipa shilingi 560/= kwa kilo. Kadhalika, wakulima waliweza kujipatia shilingi bilioni 1.5 mwaka 1995/96 na shilingi bilioni 3.9 mwaka 1996/97.

Makampuni binafsi karibia sita yaliruhusiwa kuanza kununua tumbaku mwaka 1996, baada ya sheria ya Bodi kubadilishwa mwaka 1993, ambayo ilibadilisha jukumu la Bodi na kuifanya kazi yake iwe ni kusimamia shughuli za tumbaku, kadhalika kuishauri serikali kuhusu mwenendo mzima wa zao hilo. Kazi ya bodi ikawa ni kuyapa leseni makampuni, kuyaandikisha na kusimamia shughuli za zao hilo. Kwa kiasi kikubwa, shughuli zake zilijikita katika udhibiti. Mwanzoni, SAMCU nayo ilipewa leseni ya kununua kama kampuni nyingine yoyote ile, japokuwa kilikuwa ni chama cha wakulima. Kama chama cha wakulima, kilitakiwa nacho kiingie kwenye ushindani. Vyama vingi vya msingi (ambavyo ni wanachama wa SAMCU) viliamua kuyauzia makampuni binafsi, kwani kama alivyosema mhusika mmoja, "Wakulima kwa kawaida hawafanyi uchaguzi kwa kuzingatia sababu za kisiasa, bali za kiuchumi. Waliamua kulijaribu hili soko jipya, kwa kuwa wafanyabiashara walikuwa wameahidi kwamba wangewajengea misikiti na hata kuwaletea khanga wake zao na kadhalika. Hatimaye, waliofaidika kutokana na ahadi hizo ni viongozi na si wakulima masikini!"

Bei za zao la tumbaku zilianza kuporomoka ghafla ghafla baada ya kuingia wafanyabiashara binafsi. Wakati Baraza la Tumbaku lilipanga kuwa dira ya bei ya wastani iwe shilingi 540/= kwa kilo mwaka 1997/98, bei ya wastani ya ununuzi iliteremka hadi shilingi 468/= kwa kilo. Kadhalika, mwaka huo kulikuwa na matatizo makubwa ya upangaji wa gredi, kwani wakulima wengi waliishia kulalamika kuwa walipunjwa kutokana na wateuzi wa Bodi kununuliwa na makampuni. Wakulima walidai kwamba haya yalikuwa hayajawahi kuwapata wakati

SAMCU ilipokuwa ikinunua zao hilo. Mwaka uliofuata, Baraza la Tumbaku lilipanga dira ya bei ya wastani wa shilingi 540/= kwa kilo, lakini wanunuzi walilipa wastani wa shilling 454/= kwa kilo.

Uzalishaji wa zao la tumbaku ulianza kuporomoka hadi kufikia tani 4,600 mwaka 1998/99 na mwaka huo, wakulima walipata shilingi bilioni 2.8 tu, hali iliyokuwa pia imechangiwa na vitendo vya wateuzi kwa kutotenda haki, kufuatana na maelezo ya wakulima wenyewe. Zao la tumbaku lilikuwa limeingia katika zahama kwa mara nyingine. Wakulima waligoma kuuzia makampuni mwaka 1999/2000 na kuamua kuiuzia SAMCU.

Uzalishaji mwaka huo ulipanda hadi tani 7,507, nayo SAMCU iliyauzia makampuni ya nje. Kutokana na zao hilo waliweza kujipatia shilingi bilioni 4.2. Malalamiko kuhusu uteuzi wa madaraja yalipungua pia mwaka huo. Lakini makampuni yalikasirishwa sana, kwani wakulima walikuwa wamekatisha mikataba iliyo kuwa ni ya miaka mitatu na makampuni hayo.

Ilipofika msimu wa kununua tumbaku wa mwaka 2000/2001, makampuni binafsi yalisusia kununua tumbaku kutoka kwa SAMCU kwa visingizio vingi, ikiwa ni pamoja na kutopendelea tumbaku isindikwe katika kiwanda cha Songea ambacho kinamilikiwa na vyama vya msingi (asilimia 51) na kampuni ya Sonleaf (asilimia 49), yakitaka yakasindike kwingine-hususan Morogoro. Kwa sababu yalijua kwamba SAMCU ilikuwa haina hela na ilikuwa inayategemea makampuni kununua tumbaku, makampuni hayo yaliamua kuchelewa kwenda kununua tumbaku. Hadi mwezi wa kumi mwaka jana yalikuwa hayajaenda kununua. Hatimaye yalipokubali kununua, yalichagua gredi nzuri tu na zile za chini yakaziacha. Hili lilisababisha kiwanda kutofanya kazi yake kwa ufanisi na kuwa katika hatari ya kufungwa na kuwafanya watu wengi wakose njia ya kujikimu. Bodi ya Tumbaku ilishindwa kuingilia kati mgogoro huu na kuwatetea wakulima, badala yake iliachia hali hii iendelee kiasi kwamba makampuni hatimaye yakaamua kuteremsha bei ya tumbaku zaidi hadi kufikia senti 90 ya dola kwa kilo. Nia yao ilikuwa ushirika ufe, ili yasiwe na mshindani na yaweze kujipangia bei na mambo mengine kwa kupitia katika chama chao.

Kutokana na mtafaruku wa mwaka 2000/2001, wakulima wengi hawakulipwa na kulibakia tumbaku katika kiwanda cha Songea (SONTOP) ambayo haikununuliwa na ilikuwa ikiharibika. Kadhalika, wakulima wengi katika msimu uliopita waliacha kabisa kulima tumbaku, kiasi kwamba inakadiriwa kuwa huenda zao halitafikia tani 1,500 katika msimu huu wa 2001/2002. Kutokana na hali hiyo, Bodi ya Tumbaku iliamua kuinyima leseni SAMCU kwa madai kwamba haina hela, badala yake ikayapa makampuni binafsi manne ambayo yalikwenda kuwekeana mikataba na vyama vya msingi vya SAMCU moja kwa moja. Hayo makampuni yalikwenda kufanya kampeni kwenye hivyo vyama vya msingi, chini ya uangalizi wa Afisa Ushirika wa Wilaya!, nayo yakadai kwamba chama cha ushirika hakifai, kwani ndicho kilichowadhulumu wakulima kutokana na kujawa na rushwa na ubadhirifu. Yalidai kwamba chama cha ushirika hakifai kutetea maslahi ya wakulima, kwani tumbaku yote ya msimu uliopita ilikuwa imenunuliwa, lakini kilikuwa kimekataa kuwalipa wakulima.

Kati ya masharti ambayo makampuni yalikuwa yameweka ili yakubali kununua tena tumbaku yalikuwa ni kufutiwa kesi ya madai ambayo ilikuwa mahakamani. Mdai alikuwa ni SAMCU ambayo ilidhulumiwa fedha za pembejeo mara tu makampuni binafsi yalipoingia, kwani makampuni hayo yalikataa kukusanya fedha hizo kutoka kwa wakulima; na kuruhusiwa kutosindika tumbaku katika kiwanda cha Songea. Wakulima kuanzia msimu huu wameachwa solemba, hawana mtetezi tena.

Ni kweli kwamba vyama vya ushirika, hususan vile ambavyo vimeundwa kutoka juu vina matatizo yake-yakiwa pamoja na urasimu na kutokuwa na watu wenye moyo na vyama hivyo, isipokuwa kujisitiri kiajira. Lakini hili peke yake halitoshi kufanya uwepo wa vyama vya ushirika usiwe muhimu. Suala la muhimu ni kuangalia kama ubovu wake uko wapi na kuurekebisha. Nchi yetu ina historia ya kuwa na vyama vya ushirika vyenye nguvu na uwezo wa kuwatetea wakulima kabla ya kuingiliwa na serikali mnamo miaka ya 1960. Vyama hivyo ni kama Victoria Nyanza Federation of Cooperative Unions (VNFCU pamba), Ngoni Matengo Union (NGOMAT tumbaku) Kilimanjaro Native Cooperative Union (KNCU kahawa) na vinginevyo. Victoria Nyanza kilikuwa chama kikubwa kuliko vyote katika bara la Africa mnamo miaka ya 1950. Vyama vyote hivi viliharibika baada ya kuingiliwa na serikali.

Haiyumkini kama vipi wakulima wanaweza kuendelea au hata kutetea maslahi yao, ikiwa vyama vyao vinapigwa vita wakati wafanyabiashara wanazidi kuimarika kutokana na kuwa na chama chao, ambacho kinawezesha kufifisha kila aina ya ushindani. Kuwa na Bodi ambayo viongozi wake wanachaguliwa na Rais; Bodi ambayo kazi yake ni kuwadhibiti wakulima, ikiwa pamoja na kuwaandikisha na kadhalika; na kutokujenga mazingira yatakayowezesha kuibuka kwa vyama huru vyenye nguvu vya wakulima ni msimamo ulio kinyume kabisa na demokrasia. Sehemu mojawapo kubwa ya ushindani kibiashara ni pale ambapo wakulima wana uwezo wa kushindana na wafanyabiashara kupitia chama chao, hivyo kuweza kutetea hali nzuri ya uzalishaji pamoja na bei ya mazao ya haki. Kupitishwa kwa sheria hii hakutaboresha mwenendo wa zao la tumbaku, badala yake utaliweka katika hali ya matatizo zaidi, na wakulima watazidi kufukarika. Wanachokihitaji wakulima ni masoko ya uhakika na siyo haya holela au ya kubahatishabahatisha.

☐ ▢▢▢ ▢▢▢▢ ▢U▢▢▢▢▢ ▢▢ ▢ ▢U▢U▢ ▢▢ ▢▢▢ ▢▢ U▢U▢▢▢▢▢▢ U▢U▢▢ U▢▢U▢ ▢▢▢▢▢▢▢▢▢

Napenda kukiri wazi wengi wetu si wataalamu wa uchumi, na wala hatuna utaalamu wala ujuzi wa kuyaainisha masuala hayo. Lakini kwa kuwa kila kuchapo sisi sote ni waathirika wa takwimu zitolewazo na wachumi, na hasa wanasiasa wetu katika kipindi hiki wakati kura zikitafutwa kwa udi na uvumba, yabidi kuyasaili baadhi ya mambo ambayo wanatuambia. Swali ambalo wengi tumekuwa tunajiuliza ni: hivi tunapoambiwa kuwa uchumi umekuwa ukikua kwa kutumia vigezo vya pato la taifa, mbona ufukara umekuwa ukiongezeka siku hadi siku miongoni mwa makabwela ambao ni asilimia 90 ya watu wa nchi hii? Huo uchumi ambao umekuwa ukiongezeka umekuwa ukienda wapi au ukimfaidia nani? Je, hizi ahadi za kujenga uchumi kakamavu ambazo wanaopigania kinyang'anyiro cha kututawala katika miaka mitano ijayo zinazingatia kiasi gani matatizo ambayo yamekuwa yakiwapata wanyonge? Si masuala mepesi, lakini inabidi tuyatafakari kwa faida yetu.

Waziri Mkuu wa Uingereza wa mwishoni mwa karne ya 19, Bwana Disraeli, aliwahi kutamka kuwa kuna aina tatu za uongo: uongo, uongo laanifu na takwimu. Kama tutakubaliana na mwanasiasa huyu, basi takwimu ambazo zimekuwa zikitangazwa kuhusu baadhi ya sekta za uchumi ni kidhihirisho cha maneno haya. Mfano wa sekta mojawapo ni ile ya utalii. Kwa miaka kadhaa sasa, Watanzania na watu wa dunia nzima wamekuwa wakiambiwa na vyombo vya habari kuwa kutokana na kulegeza masharti ya uchumi na kuingia katika mfumo wa soko huria (utandawazi), kumekuwa na ongezeko kubwa la vitega uchumi katika sekta ya utalii kutokana na kuuza mashirika na makampuni ya kitalii yaliyokuwepo, kuyakodisha na uwekezaji wa mitaji kutoka nje ya nchi.

Hakuna ubishi kuhusu kuongezeka kwa vitega uchumi, kama inavyojidhihirisha wazi kutokana na ongezeko la mahoteli na shughuli nyingine ambazo zinahusiana na mambo ya kitalii. Vyombo vya habari vimekuwa vikiyaainisha yale ambayo yamekuwa yakitamkwa na wanasiasa, watawala serikalini, watunga sera na hata baadhi ya wasomi ambao wamefanya utafiti katika nyanja hiyo. Hawa wote wamekuwa wakionyesha jinsi sekta ya utalii inavyochangia katika pato la taifa, ongezeko la ajira, "kupunguza umasikini" na maendeleo ya nchi kwa ujumla.

Kwa mfano, ilidaiwa kwamba utalii uliingiza kiasi cha dola milioni 725 kutokana na nchi kupata watalii 525,122 mwaka 2001, na pato hili likaongezeka hadi dola milioni 731 kutokana na kupata watalii 576,000 mwaka 2003. Imedaiwa kwamba sekta ya utalii imekuwa ikiiingizia nchi fedha nyingi za kigeni-asilimia 25, na kuchangia katika pato la taifa kiasi cha asilimia 16. Kutokana na mchango huo, utalii umefikia kiasi cha kuwa injini ya ukuaji wa uchumi wa nchi. Kwa wale ambao wamewahi kuziangalia takwimu za nchi ya jirani- Kenya, ambayo kwa miaka mingi imekuwa ikivuma na kuongoza katika shughuli za utalii Afrika Mashariki nzima, watagundua mara moja kwamba takwimu hizi zina mushkeli! Kenya ilitembelewa na watalii 750,000 mwaka 2002. Hawa ni zaidi ya wale waliotembelea Tanzania. Lakini mapato ya fedha za kigeni kutokana na idadi hiyo yalikuwa dola milioni 285!

Iweje kwamba Kenya iliyopata watalii wengi zaidi ipate theluthi moja ya fedha za kigeni ya zile za Tanzania ambayo ilikuwa na watalii wachache? Miujiza gani hii ya kiuchumi na ni baraka gani Tanzania inazo ambazo Kenya haina? Kila aliye mdadisi inabidi ajiulize maswali zaidi kuhusu mchango wa sekta hii: inabidi aziangalie upya takwimu za sekta hii na kulinganisha na mchango wa sekta nyingine za uchumi hapa nchini. Kwa kufanya hivyo, itagundulika wazi kwamba hizi takwimu ni sehemu ya siasa za kimataifa za ulipaji na upunguziwaji wa kulipa madeni. Inabidi nchi zetu ziuonyeshe ulimwengu kwamba uchumi unakua kutokana na kufuata sera za Magharibi na kukaribisha wawekezaji, ili zisamehewe madeni. Kuonyesha kuwa kuna matatizo ni kufuru katika muktadha wa sera za kiuchumi za dunia ya leo.

Kama ni kweli kwamba sekta ya utalii iliingizia nchi dola milioni 731 mwaka 2003, ambazo ni asilimia 25 ya mapato ya fedha za kigeni, inamaanisha kwamba mapato ya fedha za kigeni mwaka huo yalikuwa dola milioni 2,924 (au bilioni 2.9 kwa kifupi). Lakini takwimu za hali ya uchumi wa taifa za mwaka huo zinaonyesha tofauti: mapato ya fedha za kigeni mwaka huo yalikuwa dola milioni 1,142 (au dola bilioni 1.1 kwa kifupi)! Hizo takwimu za serikali za hali ya uchumi kwa mwaka huo zinaonyesha kuwa mauzo ya mazao ya kilimo (kahawa, pamba, katani, chai, tumbaku, karafuu na korosho) yalichangia dola milioni 222.7 au asilimia 19.5. Kadhalika, mauzo ya bidhaa zingine (madini, bidhaa za viwandani, samaki na mazao ya baharini (marine products), maua na mboga na utalii) yalichangia dola milioni 919.7 au asilimia 80.5 ya mauzo yote ya nje.

Katika hizi dola milioni 919.7, sekta ya madini peke yake ilichangia dola milioni 548.3 au asilimia 48 ya mauzo yote ya nje. Dhahabu peke yake ilichangia dola milioni 499 au asilimia 43.7 ya mapato yote. Bidhaa za viwandani zilichangia dola milioni 99.9 au asilimia 8.8 na mauzo ya samaki na mazao megine ya baharini yalichangia dola milioni 136.2 au asilimia 12. Uuzaji wa maua na mboga ulichangia dola milioni 13.7 au asilimia 1.2 ya mauzo yote ya nje. Katika hizi ripoti za hali ya uchumi wa taifa, hakuna takwimu za utalii na mchango wake katika upatikanaji wa fedha za kigeni haujaainishwa hata kidogo! Ikumbukwe kuwa sekta ya utalii iko chini ya Wizara ya Mali Asili na Utalii na takwimu za mauzo ya samaki zimeainishwa wazi, lakini si za utalii. Na takwimu za hali ya uchumi wa taifa ndizo zitumikazo katika upangaji wa mipango ya kitaifa ikiwa ni pamoja na kupanga bajeti ambayo ni sehemu ya maamuzi ya kupanga kama sekta ipi ipewe kipaumbele au ipi ni muhimu.

Hadi kufikia hapo, yabidi tujiulize kama kweli utalii unachangia hicho kiasi kinachodaiwa na wanasiasa wetu. Cha kwanza kinachojitokeza wazi ni kwamba hizo takwimu za watalii na mchango halisi wa sekta hii katika uchumi ni za kubuni, na zinaficha mambo mengi sana, ikiwa ni pamoja na unyonywaji na ufukarishwaji wa nchi na watu wake. Fedha nyingi zinatumika kuutangaza utalii na vivutio vyake; na inadaiwa kuwa idadi ya watalii imekuwa ikiongezeka. Lakini kihalisia watalii ambao wamekuwa wakija nchini kwa ajili ya vivutio hivyo si wengi kwa kiasi kinachodaiwa, kwani, kwa mfano, *Tourism Master Plan* inaonyesha kuwa kati ya watalii 502,000 wanaodaiwa kuingia nchini mwaka 2000, wale waliokuja kwa ajili ya mapumziko au kutembelea vivutio hawafiki hata nusu. Asilimia 25 ya hao wanaodaiwa kuwa ni watalii walikuwa wafanyabiashara, asilimia 12 ni watu waliokuja kutembelea ndugu zao au marafiki, asilimia 12 walikuja kuhudhuria mikutano na makongamano na waliobakia ni watu waliokuja kwa shughuli zao wenyewe.

Waafrika, ikiwa ni pamoja na Watanzania walioko nje walikuwa asilimia 40.5 ya wageni waliotembelea nchi, Wazungu walikuwa asilimia 30 na Wamarekani walikuwa asilimia 9. Idadi halisi ya watalii waliotoka Ulaya ilikuwa 118,000 na wale waliotoka Marekani ya Kaskazini ilikuwa 31,000. Mamlaka ya hifadhi za wanyama Tanzania (TANAPA) inaonyesha kuwa idadi ya watalii waliotembelea mbuga za wanyama mwaka 2001 haikuzidi 120,000 nayo ilipata kiasi cha dola 19,791,765. Kadhalika, inakadiriwa kuwa mamlaka ya hifadhi ya mlima Kilimanjaro (KINAPA) ilipata dola milioni 7, na ile ya Ngorongoro ilipata dola milioni 6.79. Mapato kutokana na uwindaji wa wanyama pori wa kitalii yalikuwa dola 9,021,960. Hii inamaanisha kwamba Tanzania, kihalisia ilipata dola milioni 42.6 tu kutokana na utalii!

Hili linawezekana kuwa kweli kabisa, kwani hotuba zote za bajeti za Waziri wa Maliasili na Utalii, katika nyongeza zake zinaonyesha kwamba chanzo cha takwimu zake ni Idara ya Takwimu ya Taifa na si Wizara yenyewe! Lakini chanzo cha takwimu za mauzo ya samaki na mali asili zingine ni wizara yenyewe. Iweje Wizara husika isiwe chanzo cha takwimu, badala yake zitoke kwenye idara ya takwimu? Ni kwa sababu Wizara haina njia ya kupata takwimu za sekta hii: huu ndio ukweli. Na kitu ambacho Idara ya Takwimu inafanya ili kupata makadirio haya ya mchango wa sekta ya utalii ni kuchukua hesabu ya wageni wote wajao nchini, pamoja na ile ya wale ambao si watalii, ikajumlisha na hela zilizobadilishwa katika mabenki na maduka ya kubadilisha fedha ambazo watu wanaletewa na ndugu au marafiki zao au zile za "wataalamu" wa kutoka nje waliopo nchini na ndipo inapokadiriwa kuwa nchi imepata dola milioni 750 na kwamba utalii una mchango mkubwa katika uchumi wa taifa!

Kwa mfano, wageni walioingia nchini mwaka 2003 walikuwa 576,000, na mahesabu ya kukadiria ya Idara ya Takwimu yanadai kwamba mapato ya wastani ya hoteli kwa siku ambazo mtalii mmoja alikaa nchini yalikuwa ni dola 1,169 (au dola 173 kwa siku). Kwa hiyo, kwa makadidirio hayo, mahoteli yalipata dola milioni 673. Hivyo basi, hizo zilizoongezeka zaidi ya hapo (dola milioni 58) yawezekana kuwa zilikuwa zile za kununulia vinyago, za kunywea pombe na vinywaji vingine kwenye mabaa, kula kwenye migahawa, n.k. Hiyo ndiyo njia pekee ya kufanya makadirio ya mchango wa utalii, kwani, tofauti na bidhaa zingine ambazo huuzwa nje ya nchi, utalii ni bidhaa ambayo haipelekwi nje. Kwa hiyo basi, kuna uwezekano mkubwa kabisa kuwa mapato halisi ambayo nchi inayapata na kiasi halisi cha mapato ya biashara ya utalii ni tofauti kabisa.

Lakini makadirio haya hayasemi ukweli wa mambo, kwani watalii hulipa gharama zote za safari zao, ikiwa ni pamoja na zile za vinywaji, hukohuko nchini kwao wanakotoka. Hivyo basi, pesa kidogo wanazokuja nazo nchini ni zile za kununulia vinyago tu. Kadhalika, makampuni mengi ni ya kigeni na hivyo ni hela kidogo sana ambazo zinabakia nchini kwa ajili ya kulipia gharama za uendeshaji, kuwalipa wafanyakazi wa Kitanzania mishahara ya kitumwa kutoka na ajira za msimu, n.k. Kadhalika, sehemu kubwa ya vinywaji na baadhi ya mahitaji ya hoteli na makampuni haya yanaagizwa kutoka nchi za nje. Utalii ni sekta ambayo imehodhiwa na makampuni ya Magharibi na makampuni madogo yaliyopo nchini ambayo yanadaiwa kuwa ni ya 'wazalendo', kazi yake kubwa ni udalali. Sehemu kubwa ya mapato yatokanayo na sekta hii yanabakia nchi za nje na nchi haifadiki kiasi kinachodaiwa kutokana na biashara hiyo. Ikumbukwe kwamba, katika dunia hii, utalii ni biashara inayoshikilia nambari mbili duniani baada ya ile ya mafuta na makampuni makubwa kama vile TUI (Ulaya, zamani likiitwa Thomson), JTB na Kinki Nippon Tourist Agency (Japan), American Express, Transat A.T. Inc, Thomas Cook, Abercrombie, Fitch, First Choice na My Travel, ndiyo yanayotawala na kuhodhi biashara yote.

Ni kwa sababu hiyo, Mashirika ya Biashara ya Dunia kama vile WTO yamekuwa yakijishughulisha sana na uwekaji wa masharti ya kunufaisha makampuni ya nchi za Magharibi katika sekta ya utalii. Imefikia hatua ambapo hata mabenki na taasisi za fedha za dunia, ikiwa ni pamoja na Benki ya Dunia, Goldman Sachs au hata Meril Lynch na mengine kama makampuni ya kidunia-Gulf and Western au Castle and Cook, yanachukua maeneo makubwa ya ardhi duniani na kuyageuza kuwa vivutio vya utalii. Katika nchi kadhaa, vivutio na hata hizo mbuga za wanyama zimebinafsishwa. Katika nchi zetu, wafugaji, wavuvi na wakulima wanaondolewa katika maeneo yao kwa nguvu ili yatumike na wawekezaji. Wale walio katika maeneo yanayozunguka vivutio au ya uwindaji wanaishia kufanyiwa viini macho vya kujengewa madarasa au zahanati au kupewa madawati ya shule. Na huku ndiko kunaitwa kupunguza umaskini, baaada ya kufukarishwa kutokana na kunyang'anywa maeneo yao au kuzuiwa kufanya shughuli zao.

Unyonyaji mkubwa uliomo katika sekta ya utalii ndio unaopelekea kutoa takwimu ambazo hazitoi hali halisi. Na ni takwimu hizohizo ambazo zinapelekea nchi zetu kuwekeza fedha nyingi za kodi katika ujenzi na upanuzi wa miundombinu ya kuijenga sekta hiyo, kiasi cha kutusahaulisha kuwa muhimu kwa nchi kama za kwetu na msingi wa maendeleo ya kweli ni uwekezaji katika sekta ya kilimo, viwanda, madini, elimu, afya na huduma zingine za kijamii na kiuchumi kwa ujumla. Kibaya kuliko vyote ni ukweli kwamba ukuaji wa sekta hii unaambatana na udhalilishaji wa wananchi, kwa kutumia rasilimali zinazozalishwa na sekta zingine ambazo ni muhimu kwa maisha ya wananchi.

Kadhalika, kwa visingizio vya kuendeleza utalii wa kitamaduni na kimazingira (cultural tourism na eco-tourism), kwa madai kuwa ni njia mojawapo ya kupunguza umaskini, inabidi Wasonjo, Wamasai, Wazaramo waonyeshwe mbele ya watalii katika hali yao ya udhalili, kwani watalii wanataka kuona Waafrika katika mazingira yao ya "asili". Hata umasikini unakuwa ni kivutio kwa wawekezaji. Haya ndiyo yanayodhihirishwa na matangazo yanayoitangaza sekta ya utalii ambayo yamegubikwa na ubaguzi wa rangi, udhalilishaji wa kijinsia na hata kuutukuza ukoloni kwa kutumia majina kama ya akina Livingstone, Speke, Rebman, Selous, n.k. katika matangazo ya vivutio vya nchi.

Inabidi tutafakari na kujiuliza mengi!

□ □ □□□□□□ □□□ □□□□□□□□□□ □□□□ □ □□ □ □□□□□□□□□ □□□□□□□□

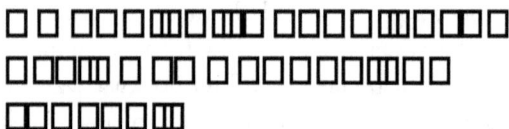

Baraza la Maendeleo ya Vitabu Tanzania (BAMVITA) lilikuwa limewakaribisha baadhi ya waandishi kuongelea juu ya kazi zao wakati Tamasha la Vitabu lililofanyika katika viwanja vya Makumbusho ya Taifa (8-13 Septemba 2003) yakiendelea. Profesa Chachage Seithy L. Chachage alikuwa aitoe mada yake tarehe 12 Septemba 2003. Cha kustaajabisha ni kwamba hakukuwa na washiriki wa kusikiliza na kuijadili mada hiyo. Kadhalika, hata katika viwanja vya maonyesho, wengi wa waliokuwa pale walikuwa ni watoto wa shule na wanafunzi wa sekondari. Kulikuwa na idadi ndogo sana ya watu wazima, na hata wengi walioonekana pale ni wageni wa kutoka nje ya nchi kuliko wenyeji. Tamasha la vitabu limekuwa likifanyika kila mwaka, lakini inaelekea kwamba Watanzania wengi wamekosa mwamko wa kuwa karibu na vitabu, wakidhani kwamba vitabu vinawahusu zaidi wale tu walioko shuleni na vyuoni. Gazeti la RAI limeamua kuitoa mada hiyo ili wale ambao walikosa nafasi ya kuisikiliza kutokana na maandalizi mabaya ya mipango ya BAMVITA wapate fursa ya kuisoma.

Jumamosi, tarehe 21 Septemba 2002 riwaya hii, *Makuadi wa Soko Huria* ilipata tuzo ya ushindi wa uandishi bora kwa mwaka huo. Hili tukio lilipita kimyakimya, tofauti na uzinduzi wa albamu za muziki au matukio mengine ambayo yamekuwa yakipewa umaarufu na vyombo vya habari nchini. Ukweli ni kwamba, siku hiyo iliingiliana na shughuli za Miss Tanzania, na waandishi wa habari walikuwa wamehudhuria hiyo shughuli muhimu zaidi kwa taifa letu. Ni shughuli kama hizo ambazo huwavutia hata viongozi wetu wa nchi, kwani zinaainisha huu uchumi mpya na utamaduni wa "kisasa" hapa nchini. Ni kivutio kwa watalii na wawekezaji, nadhani.

Hili halikunishangaza sana, kwani lilinikumbusha tukio moja la mwaka 2001, nilipokutana na mwandishi mkongwe wa habari nikiwa nimeubeba mswada huo. Alipoutazama mswada huo, aliniangalia kwa mshangao na kuniuliza: "Hivi wewe huna mke?" Nilipomjibu kwamba ninaye, aliendelea: "Sasa huwa unaandika saa ngapi mambo yote haya?" Kwa kweli nilikosa jibu. Ikiwa mwandishi wa habari anauliza swali kama hili, la kujiuliza sisi sote ni: nini hatima ya maandiko katika nchi hii? Juhudi zangu za kuwataka baadhi ya wataalamu wa fasihi wausome mswada huo kabla sijauwasilisha kwa wachapishaji ziligonga mwamba, kwani hakuna hata mmoja aliyenipa maoni (na sijui wangapi walijaribu hata kuusoma!) na baadhi walikuwa wamekataa kuusoma kwa sababu walikuwa na shughuli nyingi au walikuwa wametingwa na miradi (ambayo siku hizi imekuwa mhimili wa maisha yetu tangu wafadhili walipogeuka kuwa wakombozi wetu).

Napenda kusema bayana kwamba wakati nikiandika riwaya yangu ya kwanza-*Sudi ya Yohana*, mwaka 1979/80, hali haikuwa hivyo. Kadhalika hali haikuwa imebadilika sana wakati naandika riwaya ya pili na ya tatu-*Kivuli* na *Almasi za Bandia*. Kama ilivyokuwa katika mila za akina Muyaka, Shabaan Robert, Mathias Mnyampala, Akilimali Snowhite na viongozi waliopigania uhuru wa nchi hii-mfano mzuri ukiwa ni ule wa Mwalimu Julius Kambarage Nyerere - kulikuwepo watetezi wa maandiko kwa kiasi kikubwa wakati huo. Hawa ni watu walioutukuza umuhimu wa kufikiri, kama ainisho la ubinadamu wetu; wakawa wapenzi wa maandiko mazuri yenye vionjo na busara, ambayo licha ya kuusifu ubinadamu wetu, kadhalika yaliukosoa kwa nia ya kutetea maadili ya ujenzi wa ulimwengu usiokuwa na madhila, mazonge, unyonyaji na ugandamizaji. Kwa kiasi kikubwa, dhihirisho la hali hii ni wingi wa maandiko ya fasihi na viwango vyake vya juu yaliyochapishwa hadi mwanzoni mwa miaka ya 1980, kulinganisha na yale machache sana yaliyochapishwa baada ya hapo. Kwa kiasi kikubwa, kulikuwa na watu enzi hizo walioamini kwamba vitabu vina umuhimu wa kipekee katika jamii, na wale waliojitosa katika shughuli za uandishi, wakawatoa kafara wale wawapendao au waishio nao kwa kuwanyima wasaa wa kuwa nao walipohitajika, kisha wakawa hawana wa kuwaliwaza, walionekana majasiri na mashujaa.

Nilipoambiwa nizungumze kuhusu kazi zangu za fasihi, nilitamani sana kuzunguzia riwaya yangu ya kwanza. Hii ni kwa sababu, licha ya kuwa ilitoka wakati ambapo maandiko yalikuwa bado yanathaminika, kwa kawaida, kazi ya kwanza ya mwandishi yeyote huwa na mvuto wa kipekee ambao kazi zinazofuata mara nyingi hupungukiwa, hata kama kiwango cha hizo zifuatazo ni cha juu zaidi. Kazi ya kwanza ni sauti mpya, na huwa si rahisi kuitoa nyingine kama hiyo, kama ambavyo huwezi ukayaoga maji yaleyale mara mbili katika mto. Lakini nikapiga konde moyo na kuamua kuongea kuhusu *Makuadi wa Soko Huria*.

Kwa nini? Kwa sababu imechapishwa katika kipindi ambacho kinachotawala ni nguvu lukuki za aina nyingi zilizolenga kuivunjilia mbali dhima ya maandiko katika nyanja ya ujenzi wa hulka za watu na jumuia. Inasemekana na baadhi ya watu kwamba teknolojia ya kisasa-ikiwa ni pamoja na mitandao ya kompyuta na runinga - inaua siku hadi siku umuhimu wa maandiko, tabia za watu kujisomea, kujitafutia maarifa na kuusaka ukweli. Kadhalika, darasani si mahali ambapo wanafunzi hupatia tamaa ya upendo wa kujisomea, bali huko hupata mbinu za kushinda mitihani. Inadaiwa pia kwamba vitabu vimekuwa vya gharama kubwa mno kiasi kwamba watu wengi wanashindwa kuvinunua. Nadhani hata ule msemo kwamba "Kama elimu ni ghalii, jaribu ujinga", hauna mvuto tena miongoni mwa wengi wetu!

Wako pia watu waliofanya mapitio ya kitabu hicho baada ya uzinduzi wake mnamo Oktoba 2002. Hao ni kati ya wale ambao bado wangali wakiamini kwamba maandiko ni nyenzo muhimu ya binadamu. Lakini hata hivyo nawajibika kukiri kwamba miongoni mwetu kuna wale ambao wanaamini kwamba tunaishi katika enzi za uteja na ulaji-enzi za masoko huria, na katika mfumo huu, habari, elimu na maarifa lazima viwe vitu ambavyo ni vya "manufaa" moja kwa moja kwa mtu binafsi. Mtu yambidi asome pale tu anapoona anafaidika-kupata kazi, kufaulu mitihani, kuzawadiwa au kufurahishwa. Wengi wetu wamefikia uamuzi kwamba, katika enzi kama hizi, watu wengi wanapendelea machapisho ya ngono na upelelezi, vitabu vya miongozo mbalimbali kama vile jinsi ya kutajirika haraka, jinsi ya kufarijika au vinavyofundisha ufundi, upishi na kadhalika.

Lakini, kihalisia, huo ni uzushi mtupu. Huku ni kuhalalisha mifumo na uhusiano wa hii miaka ya karibuni ambavyo umeudhalilisha umuhimu wa utaifa na uzalendo. Ukweli ni kwamba taifa na dola vimepooza nguvu zake kwa sababu ya kuyaachia madaraka na nguvu masoko, na katika hali hiyo, hata uzalendo na utaifa umekufa na uteja na ulaji ndivyo ambavyo vinashamiri. Sasa mteja na mwekezaji ni watu wa maana kuliko mtu wa kawaida. Leo inachukua nafasi ya jana na kesho. Hivyo historia imeuawa, na watu tunaishi bila mbele wala nyuma. Matamanio ya maisha mema ya mwanadamu na mitizamo ya maisha adilifu kwa wale wanaonyonywa, wanaogandamizwa na kudhalilishwa inabetuliwa pembeni, huku ndoto za mataifa yenye nguvu na watu binafsi zikitukuzwa. Na ni kwa sababu hii mifano ya watu mashuhuri-wale "walioukata", matajiri, ma-*superstar* (mfano mzuri ukiwa ule wa *Big Brother Africa*) inatamanisha na kuvutia zaidi kuliko nadharia au itikadi za wanazuoni wanaojaribu kuwashawishi watu kwamba maarifa, elimu na kufikiri ni mambo ya msingi kabisa katika maisha.

Katika hali kama hii hata utamaduni unageuzwa kuwa ni suala la matukio ya watu fulanifulani ambao wanadhaniwa kuwa ni muhimu, badala ya mwenendo wa maisha ya watu katika uhusiano wao na mapambano ya kuyasaka maisha yaliyo bora na ya ufanisi. Kiu ya kupata elimu na maarifa inageuzwa kuwa ushabiki wa kuwafahamu watu wakubwa na maarufu na kusema "Ndiyo Mzee!" Leo hivi, ufadhili umegeuka kuwa sera, badala ya maadili na itikeli zilizojikita katika uwezo wa kujitegemea kifikra. Utawala bora umekuwa ndio mbadala wa uongozi bora na adilifu. Ni katika hali kama hiyo ndipo tunashuhudia umuhimu wa maandiko ukivizwa.

Sitakielezea hiki kitabu kwa undani, kwani hilo ni jukumu la wahakiki. Hata kama ingenibidi nifanye hivyo, nadhani nisingetenda haki, ikizingatiwa kuwa mimi ndiye niliyekiandika na kadhalika mimi si mwanazuoni wa fasihi, na wala sina nyenzo za utaalamu wao. Mimi ni mwandishi na msomaji wa maandiko ya fasihi. Niandikapo, imani yangu, kama ya mwandishi mashuhuri wa Ujerumani, Bertolt Brecht, fasihi si kioo cha maisha, bali nyundo ya kuyaundia maisha. Hivyo nitazungumzia juu ya msukumo na sababu ya kuandika riwaya hii.

Wengi wetu ambao huandika, hufanya hivyo ili kuwasiliana na kushirikiana na binadamu wenzetu, tukikusudia kuushinda upweke wetu. Tunapoandika, huyalaani yatuhuzunishayo na kuwashirikisha wenzetu katika yale yatufurahishayo na kutupa faraja. Huandika kwa nia ya kuufikia ukweli fulani katika jumuia zetu, ukweli ambao umejificha katika njozi za maisha mema, ya fanaka na ya heri. Ukweli tuutafutao uko katika njozi ya maisha ya heshima, ubinadamu, mapenzi, uhuru, amani na haki. Mapenzi katika upekee na ujumla wake na matamanio ya kupenda na kupendwa ndiyo yamekuwa matamanio ya binadamu tangu mwanzo wake. Mapenzi ni ukweli na ukweli ni mapenzi. Nini basi huu ukweli?

Ukweli unaweza ukasakwa kwa njia ya maandiko ya kisayansi (kama ilivyo katika gunduzi na nadharia pamoja na falsafa mbalimbali za kumwendeleza binadamu), kisiasa (kama ilivyo katika siasa za ukombozi wa mwanadamu), kisanii/kifasihi (kama ilivyo katika kazi bora na za kuvutia), n.k. Ni katika kazi za sanaa/fasihi ndimo ambamo ukweli na mapenzi hujitokeza katika muungano wake pasi kificho. Katika fasihi, ukiachia kwamba ngano na hadithi husimulia kuhusu matukio yaliyotokea, humo pia hujitokeza mila, destruri, methali, kwa ajili ya kuwapa wasomaji faida. Hivyo, fasihi ndiyo upeo mkuu wa ukweli na uzuri. Wengi wetu tusomapo hadithi au riwaya hujiuliza maswali, kwa mfano: Je, haya yalitokea kweli? Je kuna watu wa aina hii duniani? Je, kunawezekana kuwa uhusiano kama huu? nakadhalika. Katika kujiuliza maswali kama haya, ndipo humaizi ukweli, siyo kama vile ambavyo tunavyoufahamu, bali kwa kufikiria kwamba mambo yanastahili yawe vipi au kufanyike nini ili kuwe na hali mbadala kufuatana na vigezo vya maadili na itikeli zetu.

Maana halisi ya ukweli niuzungumziao hapa si ule wa kuyaelezea yale yaliyotokea na kwamba nani alifanya nini; bali unahusu kubainisha kama watu hufanya vitu gani ambavyo ni sahihi na vitu gani ambavyo si sahihi. Ukweli ni kama njia, na ili mtu aifuate njia, haitoshi kumwelezea tu kwamba ikoje: inabidi ajue inaelekea wapi na nini kitarajiwe huko. Hivyo, haitoshi kuelezea tu yale ambayo yametokea au yanatokea; kwani dunia tuishimo inatawaliwa na uovu na imejaa maudhi. Kuyaelezea tu yatokeayo kama yalivyo, mara nyingi huishia kuhalalisha maovu. Na hicho ni kinyume cha ukweli. Katika fasihi, kunakuwa na uwezekano wa kupata ukweli kuhusu kama hali inatakiwa iwe vipi-siyo ukweli kwamba hali iko vipi, bali uwezekano wa kuwa na maisha mema yaliyojaa mapenzi, yakatawaliwa na amani, uhuru na heshima. Fasihi kama hiyo ndiyo imejikita katika ukweli, kwani hii inayabainisha wazi yaliyo mema na yale yaliyo maovu, na kisha kuyasifu na kuyaremba yaliyo mema na kuyaumbua na kuyashushua yaliyo maovu.

Kuna maandiko ya fasihi ambayo yanaonyesha jinsi mtu anavyoishi-pamoja na matamanio, shauku, ukosefu wa mapenzi, hisia, masikitiko, machungu, madhila, mazonge, hatari azikabilizo, ufukara, mikakati, mapambano na hatimaye jinsi anavyoyashinda hayo kwa kutajirika na kuwa na furaha baada ya kuoa au kuolewa na yule ampendaye. Au wakati mwingine huishia na mtu kushinda bahati nasibu au kuwa mshindi wa mashindano ya urembo. Hadithi kama hii, hata kama inasimulia mambo ambayo yalikwisha tokea, bado haidhihirishi ukweli unaopatikana katika fasihi, kwani furaha na uwezekano wa maisha ya kweli ya binadanamu ni katika jumuia/jamii. Kwa sababu hadithi ya mtu anayelala maskini akaamka tajiri ni hadithi ya watu wachache sana duniani. Ikumbukwe kwamba ni asilimia 6 tu ya watu duniani wanaohodhi utajiri wote wa dunia hii, wakati waliobakia wanaishi katika umasikini wa kukithiri. Hadithi kama hiyo haiwezi kuonyesha yapi ni maovu na yapi ni mema.

Kilichonisukuma kuandika riwaya hii ni hali iliyopo sasa hivi: Watanzania (milioni 17 au asilimia 50) wamezaliwa baada ya mwaka 1978. Tanzania ilikuwa na watu milioni 8 mwaka 1961. Leo hii inakadiriwa kuwa jumla ya watu ni milioni 34. Kwa maana hii basi, karibu asilimia 77 ya Watanzania wa leo walizaliwa baada ya mwaka 1961. Si hivyo tu, sensa ya mwaka 1967 ilionyesha kwamba kulikuwa na Watanzania milioni 12, na mwaka 1978 watu walikuwa wameongezeka hadi kufikia milioni 17 na kufikia mwaka 1988 walikuwa milioni 23.

Hawa wamezaliwa na kukulia katika kipindi cha matatizo mengi kiuchumi na kijamii. Hawaijui historia nyingine isipokuwa hiyo tu. Hiki kipindi, kwa kadri ya uelewa wangu, hakiainishi ukweli wote wa maisha, utamaduni na historia yetu. Katika hali kama hiyo, nia na madhumuni yangu yalikuwa kujaribu kuivinjari leo kwa kuzingatia mirathi ya historia ili kubainisha kwamba hiki ni kipindi fulani cha historia. Nilitamani kuzivinjari njia za kupambana, kuogelea, na kujitambua katika huu mkondo ambao wengi wetu wanadai kuwa hauepukiki-huu mkondo ambao miaka 20 tu iliyopita tulikuwa tumezoea kuuita ubepari na ubeberu, lakini leo kama Saulo wa misahafuni aliyegeuka na kuitwa Paulo, nao unaitwa utandawazi. Nao umerembwa kwa sifa kemkemu hata kuufanya ukaonekana kama una manufaa na ni ukombozi kwetu wengi.

Ni kwa kutafakari kuhusu kilichokuwapo ndipo tuwezapo kuelewa kilichopo na nini kitarajiwe mbeleni katika maisha ya mwanadamu. Ikumbukwe kwamba tunaishi katika kipindi ambacho akina Matonya wanaongezeka kila siku, huku akina Lord Rajpa wakizidi kutajirika kila uchao. Wale wasiokuwa na ajira wanaambiwa wajitegemee, na jukumu la serikali la kupanga mipango ya uchumi na kutafutia watu ajira limefutiliwa mbali. Wanaofukuzwa kazi wanaambiwa kwamba wamepunguzwa. Uchumi umebadilika, na sasa unatawaliwa na watu binafsi, huku wale wasiokuwa na ajira wakiambiwa kwamba wako kwenye sekta isiyo rasmi. Mali ya umma inabinafsishwa, machimbo ya madini wanapewa wawekezaji na makampuni ya nje na wakati huohuo, wachimbaji wadogo wakinyang'anywa machimbo waliyoyatumia kujikimu kimaisha. Ardhi na rasilimali ni bidhaa katika soko la dunia kiasi kwamba hata viwanja vya burudani kwa ajili ya watoto na vijana, na hata maeneo yaliyokuwa yamekusudiwa kwa ajili ya ujenzi wa shule na huduma nyingine za jamii, yanachukuliwa na wakubwa na wenye uwezo kwa ajili ya ujenzi wa majumba ya fahari au anasa na yale wanayodai kwamba ni vitega uchumi.

Huu ni utandawizi! Wenye mitaji ambao waliitwa wanyonyaji miaka ya 1960 na 1970, sasa wamegeuka na kuitwa wawekezaji na wafadhili. Hivyo, kuna wafadhili na wafadhiki: kuna wale ambao wanajengewa mazingira mazuri ya uwekezaji (watu binafsi), na hao pia ndio wanatakiwa wawe wawezeshaji. Hawa ndio wanaofaidika na huu mfumo mpya. Serikali ilikazania kujenga mazingira ya kuwavutia hao wawekezaji kwa kuwapa misamaha ya kodi na vivutio vingine ikiwa ni pamoja na kuwauzia kwa bei chee mali ya umma ambayo ilikuwa imetokana na jasho la wananchi. Kwa kuwa mali ya wafanyakazi na wakulima inauzwa kwa watu binafsi, wengi wa Watanzania wamegeuka kuwa wawezeshwaji.

Wawezeshwaji, kwa maneno mengine wanaitwa waathirika (lugha ya hospitalini) au walengwa (lugha ya kijeshi), na si wafanyakazi na wakulima ambao wananyonywa na kufukarishwa! Ukweli ni kwamba tunaishi katika kipindi ambacho mataifa makubwa na mashirika yao yanatoa kanuni za maisha kwa watu wasio na maisha wa dunia nzima, na mbinu mpya zimebuniwa za kuyarudisha na kuyaimarisha mahusiano na mifumo tuliyoikana wakati wa kugombea uhuru na zimeshajikita. Hili ndilo linalojidhihirisha katika misamiati tuitumiayo kila kuchapo. Hata maana halisi ya maneno kama mapinduzi na uhuru yamebadilika. Mapinduzi sasa hivi yamekuwa aina mpya ya sabuni ya kuoshea vyombo na uhuru ni uwezo wa kumiliki simu ya mkononi!

Kama alivyobainisha mhariri wa riwaya hii, Elieshi Lema, hii ni hadithi ya kihistoria yenye ukweli unaojidhihirisha leo. Katika hadithi hii, kiibukacho ni historia ya zaidi ya miaka 100, ya Watanzania kama Waafrika; ni historia ya mapambano ya kuusaka uhuru, amani na mapenzi ya kweli-mapambano dhidi ya ukoloni, ukoloni mamboleo na "baadaye dhidi ya baadhi ya watu…waliouteka nyara uhuru wa wengi na kushirikiana na wageni kupora rasilimali ya nchi kwa kisingizio cha soko huria."

Kusudi langu lilikuwa, licha ya kuutafuta ukweli, ni kuiweka bayana historia ya nchi yetu. Katika kuiandika riwaya hii, tarehe 14 Oktoba 1999 ni tarehe muhimu sana, kwani nilikuwa ndiyo kwanza nianze kuiandika riwaya hii wakati Mwalimu Julius Kambarage Nyerere alipofariki dunia. Tukio hili liliubadilisha mwelekeo wa riwaya hii, kiasi kwamba nikaamua kitabu hiki kiwe kwa kumbukumbu yake.

☐ ☐☐☐ ☐☐☐☐ ☐☐ ☐☐☐☐☐☐☐ ☐☐☐☐☐ ☐☐☐☐☐☐☐☐ ☐∪∪ ☐☐ ☐☐ ☐☐☐ ☐☐☐☐☐ ☐☐∪☐☐☐ ☐ ☐☐☐☐ ☐∪☐☐ ☐☐☐☐☐

Muhtasari

Chachage Seithy L. Chachage aliyezaliwa mwaka 1955 jimboni Njombe ni mmojawapo wa waandishi wakongwe wa riwaya ya Kiswahili. Hadi hii leo, amewahi kuandika riwaya nne. Katika mahojiano haya yaliyofanyika tarehe 30 mwezi wa tatu, mwaka 2004 huko Chuo Kikuu cha Dar es Salaam na LUTZ DIEGNER, alitilia mkazo zaidi kwenye riwaya yake mpya *"Makuadi wa Soko Huria"* (2002). Hivi sasa mwandishi ni Profesa na Mkuu wa Idara ya Elimujamii ya Chuo Kikuu cha Dar es Salaam.

1. Lini na kwa nini ulipata mbegu ya kuandika Makuadi wa Soko Huria?

Hilo ni swali gumu kidogo. Kwa sababu gani? Mimi nimeanza uandishi wa vitabu toka mwaka sabini na tisa (1979) nilipokuwa nikisoma, kwa hiyo nilikuwa mwandishi. Ni kwamba nilikuwa na nafasi ya kuandika, nilikuwa mwanafunzi wa sosholojia, nikiwa na nafasi naandika, nisipokuwa na nafasi, siandiki. Kwa hiyo, nimetoa kitabu cha kwanza mwaka 1980, hicho kinaitwa *Sudi ya Yohana*, nikatoa *Kivuli* mwaka 1984. Kutoka huko nikapumzika kidogo mpaka 1990, nikaandika *Almasi za Bandia*. Na kutoka hapo nimekaa, nimeshindwa kuandika kwa muda mrefu sana, mpaka tisini na tisa (1999) nikaanza, nikaandika. Sasa ni mwendelezo wa kuandika. Siku zote mimi ni mwandishi, najua wakati umefikia niandike. Kwa hiyo, kama kulikuwa na msukumo fulani, sijui, lakini ni kwamba mimi ni mwandishi, kwamba ilinibidi kuandika, ndicho kilichonisukuma hicho.

Lakini pia kwenye dibaji ulisema kwamba kulikuwa na wakati ulipokuwa umekata tamaa na kuandika tena?

Enhee. Nilikata tamaa kwa sababu kuna wakati nikafikia pahali nikasema sijui kwamba niandike juu ya kitu gani, hiyo ni moja. Lakini la pili, ni kwamba katika mabadiliko makubwa yanayotokea sasa nchini hapa, vipi mtu uweze kuainisha hayo mambo yanayotokea bila kuonekana kwamba ni mtu ambaye unaegemea upande mmoja au mwingine, lakini uandike kitu ambacho kitaainisha hasahasa haya mabadiliko ya sasa hivi, ambayo wanayaita utandawizi - utandawazi, *sorry*, utandawazi [*kicheko*].

Lakini watu wengi wanasema ni utandawizi, au siyo?

Hili neno, mtu wa kwanza aliyelibadili ni mimi. Siku moja nilikuwa nawaza nikasema ni utandawizi, sio utandawazi huo. Kwa hiyo, sasa nikasema vipi niainishe haya mabadiliko, halafu unajua ni kitu ambacho ni cha dunia nzima, uongelee juu ya Tanzania ama Afrika, lakini uweze kuainisha yote hayo. Kwa hiyo, kwa muda mrefu nikasema ah! nadhani kuna ugumu. Labda nifanye utafiti mkubwa sana. Kwa hiyo nilisema inanibidi nikae miaka mingi sana nikijaribu kutafiti kipi ni kipi.

Mara ya kwanza nikafikia uamuzi wa kuandika *novel*. Hiyo riwaya, niliandika mwaka 1996, wakati nilipopewa kazi ya ushauri, *consultancy*, na shirika moja la uvuvi. Nikaenda Rufiji Delta nikiambiwa kwamba nikafanye inaitwa *impact assessment*, environmental *impact assessment* ya huo mradi wa ufugaji wa kamba kule. Na ilikuwa ni kazi mbaya, chafu. Nasema hivyo kwa sababu hawa jamaa walitaka sisi tuandike uongo, lakini mradi uliwaathiri sana watu. Sasa nilivyoona mazingira ya kule, kuanzia misitu na kila kitu, halafu watu wenyewe wa kule, ndivyo nikajua nitaanzia *novel* yangu kule Rufiji Delta. Kwa hiyo nilipata ule ushawishi baada ya kuwa Rufiji Delta, na kutoka hapo niliamua kufanya utafiti mpya, kwenye madini huko, wapi na wapi, sehemu zote hizo ambazo nimeandika, nimezipitia, kuanzia Mbamba Bay na mahali pote pengine - nilikwenda sehemu zote hizo.

2. **Ulichukua muda gani kuiandika? Umesema ulianza tisini na sita, mpaka tisini na tisa nafikiri, au?**

   1996 nilikuwa nafanya utafiti na kusoma, lakini 1999 nilianza kuandika. Na nimeanza kuandika wakati ambapo Mwalimu Nyerere alikuwa hospitalini na nini, alikuwa hospitali huko London. Ndiyo sababu *nimededicate* hicho kitabu kwa kumbukumbu yake, kwa sababu kilibadilisha hasa mwelekeo wa kutazama hizi nchi zetu. Ile iliniathiri sana. Kwa hiyo, kuandika nilianza 1999, lakini kufanya utafiti tokea 1996. Kwa hiyo, utafiti ukawa ni miaka mitatu hivi, halafu kuandika ni kutoka tisini na tisa mpaka 2000. Mwaka mmoja.

3. **Umekusudia kumfikia nani na riwaya hiyo?**

   Kwa ujumla, ni wasomaji wa Kiswahili. Ijapo ningependa labda kila mtu akisome. Lakini kwa sababu mimi ni mwandishi wa Kiswahili, nimewalenga wasomaji kwa ujumla, lakini zaidi wasomaji wa Kiswahili.

4. **Je, kadri unavyojua, wasomaji walipokeaje riwaya yako?**

   Kwa ujumla imekuwa ni *positive*. Nilipata *review* moja ya mtu anayeitwa Mkita Hassan, kwenye Guardian, hakupenda kitabu hicho. Lakini mimi nilimwelewa kwamba hakukisoma. Na mimi sikumjibu, sikumjibu kabisa, kwa sababu sikuwa na muda, na pia nilichoandika nimeshaandika.

   Aliandika review bila kuisoma riwaya yenyewe?

   Ukisoma yaliyomo mle ndani, anataka kukosoa hicho kitabu, lakini nilichosema hasemi, lakini inavyoonekana ilikuwa kwamba aliona hicho kitabu halafu akakasirika. Halafu labda akasoma kurasa kadha wa kadha, akaamua kuandika juu ya kitabu kadri alivyofahamu yeye. Lakini *otherwise* karibu *reviews* zote, kuna moja ya Profesa Shivji katika jarida la Kiswahili, ni nzuri kabisa, lakini nyingine zimekuwa nzuri. Kwa ujumla siwezi nikakwambia, kwa sababu kutoka mwezi wa kumi au kumi na moja, sikumbuki, mwaka elfu mbili na mbili (2002), mpaka Disemba, zilikuwa na-kala mia tatu zilikuwa zimeshauzwa. Hivyo, kwa vitabu nchini hapa, hiyo ni namba kubwa sana. Kwa hiyo nadhani kwa ujumla kimepokelewa vizuri ijapo kuna watu ambao wamekasirika.

Ndiyo. Na kulikuwa na uzinduzi rasmi?

Ulifanyika, ndiyo. Kuna watu waliokasirika kwa sababu hawataki kuitwa makuadi. Hiyo ni kawaida.

5. **Kweli kulikuwa na watu waliojaribu kukuzuia kuandika kitabu hicho kama msimulizi anavyosema?**

Hapana. Ile ni staili ya kuandika. Ni kutaka kukumbushia tu kwamba kulikuwa na watu waliofanya mambo ambayo hay-apendwi. Ni kwamba *faults* zimeshatokea, kwa hiyo nimekuwa nimetaka kuainisha tu hali hiyo, lakini hakuna mtu aliyenizuia. Kwa sababu nilipoandika, kwanza niliandika nikiwa Capetown, nilikuwa peke yangu kule. Sikuwa Tanzania hapa. Nilikuja kum-alizia hapa. Hakuna mtu ambaye alinizuia. Miye na huyu mhusi-ka ni tofauti kabisa.

6. **Na mhusika mwingine Janga Mjuba, ulimchanganya kidogo na maisha yako?**

Hapana. *Actually* majina mengi mle ndani, ingawa sikutaka kuse-ma hivyo, lakini nimeyageuza [majina] ya marafiki zangu. Janga Mjuba anaitwa Kajubi Mukajanga. Ni mwandishi wa habari pia, halafu ni mwandishi wa riwaya. Yeye nilisoma naye *highschool*, na alikuwa mwanafunzi wangu hapa [Chuo Kikuu]. Kwa hiyo nikageuza jina lake. Huyu Faki Kamari ni Focus Mmari ambaye

pia ni mwandishi wa habari. Kwa hiyo wengi nimewageuza, na
hata wengine wanafahamu kabisa, nikaamua kutumia majina
yao. Hamna ukweli ndani yake lakini basi.

Na wewe mwenyewe?

Mimi simo. Ni waandishi wa habari, mimi hapa ni profesa, kwa
hiyo ni tofauti kabisa. Kama nilikuwa Rufiji, ni kweli nilikuwa
Rufiji, lakini nimefanya *impact assessment*, na kuna chama cha JET,
Journalists of the Environmental Association of Tanzania, ambao ni
waandishi wa habari wanaoyapigia debe mazingira. Wao walik-
wenda kule, lakini sio hao niliowataja. Kwa hiyo nilitumia fursa
ya kuwa kule, nilitumia waandishi wa habari, kama ndio wahusi-
ka wakuu. Mie simo mle ndani.

Na akina Sifuni?

Wote ni waandishi wa habari.

7. **Riwaya yako inazungumzia watu na matukio halisi ya
    jamii ya Tanzania. Unawataja kwa mfano wanasiasa Mtiki-
    la na Mrema (Kifungua Pazia, 2) na mwanasheria Profesa
    Shivji (V, 3). Je, katika kuchora wahusika kama Mooney,
    Alhaji Said Seif na wengine, uliwafikiria watu wanaoishi
    au walioishi kweli?**

Ni watu ambao wameishi, na waliishi, lakini si wao kwa majina
yao, siyo wao. Kwa upande mwingine nimegeuza matukio ya-
siwe kama yaliyotokea. Hata yule Mhindi anayekaa kule hotelini,
anayekula kule, ambaye zamani alikuwa Marxist, halafu akawa
mwingine, ni watu ambao wamekuwepo, lakini siyo majina yao.

Na inakuwaje kuhusu mhusika Mooney?

Sasa hiyo sitaki kujifunga. Kwa sababu itakuwa kumbe wewe
unamsemea fulani, nisingependa kufanya hivyo. Lakini *otherwise*,
kama ukifungua kwenye *website*, tafuta juu ya Rufiji Delta, na
tafuta kulikuwa na *issue* gani - utaipata.

Utaona kama kulikuwa na mtu kama huyu ama vipi.

8a. **Mbali na kuzingatia matatizo ya jamii ya Tanzania ya mi-aka ya karibuni, kama ulivyosema unazungumzia pia his-toria ya nchi hii, hasa ya eneo la Rufiji. Je, ulifanya uchun-guzi maalumu kuhusu historia ya eneo hilo?**

Nilifanya. Halafu na hata [juu ya historia] ya Songea, kwa Wan-goni na nini. Yote ni historia. Na baadhi ya majina, akina Rulu-gama, akina Zogeababa, ni ukweli. Ingawa hawa wajukuu wao sio wa kweli.

8b. **Riwaya yako inaweza kusomwa kama *handbook* ya uko-soaji wa utandawazi unaotawaliwa na siasa ya soko huria. Hivi juzi [mwanzoni mwa mwaka 2004] Rais Mkapa kama mwenyekiti wa Tume ya Utandawazi alitoa ripoti - kwa Ki-ingereza - inayowataka Watanzania wazingatie upya man-ufaa ya utandawazi. Unaonaje hoja hii ya Rais?**

Mimi nimekuwa natofautiana sana na watu wengi katika suala hili la utandawazi kwa ujumla. Mimi kwa maoni yangu, hii in-ayoitwa utandawazi ni kitu ambacho kilikuwepo siku zote. *Glo-balization* ni kitu ambacho kilikuwepo siku zote isipokuwa wa-nataka kukigeuza kitu ambacho ni kibaya kiwe kizuri. Ubeberu na ukoloni mamboleo ndio utandawazi. Hakuna tofauti yoyote ile. Kwa hiyo, sijaona kwamba utandawazi ulikuwa na manufaa. Mimi naamini kwamba kuna kitu kama utandawazi, ni kitu am-bacho kinaitwa *globalization from below. For example, human rights ni global movement, women's rights ni global movement - that's the real global-ization. Environmental protection - that's the real globalization.* Lakini other *globalization* ambayo ni *movement* ya *capital,* na *communication or whatever - these things* zimekuwepo siku zote, *you know?* Lakini *we can talk about human rights* kwamba ni *phenomenon* ambayo ina miaka mia tano, au *human movement* ni ya miaka sitini na sabini, la-kini hiyo ya *capital* kutoka wakati wa ukoloni watu, kutoka wakati

walipochukua *slaves*, 1441, akina Goncaves, ni kitu hicho hicho.
Kwa hiyo utandawazi ni unyonyaji. Ni ubeberu. Kitu kimoja cha
kujackaray zaidi ni *impact*, kwamba kuna madhara. [Rais] Alikub-
ali kwamba kuna madhara, ingawa anasema tunaweza *kuaccomo-
date,* na tunaweza kuishi nao kwa kukaribisha vitu fulani. Kwa
hiyo, mie ninachopinga ni madhara ya utandawazi.

9. **Mwanzoni mwa riwaya, mhusika Janga Mjuba anamta-
   nia mpenzi wake Sifuni kwa masihara ya kiashiki. Katika
   mfululizo wa hadithi hakuna sehemu nyingine za kiashiki
   zinazofanana na sehemu hiyo. Unaonaje kutumika kwa
   sehemu za kiashiki katika riwaya-dhati ya Kiswahili hasa
   kuhusu upokezi wake na wasomaji?**

Sijui, kwa sababu mwanzoni mwa riwaya, si unaanzia wakati am-
bapo Mjuba na Sifuni wameshakuwa wapenzi, lakini tukaanza
hali upya tena ya kuwa wapenzi wakiwa Rufiji, kwa hiyo kama
hakuna sehemu nyingi, ni kwa sababu hiyo. Kwa sababu wa-
nakuwa wapenzi mwishoni. Lakini pia kama wanazungumza
habari ya mfano huko walipokuwa Kibiti au Nyamisati nafikiri,
kama sijakosea, usiku huo wanachokozana pale, kuna hali ya
kiashiki pale kwa mfano, bwana aliota ndoto ya kiashiki, kwa
hiyo ni maisha ya kawaida kwamba watu - si binadamu? -wana-
pendana. Kwa hiyo, mimi sioni cha ajabu hapa. Sioni cha ajabu
kabisa. Sikutumia hilo kwa kutaka kuvutia tu wasomaji, lakini
hicho ni kwamba wao ni wapenzi, na wanaongea maongezi ya
kawaida.

Na kwa ujumla unaonaje upokezi wa sehemu kama hizo?

Sijui, kwa sababu mimi nimeandika, na wao kama watapokea
vibaya, shauri yao. Lakini mimi nimefuatilia mazungumzo am-
bayo ninayafahamu, ya kawaida kabisa, ya watu wote.

10. **Mada nyingine ni tabia ya ma-*expatriates* na hasa waajiri-
    wa wa NGOs kutoka nje. Kwa kutumia mhusika Sorren-**

son unaonesha *metamorphosis* yake. Mwanzoni ni mwenye kiburi asiyeonesha ufahamu na *sensitivity* yoyote kuhusu utamaduni mwingine unaomzunguka. Mwishoni ni mtu aliyejifunza mengi, hasa kujichanganya na watu na kuwasikiliza. Unafikiri tabia ipi ya ma-*expatriates* inatawala nchini Tanzania leo?

Sijui. Mimi sijawa na *interaction* kubwa sana na *expatriates*. Lakini hawa ninaowazungumzia akina Sorrenson ni wachache sana. Wengine wanakuja kama wataalamu, wanajua kila kitu. Huja kuwabadilisha watu. Na kutamka anasema alikuja hapa kwa sababu yeye ni *gender expert*, kwamba Waafrika wana tabia mbaya, wanadharau wake zao, na wanawatendea vibaya - bila kufahamu ni kitu gani. Kulikuwa na mkutano tarehe kumi na saba unakutana na Mwingereza anasema atakwenda Zimbabwe kusaidia wanawake wajikomboe, hiyo ni *arrogance*. Kati yao *arrogance* ni kubwa sana. Ni kubwa sana. Si kusema kwamba huwezi kubadilika, ni kweli kuna baadhi yao ambao unakuta kwamba from *being so arrogant they finally become humble, saying "you know, we don't understand much about these people"*.

11. **Je, unapoandika unaandika moja kwa moja au kwa mpangilio?**

Sijui, maan'ake mimi nabadilishabadilisha. Unaweza ukaanzia mahala fulani, halafu ukasema hapana, unabadilisha. Kwa hiyo sijui, maana yake hadithi zangu zinaanzia kichwani. Siwezi nikadai nikaweka plot. Huwa siweki. Sanasana kama nishafanya utafiti wangu, nimefahamu kitu fulani, najua nitaongea juu ya kitu fulani. Najua kabisa isipokuwa nitaanza kusoma kitu fulani na kusoma kitu fulani, na kitu fulani, na kitu fulani. Lakini nikishaanza kuandika, nd'o hivyohiyvo.

Kwa hiyo huweki sura ya kwanza itakuwa hivi, sura ya pili itakuwa vile, notes ***ndogondogo...?***

Hapana, inaflow, halafu baada ya hapo, kama ninabadilisha nji-
ani nabadilisha vitu, nikaweza ninabadilisha kitu kutoka sehemu
fulani kitakuja mahala fulani. Na mara nyingi huwa sijui mahala
itakapoishia hadithi. Huwa sijui. Zote nimeziandika hivyo.

12. **Katika riwaya yako mara kadhaa msimulizi anazungumza
moja kwa moja na msomaji, kipengele ambacho kinaipa
riwaya yako sifa ya fasihi simulizi. Aidha, kwa kuziita sura
za kwanza na mwisho Kifungua na Kifunga Pazia uliipa ri-
waya ladha ya mchezo wa kuigiza. Umefanya hivyo maku-
sudi ili kurahisisha usomaji wa riwaya ndefu kama hiyo au
kwa sababu ulipenda kuchanganya tanzu mbalimbali za
kifasihi?**

Kwamba nimetumia fasihi simulizi ni kweli, kwa sababu naipen-
da. Lakini pia kuna kitu ambacho sijui kama umekiona, licha ya
Kifungua Pazia na Kifunga Pazia: ukisoma zile *titles* za kila *chap-
ter*, ni hadithi peke yake. Kama unasoma, kulikuwa na nini sijui:
"Biashara ya Kutukuza inashindikana", halafu "Akatokea Binti
Wenga", halafu... - ukisoma hizo *titles* zote zile, inakuwa ni kama
hadithi hivi. Ilikuwa ni *by sheer accident* nikagundua kwamba *titles*
zenyewe ni hadithi. Hii ni *influence* ya fasihi simulizi. Hiyo *ime-
niinfluence* sana. Kwa sababu kuna usimulizi na usimulizi. Mimi
si mtu wa fasihi wala si *critic* wa fasihi, lakini ni kufikiria *the most
successful form*, mtu anaweza akajikuta anahusika pia. Kwa sababu
utakuta katika *Almasi za Bandia* pia kuna mahala msimulizi ana-
posema "Ewe msomaji mwema!". Ni kama *titles* za *chapters* hapa.
Kwa hiyo *in a way* kwa kule unaingia moja kwa moja. Lakini
katika hii ni kwa sababu anayesimulia ni mwandishi wa habari
mmoja yule anayeitwa Fidelis Mvumi Msakapanofu. Yeye ndiye
anasimulia. Anasema "Ewe Msomaji Mwema!" Maan'ake ni the
first time naandika *first person,* hii *novel*. Hizi nyingine zilikuwa
third person. Ijapokuwa *of course* kuna sehemu ambazo anasema
"Ewe Msomaji Mwema!", mimi sijawa kama mwandishi, lakini
tofauti ni ile *personalness* ya hadithi.

Na hii ladha ya mchezo wa kuigiza, ilijitokeza tu hivyo?

Zamani kabla sijawa naandika riwaya nilikuwa naandika miche-zo. Ijapo sijachapisha hata mmoja. Niliiandika wakati wa *high-school*. Mmoja kusudi lake, Mkwawa ambaye amepigana vita na Wamaasai. Halafu niliandika mchezo mwingine kuhusu Miram-bo. Kwa hiyo zamani niliandika micheo ya kuigiza, halafu pia nilikuwa *actor* zamani nilipokuwa shuleni. Kwa hiyo, hiyo [ladha ya mchezo wa kuigiza] siyo *accident.*

Kwa hiyo hii miswada bado ipo?

Sijui, nafikiri bado ipo nyumbani. Sijui kwa sababu mchezo wa mwisho wa kuigiza niliuandika sabini na tisa (1979). Kuamua kuandika *novel* the first time ni mwaka sabini na tisa nilipokuwa chuoni nikiwa nasoma kwa sababu kutoka mwaka sabini na tisa (1979) mpaka mwaka themanini na saba (1987) nilikuwa Tanza-nia Publishing House, kabla sijaingia Chuo Kikuu kuja kusoma. Lakini huko nyuma huko nikiwa *highschool* nilikuwa mchoraji, ni-likuwa ni *fine artist*, halafu nilikuwa *musician* wa aina fulani. Halafu nilipokuja hapa chuoni nilikuwa nikifanya *fine art* na *music*. Bahati mbaya sijawa na *sponsorship*. Ilikuwa *either sociology* au *science*, ni-kaipenda *sociology* kuliko *science*. Kwa hiyo nilifikiri 'How do I con-tinue with my art?' lakini *nisijeopardize my studies*. Kwa hiyo nikakuta kwamba *the only alternative* ni kuamua kuandika *poetry* kidogo na kujaribu kuandika riwaya. *That was the first attempt ever.*

Otherwise ni mtu ambaye amefanya vitu vingine hivyo kwa muda mrefu sana. Kwa hiyo hiyo sehemu ya *fine art* imeshapotea. Mi-aka minne sijachora. *Music* imeshapotea kabisa kutoka mwaka themanini na tisa (1989) huko.

Ulipiga muziki wa aina gani, au ala gani?

Nilikuwa napiga *rhythm guitar*. Tulipokuwa vijana, tulipiga akina Jimi Hendrix, like 'Hey Joe'. Bendi moja ilikuwa ikipiga muziki wa Boringo, halafu sisi tukaiita bendi Earthquake, tulipiga muziki wa Kimagharibi - 'Tetemeko la Ardhi'. Kwa hiyo niliacha hiyo tayari. *At least* kwa sababu hakuna nafasi kubwa, hata kama utaacha kuandika leo, kesho utaandika. Nikishaanza kuandika inanibidi nimalize. Nisipomaliza inaniumiza, kwa hiyo, *the same with art*, ukishaanza kuchora namna hii, inaweza kuchukua siku nne au kumi, lakini kwenye *novel* - si utaendelea bwana? I thought it much easier kwenye *novels* kuliko kwenye sanaa nyingine.

13. **Unaonaje nafasi ya Makuadi wa Soko Huria katika uandishi wako kwa ujumla?**

Tofauti ya *Makuadi wa Soko Huria* na riwaya zangu nyingine, at least *Kivuli* na *Sudi ya Yohana*, ni kwamba hii [*Makuadi wa Soko Huria*] ni *historical novel*. Utakuta *inatrace* kutoka 1840s mpaka 1999 au 2000. *The whole history of Tanzania* imesimuliwa katika njia kama *Panafricanism* na nyingine. Si wakoloni wameunda Watanzania na Watanganyika - sisi hatukujua habari hiyo. Sisi tulitoka Afrika Kusini *which is true* - si ndiyo Bwana? Haikuwa na mipaka. *In a way it is about telling the whole history of Africa* kwa kutumia Tanzania. *That's the main difference.* Kwamba *that is a historical novel.*

Na kifani?

Sijui kama nimebadilika kifani lakini *for example* kitu ambacho nakitumia sana katika *novels* zangu zote kwa ujumla ni *flashbacks*. Zote. Kwa hiyo *that's something* kwamba imekuwa *consistent*. Kama nimebadilika sijui. *Infact in a way if you ask me "what do you think of your works?" I love most my first novel.* Ndiyo *when you start writing, the first time ever, all the efforts,* mawazo yote na kila kitu na kila unachokifahamu ni mle ndani. Lakini ikija ya pili, siyo kama ya kwanza. Na ya tatu utajaribu kurudi nyuma huko. *You don't come up with something new.* Lakini *the first one is new, new, new. Why in a way i'm so full of Sudi ya Yohana* kuliko *my other novels, I don't know why. Whatever reason,* lakini *some of us thought* ni kwamba *there was art,* huku nyingine *I don't know.* Pengine ni *crude* wakati mwingine. *I don't know but that's what I get. But in any case, you see, Sudi ya Yohana* inaonyesha enzi za *seventies,* Vijiji vya Ujamaa, *whatever happened to the farmers and to the workers - that's it.* Na *Kivuli again inadepict the rural areas,* kuelezea *what happened in the seventies,* matatizo ya vijiji na kwenda kule. *Almasi za Bandia is a bit off the road,* kwa sababu *for the first time naexplore Europe* na Afrika. Maana yake kwa sababu nilikuwa nasoma Glasgow. *And what I saw among Africans, and how things were there. That is different. Anyway. Kivuli* sijui, lakini *the only thing that is actually* tofauti na ile nyingine ni kwamba ni *historical novel.* Hata katika hii, lakini ni lazima inakwenda *that way.* Katika *Makuadi wa Soko Huria* kuna *historical characters* kama Nyerere, akina Kambona, akina Makange. *All these are real historical people. That's the main difference.* Kwamba *some of this depicts history in its own way,* machifu na akina Machopi na wenzao. *These are real historical people. Chiefs* walikuwepo.

14. **Swali la mwisho ni kuhusu matarajio yako ya kuandika riwaya nyingine au kazi nyingine ya fasihi?**

Sasa hivi najaribu kuandika tena. Sijui nitafikia wapi, lakini nimeshaandika *chapter* moja au mbili *so far,* na *of course* nilikuwa nimecheleweshwa na matakwa ya kuandika makala ya *sociology,* lakini *otherwise* nimekuwa naandika riwaya nyingine ambayo *provisionally* nimeiita **Enzi za Ngondo na Mahaba.** 'Ngondo' ni vita. Nimeandika *chapter* moja au mbili. Sijui nitafikia wapi. Lakini labda nitamaliza siku moja.

Kwa hiyo lazima tusubiri ukistaafu utaandika riwaya nyingi sana.

Ah, hapana. Sijui, halafu *of course* nitaendelea kuandika, unajua *I'm just writing...* halafu kuna *another book* ambayo ninaiandika kuhusu *education, Against the Barbarians* [...]. Kwa hiyo *this is a new project.* Kwa hiyo nitachelewa kidogo.

Haya. Nashukuru sana.

□ □□U□□□ □□□ □□□□□□□□□□□□□□□ □□□ □□□□□□□□ □ □□ U□□□

Rai ya 08-14 Machi 2001 ilikuwa na makala yangu chini ya kichwa "Korosho: Soko huria au soko holela?" Tangu wakati huo, wengi wameshaandika na kufafanua tatizo ambalo limelikumba zao hilo mwaka huu. Nataka kurejea kwenye kipengele kimoja katika makala hayo. Nacho kinahusu Bodi ya Korosho kuwa miongoni mwa taasisi za kulaumiwa kwa kuvunja misingi na kanuni ya uzalishaji, uuzaji na ununuzi wa zao la korosho. Lawama mojawapo ilikuwa ni ile ya kutangaza sera mpya ya magunia yanayoruhusiwa kutumiwa katika ununuzi na usafirishaji wa korosho. Wakati Bodi ilikuwa itangaze badiliko lolote la sera mwezi Machi 2000, yaani msimu unapoanza, yenyewe kwa kupitia kwa Waziri wa Kilimo, Bw. William Kusila, ilitangaza Mwezi Septemba.

Bodi ilipiga marufuku matumizi ya magunia ya *jute* ambayo ndiyo yamekuwa yakitumika siku zote, na yakinunuliwa kwa shilingi 600/= tu kwa gunia, na kuwataka wakulima wa korosho wakanunue magunia ya katani yanayotengenezwa na kiwanda cha Morogoro-Tanzania Packages Manufacturers Ltd (1997) (TPML) ambacho kinamilikiwa na Mohamed Enterprises na wenzake baada ya kubinafsishwa, pamoja na kile kilichoko Moshi. Haya magunia bei yake ilikuwa ni shilingi 1,200/=. Uamuzi huo ulisababisha mlundikano wa korosho huko Lindi na Mtwara hadi kusababisha wakulima kutumia mifuko ya *sulphate* kama wanavyoiita wenyewe-yaani *polypoplin*, kutokana na kukosekana magunia. Matumizi ya mifuko kama hiyo kwa muda mrefu husababisha uharibifu wa ubora wa korosho na hata bidhaa au zao lolote lile!

Wafanyabiashara wengi walikuja juu dhidi ya uamuzi huu, hadi wakapelekana mahakamani, ambako kesi iliisha baada ya Waziri mpya wa Kilimo na Chakula Bw. Charles Keenja kuutengua uamuzi huo mwezi Novemba. Wakati wengi tukidhania kwamba mambo yamekuwa shwari, chungu kingine kilikuwa jikoni. Mnamo tarehe 12 Desemba 2000, Waziri wa Fedha mpya Bw. Basil Pesambili Mramba alipitisha mabadiliko ya sheria ya Ushuru wa Forodha ya mwaka 1976 (*Customs Tariff Act, 1976*). Aliondoa msamaha wa kodi wa uingizaji wa magunia ya *jute* kama pembejeo kwa bei nafuu na kuweka kodi mpya pamoja na kupandisha nyingine, ambazo awali ya hapo zilikuwa zikilipiwa. Kuna kodi ambayo iliongezwa na ilibidi ifutwe tena baada ya Shirika la Kimataifa la Biashara (WTO) kukemea kwamba si halali! Kutokana na kodi hizo, sasa gunia la *jute* halitashikika na mkulima au mtu yeyote bila kulipia kati ya shilingi 1,300/= hadi 1,500/=!

Wengi hatukuwa na habari na kitu kilichokuwa kikitokea, kwani siasa na sera ni mambo ya vyamani, bungeni na serikalini, kama tunavyoambiwa siku zote. Huu ni mfumo wa uwakilishi, na waliobuni na kupitisha mabadiliko hayo ni wawakilishi wa wananchi. Lakini hebu tuangalie nini hasa maana ya sheria hii. Maana halisi ya sheria hii ni kwamba, ikiwa mkulima wa viazi wa Iringa alikuwa auze gunia moja la zao lake kwa bei ya sasa hivi ambayo ni kama shilingi 2,000/=, basi itabidi atoe gharama za gunia katika hizo. Maana yake apate chini ya shilingi 800/=. Kadhalika, mkulima wa Rukwa ambaye anauza mahindi yake pale Sumbawanga kwa shilingi 4,000/= itabidi alipwe chini ya shilingi 2,800/=. Hii mifano ni hai, kwa maana bei za mazao mengi zimeteremka sana nchini, wakati bei za pembejeo zinaendelea kupanda usiku kucha, mfano hai ukiwa huo wa magunia.

Labda hapa nitoe mfano halisi wa mfanyabiashara anayejihusisha na kilimo ambacho tunaambiwa ndio uti wa mgongo wa taifa letu, kuyaainisha zaidi ya hapo juu. Kampuni moja ya usindikaji wa pamba, S &C Ginning Company Ltd, ilikuwa imeagiza ma-*canvas* ya *jute* kwa ajili ya matumizi ya ubebaji wa pamba. Mbadala wa haya ni *canvas* la nguo kama ya kaki, ambayo ni gharama sana. Na hapa katani haiwezi kutumika kabisa, kwani haina ulaini na wepesi wa gunia la *jute* au hiyo nguo. Kutokana na kubadilishwa kwa kifungu cha sheria ya mwaka 1976, kodi zilipanda kutoka shillingi milioni 6,133,470/97 hadi shillingi 15,705,905/=. Hivyo ni wazi kwamba athari zake zitakwenda kwa mkulima.

Yalipopitishwa mabadiliko ya sheria hiyo, dai lilikuwa ni kwamba nia ni kunusuru viwanda vya ndani na kuzuia ushindani usio wa haki kutoka nje. Nadhani hakuna atakayepinga uamuzi wa kizalendo kama huu. Ni kweli, sisi sote tungependa kuona viwanda vyetu vikishamiri na vijana wetu wa kike na wa kiume wakipata ajira, badala ya kupunguzwa kazini kila siku na kuishia vijiweni. Kadhalika, tungependa kuona kodi nyingi zaidi zikikusanywa ili taifa liweze kuboresha huduma za jamii na miundombinu mingine. Lakini la kwanza na la msingi la kujiuliza ni kwamba: je, kuna kiasi gani cha uzalishaji wa magunia katika nchi yetu, na je, mahitaji ya kitaifa ya magunia ni kiasi gani? La pili ni: je matumizi ya magunia ya *jute* au katani au mifuko ya *polypoplin*, n.k. ni mamoja na sawa kiasi kwamba moja yoyote kati ya hayo yanaweza kuwa mbadala wa mengine? Ni majibu ya maswali hayo ndiyo yanaweza kutupa picha halisi ya uzalendo wa sababu iliyotolewa.

Mnamo mwaka 1994/95, ilikadiriwa kwamba mahitaji ya magunia na mifuko ya aina mbalimbali kwa nchi nzima yalikuwa kiasi cha milioni 36. Bila shaka hayo mahitaji leo yamepanda hadi kufikia milioni 50. Kiwanda cha Morogoro kwa kadiri ninavyofahamu, hakizalishi zaidi ya magunia milioni 2, kutokana na kuanguka kwa zao la mkonge na ukweli kwamba ni asilimia 20 tu ya uwezo wa kiwanda unaotumika sasa hivi. Si hivyo tu: ilhali ni ukweli kwamba mahindi, karanga, kahawa, maharage na mazao mengine yenye punje kubwa yanaweza kuhifadhiwa katika magunia ya katani, lakini sivyo kwa ulezi, mchele, ufuta, mtama, unga, sukari, n.k. Huwezi ukahifadhi chai au pareto katika magunia hayo. Kama ukihifadhi viazi katika magunia hayo, basi ujue kwamba vitachubuka na kuharibika vibaya hadi kukosa soko! Na kama viazi vinachubuka, sembuse hao walalahoi wanaojipakiza magunia kama hayo mgongoni bila hata shati?

Ukweli ni kwamba sehemu kubwa ya mazao ya Tanzania yanatumia magunia ya *jute*. *Jute* ni laini na nyepesi kuliko katani. Kadhalika haina matundu makubwa makubwa kama magunia ya katani. Mbadala pekee wa *jute* ambao umewahi kuwepo nchini ni magunia ya kiwanda cha East African Kenaf Fibre Industry Ltd. Hiki kilitumia mmea wa Kenaf, ambao ulilimwa katika mashamba makubwa ya Kahe kule

Moshi. Hayo mashamba yalimalizwa na Shirika la Kilimo (NAFCO)
na kusababisha kiwanda kifungwe mnamo miaka ya 1970.

Utengenezaji wa magunia ya katani nchini ulianza mwaka 1968.
Wakati huo, kulikuwa kunazalishwa kiasi cha tani 200,000 za mkonge
kwa mwaka. Hivyo, katika utengenezaji wa katani (*decortication*), ambayo
ilikuwa ikiuzwa nje ambako ilitumika kutengenezea kamba, fagio,
majamnvi, mazulia, mikeka, na bidhaa nyingine za thamani, au kwa
matumizi ya viwandani (katika kung'arisha shaba, misumari, n.k.);
kulikuwa na asilimia 10 ya taka au masazo (*waste*), ambayo yalikuwa
yakichomwa moto ili kuyateketeza, hadi hapo Waitaliano waliposhauri
kwamba badala ya kuteketeza taka, zilifaa zitumike kutengeneza
magunia. Adriano Gardella wa Italy ndio waliokijenga kiwanda cha
kwanza cha Moshi, na wakati huo taka zilizokuwa zikizalishwa zilikuwa
tani 20,000.

Kiwanda cha Morogoro kilianza kazi kwa mara ya kwanza mwaka
1987. Wakati huo, Tanzania ikizalisha tani 20,000 za mkonge na tani
2,000 tu za taka, ambazo zilitosha kutengeneza magunia yasiyozidi
milioni 2 kwa mwaka. Kiwanda cha Moshi kimekuwa hakifanyi kazi
kwa muda mrefu, kwani kiliharibika kabisa miaka mingi iliyopita. Faida
yake ni kuwezesha kiwanda cha Morogoro kiwe na vipuri, kwa sababu
viwanda hivyo haviundwi tena na Waitaliano, na hata vile vilivyojengwa
Kenya na Ethiopia vilishafungwa miaka mingi. Ni dhahiri kwamba
hata kwa mtu asiyekuwa na fununu yoyote kuhusu uchumi atagundua
mara moja kuwa kukusanya taka za tani 2,000 kutoka Tanga hadi
Morogoro na kwingineko ni gharama kubwa sana, hivyo uzalishaji
wa magunia kama hayo ni gharama pia, na unaweza kufidiwa kwa
kupandisha bei. Maana yake, wakulima na wafanyabiashara walipie
hizo gharama.

Lakini ikumbukwe pia kwamba wenye kiwanda cha Morogoro
pamoja na makampuni mengine makubwa kama saba hivi na utitiri
wa mengine ya kati na madogo, ni waingizaji wa magunia hayo na
pia ni wauzaji wa bidhaa mbalimbali zikiwa ni pamoja na za kilimo.
Hivyo, nao pia ni waathirika. Labda ndivyo wengi tutakavyodhania.
Hili si kweli hasha! Watakaoathirika ni wale wafanyabiashara wa kati

na wadogo, kwani wafanyabiashara wakubwa ambao ni wauzaji na
waingizaji wa bidhaa za nje, na pia wana viwanda wana uwezo wa
kuingiza magunia nchini au hata bidhaa zingine kwa kisingizio cha
kuyapeleka kuuza nje ya nchi (*re-export*). Hivyo yawezekana kabisa
wakatumia mwanya huo kwa kupata kiasi cha magunia wanayoyahitaji,
na kadhalika kuyauza mengine kwa bei ya juu kuliko ilivyo sasa hivi
hapa nchini. Maana halisi ya badiliko la kifungu cha sheria hii si
kulinda viwanda vya ndani, bali kulinda wafanyabiashara wakubwa,
kuweka mwanya wa ukwepaji wa kodi, na kuwakandamiza wakulima
na wafanyabiashara wa kati na wadogo! Hapo yanalindwa maslahi
binafsi na si ya taifa.

Kitendo cha kulinda uzalishaji wa magunia milioni 21/2 yenye
matumizi machache dhidi ya kujitosheleza kwa kupata magunia kwa bei
poa kutoka Bangladeshi ili kukimu mahitaji yetu yanayozidi magunia
milioni 36 ni kama cha yule mtu anayeuza ng'ombe na kununua
bakora au anauza ng'ombe ili ashinde kesi ya kuku. Hapa uzalendo ni
kisingizio tu kwani hakuna kinacholindwa, isipokuwa maslahi binafsi.
Badala ya kuondoa umasikini, kinachofanyika ni kuongeza umasikini.
Na kisha ikitokea kwamba wakulima wanasusia kuzalisha mazao
ambayo yanaliletea taifa fedha za kigeni kutokana na hali kama hizi,
wakulima wanaambiwa kuwa ni wavivu. Wanaambiwa waongeze bidii.

Lakini haya si ya kushangaza, kwani, mfano, mwezi Aprili
wakulima waliokuwa wamepata mteja kutoka Singapore chini ya
Ushirika wa Mtwara na Masasi (MAMCU), walinyimwa kibali cha
kuuza nje korosho zao kwa madai kwamba serikali kuu na ya mkoa
imeamua kuwa korosho zote zitauzwa China na Vietnam. Maana
yake ni kwamba, katika mambo yanayowaathiri watu, wananchi
wa kawaida hawana kauli, kwani serikali ndiyo inayojua zaidi kipi
kinawafalia wananchi na uzalendo na maslahi ya taifa ni yapi. Hii si
demokrasia hata kidogo. Huu ni ukiritimba unaowafaidia baadhi ya
watu na kuwadidimiza wengi. Maana halisi ya demokrasia ni utatuzi
wa matatizo na mazonge yanayowasibu wengi wetu, na siyo ulinzi wa
sera au kupingana majukwaani au katika vyombo vya habari kuhusu

nani mwenye sifa zaidi au anapendwa kuliko mwingine. Si vyema kupitisha mabadiliko ya sheria kama hizi ambazo zinawaathiri wengi kwa kuwakilishwa. Inafaa waathirika wakapata nafasi ya kuzitafakari, kuzihoji mantiki yake na kisha kuzikubali au kuzikataa.

Wakati umewadia wa Watanzania wote kwa pamoja kutafakari kama ni nini hasa mwelekeo wa hizi sera za kiuchumi, kisiasa na kijamii; na kama hatima yake ni nini. Kwa maana sasa hivi inaelekea kwamba mfumo wa utandawazi unatupelekea katika enzi za utandawizi. Wahenga walishasema, majuto ni mjukuu. Kadhalika, kuja kusema ningejua, au ningefanya hivi, si suluhu wala dawa. Kama alivyowahi kusema Jaji Joseph Warioba hivi karibuni, ni muhimu kuziba nyufa mara zijitokezapo, kuliko kusubiri hadi hapo tutakapowajibika kujenga ukuta. Ikumbukwe kwamba, mnamo miaka ya 1970, kilimo cha nchi hii kiliporomoka vibaya sana, na si miaka mingi iliyopita kimeanza kuonyesha mafanikio. Ni muhimu kuyalinda mafanikio hayo na wale walioyawezesha.

▯▯ ▯▯▯▯▯▯▯ ▯▯▯▯ ▯▯ ▯U▯▯ ▯U ▯▯ ▯▯ ▯▯ ▯▯▯▯▯

Msimu wa ununuzi wa korosho Mtwara ni kati ya mwezi Oktoba na Machi, lakini, hadi kufikia Januari, mara nyingi ununuzi huwa umemalizika au unakaribia kumalizika. Mwisho wa mwezi Februari 2001, barabara ya kwenda bandarini na sehemu ya viwanda mjini Mtwara imekuwa hali tofauti kabisa, kulinganisha na mwaka jana. Wenyeji wanasema kwamba kwa kawaida, kipindi kama hiki, huwa kuna malori machache yaliyosheheneza korosho, yakiwa yanaelekea bandarini. Huu ni wakati ambapo msimu wa kununua korosho unakuwa ukingoni. Haikuwa hivyo mwaka huu: mwaka huu malori ni mengi--wakati mwingine kati ya 20 hadi 30 (kuna wakati yanafikia hadi 50). Ni kama vile ndiyo kwanza msimu wa uuzaji korosho unaanza. Kinyume na mwaka jana, (2000) kwa mfano, malori yote haya yanaelekea kwenye maghala ya wanunua korosho, na siyo bandarini.

Haya malori yamekodiwa na wakulima waliochoka kuwasubiri wanunuzi wa korosho waje kuzinunua kwenye vyama vya msingi kama ilivyokuwa miaka yote. Wanunuzi hawafiki huko vijijini. Badala yake wamefungua masoko ya ununuzi wa korosho hapohapo mjini Mtwara, kinyume cha sheria. Wakulima--mmojammoja au kwa ushirikiano wamekodisha haya malori na kuwalipa wenye nayo hadi shilingi 3,000/= kwa gunia (gunia moja lina kilo 80); wamepita kwenye vizuizi vya barabara ama baada ya kuwahonga watoza ushuru, au baada ya kulipia ushuru ambao hata misingi yake hawaielewi.

Wakiwa Mtwara, wanalazimika kuwalipa wenye malori kwa siku wakati mwingine hadi shilingi 25,000/=, ikiwa korosho zao hazikununuliwa. Kisha wanawajibika kujilipia malazi na chakula kwa siku zote watakazokuwa mjini wakijaribu kuuza korosho. Hata hapo

watakapofaulu kuziuza korosho, wanawajibika kuwalipa vibarua
walioshiriki katika upakuaji wa magunia, upimaji wa uzito na gredi
ya korosho na kuyabeba magunia hadi kwenye maghala.

Hawa wakulima hawakutani na wanunuzi wenyewe moja kwa
moja, hasha! Wakikutana nao, wanaambiwa kwamba korosho zao
hazinunuliki kwa sababu gredi yake si nzuri. Hili suala la gredi ni
jipya mwaka huu. Tangu mwanzoni mwa miaka ya tisini, baada ya
kuruhusu mfumo wa soko huria katika ununuzi wa korosho, wanunuzi
wamekuwa hawapimi gredi, kinyume cha sheria, lakini mwaka huu
wameamua kuwa wanapima, na wananunua korosho ya gredi ya juu
tu. Wakishakataliwa, wanawajibika kuwaona vijana waliozagaa sehemu
hiyo, ambao wanajiita mapromota, ambao ndio wanaziuza korosho
kwa mnunuzi kwa bei kati ya shilingi 130/= hadi 220/= kwa kilo
kutegemea uamuzi wa wanunuzi siku hiyo. Mapromota wanachukua
mgao wao kati ya shilingi 40/= na 50/= kwa kilo kwa kazi hiyo ya
kuongea na mnunuzi! Hatimaye, wakulima wanaishia kurudi nyumbani
na fedha kidogo sana, ambazo hata haziwezi kulipia gharama za
uzalishaji, ambazo ni kiasi cha shilingi 185/= kwa kilo (gharama za
pembejeo, kuajiri vibarua, n.k.).

Katika msimu wa 1999/2000 wa ununzi wa korosho, bei ya
korosho ilikuwa nzuri sana. Ilifikia hadi wastani wa shilingi 800/=
kwa kilo. Hivyo, wakulima wengi waliamua kuongeza bidii katika
uzalishaji wa korosho, kwa kutumia zaidi pembejeo na hata kupanda
miche mingine. Hii bei ilikuwa ni nzuri sana kwani msimu wa kabla ya
hapo, wakulima walikuwa wameuza zao hilo kwa wastani wa shiling
550/= kwa kilo.

Kuanguka vibaya kwa bei ya zao hili hakukutegemewa na wakulima
hata kidogo. Hadi Februari, sehemu kubwa ya zao (kama theluthi
mbili) lilikuwa mikononi mwa wakulima--katika maghala ya vijiji na
hata majumbani. Mtu angetembelea Tandahimba, Newala na sehemu
zingine, ungekuta wakulima wakubwa wakiwa na magunia kati ya 400
had 700 majumbani mwao! Si hivyo tu: watu wana madeni ya pembejeo
walizokopa mwaka jana wakisubiri wauze mazao ili walipe; wengine

bado wanao wafanyakazi ambao hawawezi kurudi kwao (baadhi kutoka Msumbiji) wakisubiri malipo yao. Maduka yamejaa bidhaa (baiskeli, n.k.) ambazo hazikununuliwa; watu wengi wenye malori ambao wamekuwa wakifurika na malori nyakati za msimu kama huu kwa ajili ya ukodishaji wamelazimika kurudi makwao (Shinyanga, Mwanza, Dar es salaam, n.k.) kwa kukosa biashara; halmashauri za wilaya zimekosa kodi kwani zote zikitegemea zao hili peke yake: almuradi kila mtu ameathirika.

Kwa kweli, athari ni kubwa, kwani tayari mvua zilikuwa zikinyemelea na kutishia kuliharibu zao lililokwisha vunwa, kwani maghala hayatoshi na utunzaji wa korosho hauna uhakika. Wazazi wengi wenye hali dhalili wameshindwa kuwapeleka watoto wao shuleni kwa kukosa ada. Kadhalika kuna tishio la upungufu wa chakula kwa sababu watu wengi walikuwa wamekazania zaidi kulima korosho, wakitegemea kwamba baada ya kuziuza basi wangenunua chakula. Wakulima wengi wanasema kwamba itakuwa ni vigumu sana kulihudumia zao hilo katika msimu ujao, kwa kuwa hawatakuwa na uwezo wa kununua pembejeo au kutafuta vibarua wa kuwasaidia mashambani.

Kufuatana na maoni yao, kilichosababisha matatizo ya mwaka huu ni huu mfumo wa soko huria ambao si huria hata kidogo, bali holela. Wanasema kwamba, huu si mfumo wa ushindani, bali wa kihodhi, ambao unawapa wanunuzi nguvu na madaraka yasiyo kikomo na kuwaacha wakulima wakiwa hawana chombo chochote cha kuwalinda. Wao, kwa maoni yao, kinachohitajika ni masoko ya uhakika na siyo huria au holela. Kama kuna masoko ya uhakika, hata kama bei zikiteremka, wao wataelewa, lakini siyo hii hali ambayo inawatesa, na kuwasababishia wengine kuibiwa huko mjini pindi wapelekapo mazao yao huko.

Wanabainisha kwamba kabla ya kulegeza masharti ya mfumo wa biashara, hawa wakulima waliweza kuuza muhogo, ufuta, nafaka mbalimbali, karanga, fiwi na hata korosho (hili likiwa ndilo zao la mwisho wakati huo). Mazao mengi yalinunuliwa na wafanyabiashara binafsi, lakini pia hata vyama vya ushirika vilinunua. Kadhalika, hali hiyo iliwawezesha kuwa na kipato kwa mwaka mzima, kwani haya mazao yaliuzwa katika misimu tofauti. Lakini toka kuhalalisha soko huria, mazao mengine yote yalikosa soko, hivyo wakaishia kutegemea uuzaji wa korosho tu.

Tanzania ilikuwa imezalisha tani 121,207 za korosho katika msimu wa 1999/2000. Hili ndilo zao ambalo liliingiza serikali kiasi cha juu kabisa cha fedha za kigeni kuliko zao jingine lolote lile katika mwaka huo. Tanzania ilijipatia dola za Kimarekani milioni 90.2 kwa kuuza zao hilo India, na wakulima waliweza kujipatia shilingi bilioni 70.5. Kwa kweli hali zao za maisha zilikuwa zinabadilika na wengi kuneemeka kutokana na kukua kwa zao hili. Hali hii ilikuwa tofauti sana na ile ya mwaka 1986/87, wakati uzalishaji wa zao hili ulipokuwa umeteremka had tani 16,000 kutoka kilele cha tani 145,000 mwaka 1973/74.

Juhudi za kulifufua zao hili kwa gharama nyingi sana zilianza mwaka 1987/88. Kwa kweli zahama iliyolikumba zao la korosho ni kubwa sana, na la kushangaza ni kwamba habari kuhusu zao hili hazisemwi sana. Kwa nini kumekuwa na ukimya wa namna hii? Je kuna watu au taasisi ambazo hazitaki Watanzania wakajua kama kumetokea nini, au nani ambao wamesababisha matatizo haya? Inawezekana kwamba hili ni kweli, kwani mtu akifika katika ofisi za Bodi ya Korosho mjini Mtwara kutafiti habari za zao hili, ama anakimbiwa na viongozi wa pale au anapewa ahadi za uongo, na kisha baada ya hapo kuringiwa kwamba wao hawafanyi mambo kienyeji! Hayo yalinipata mimi binafsi. Kadhalika, baadhi ya maofisa wa ngazi za juu katika ofisi za mkoa ambao wanahusika moja kwa moja na masuala ya kilimo, biashara na uchumi walikuwa wanahakikisha kwamba hawapatikani kirahisi maofisini mwao, japokuwa milango ilikuwa wazi, na pepeo zilikuwa zimewashwa! Siri iligundulika wakati tulipokutana na Afisa wa Takwimu wa Mkoa ambaye alikuwa hana takwimu za aina yoyote!

Bila shaka, hawa watu pamoja na baadhi ya hizi taasisi wanahusika katika kusababisha matatizo haya. Kitu kimoja ambacho kinajidhihirisha katika takwimu ni kwamba kumekuwepo kupungua kwa bei mara zote Uchaguzi Mkuu unapokwisha. Hivyo ndivyo ilivyotokea mwaka 1990, 1995 na 2000. Kuna baadhi ya wenyeji wanaodhani kwamba huenda zao hili hutumika kama chambo kwa ajili ya kampeni. Kilichotokea mwaka jana ni kwamba wakulima walikuwa si wepesi kuuza zao lao mara msimu ulipoanza mnamo mwezi Oktoba. Kisa ni kwamba Bodi ya Korosho ilikuwa imetangaza "dira ya bei" ambayo ilisimamia kwamba bei katika msimu huu ingekuwa shilingi 540/= kwa kilo.

Ni wale wakulima maskini tu ndio waliweza kuuza kwa kiasi fulani zao lao hapo mwanzoni. Inasemekana kwamba, kulikuwa na viongozi ambao walikuwa wakiwaambia wananchi kwamba wasiuze zao lao kwa bei chini ya ile iliyotangazwa na serikali. Kadhalika inadaiwa kwamba baadhi ya hao viongozi walidai kwamba mawakala waliokuwa wakienda kununua korosho (wakati huo kwa shilingi 460/= baada ya kulipa kodi zote ikiwa ni pamoja na shilingi 100/= kwa kilo za halmashauri za wilaya), walikuwa wakinunua kwa bei ndogo kwa sababu walikuwa wakiwasaidia wapinzani! Hivyo baadhi ya mawakala wakaanza kusita kwenda vijijini kununua korosho kama ilivyokuwa jadi miaka ya nyuma.

Ukweli ni kwamba haieleweki vipi afisa masoko wa Bodi ya Korosho aliipata hiyo bei aliyoitangaza kama "bei ya dira". Inadaiwa kwamba ni kufuatana na bei za soko la dunia. Lakini korosho zisizobanguliwa hazina soko la dunia: zina soko moja tu, ambalo ni India. Zile zilizobanguliwa ndizo zina soko la dunia-- kwani kuna nchi zaidi ya 26 duniani ambazo hununua hizo. Ni hizo tu ndizo ambazo bei yake inafahamika. "Dira ya bei" ingewezekana kuwapo, baada ya Bodi kukaa chini na kukubaliana na wanunuzi ambao kimsingi ni wa kuhodhi. Hata katika msimu uliopita, Bodi ilikuwa imetoa "dira ya bei" ya shilingi 540/=, lakini bei katika soko ikawa juu zaidi! Kisa? Uzalishaji Msumbiji ulikuwa umeathirika na mafuriko ya El nino, Ivory Coast na Senegal kulikuwa na matatizo. Hivyo ilikuwa ni bahati nasibu: ilikuwa ni *jackpot bingo!* Safari zote Bodi imekosea katika "kutabiri" mwelekeo wa bei! Lakini utabiri wa mwaka jana, inavyoelekea, ulikusudia kutimiza malengo ya kisiasa na si ya kijamii na kiuchumi. Hakuna soko la dunia la korosho zisizobanguliwa: kuna soko la India tu, na wanunuzi ni haohao.

Cha kushangaza zaidi ni kwamba mnamo Desemba 2000, Bodi hiyohiyo ilitangaza bei mpya--shilingi 460/= kwa kilo na hatimaye shilingi 360/= kwa kilo mnamo Januari 2001. Na hii bei ya mwisho ndiyo iliyotumika na Bodi yenyewe ilipoamua kununua korosho baada ya kutoa shilingi milioni 500 na kuzipa halmashauri za wilaya zote ambako korosho zinalimwa. Hizo shilingi milioni 500 zilikuwa zinatosha kununua kiasi cha tani 1,000 au zaidi kidogo, wakati ambapo korosho zilizokuwa vijijini ni zaidi ya tani 70,000! Mwanzoni, Bodi ilidai kwamba ingeweza kutoa shilingi bilioni 18.5 kwa ajili ya ununuzi wa korosho. Na inawezekana kabisa ilikuwa na hela kama hizo, kwani makato ya ushuru yote ya uuzaji wa zao hilo nje yamekuwa yanakusanywa na Bodi hiyo. Hizo fedha hata haijulikani zimekuwa zikitumika kwa matumizi gani--licha ya kuwawezesha wafanyakazi wa bodi hiyo kuishi maisha ya anasa na kufunga safari zisizo na sababu huku wakijilipa masurufu mengi tu.

Kama wanavyosema watu wa Mtwara, katika zao la korosho kuna washika dau (stake-holders) na wafaidika (*beneficiaries*), japokuwa wote wanajiita washika dau. Bodi ni kati ya wanufaikaji. Inasemekana kwamba, hata hizo shilingi 500 milioni hazikuwafikia washika dau, bali ziliishia kununua korosho za wafaidika walio katika nyadhifa mbalimbali ambao walikuwa wameweza kununua korosho kwa wakulima kwa bei ya chini. Nao waligeuka na kuwa mapromota! Kule Mtwara wanakwambia: "Mwenye macho haambiwi tazama!" Baada ya kununua hizo korosho, hizo halmashauri zimeishia kuziweka katika maghala na magari ya Kaumu yaliyoharibika, kwani hata wao wameshindwa kuuza kwa bei ya shilingi 360/=, na wala hawajui kama masoko yako wapi. Walipojaribu kuwapelekea wanunuzi bandarini Mtwara, Mohammed Enterprise alikuwa tayari kununua kwa bei ya shilingi 280/= hadi 320/=. Hivyo walishindwa kuuza!

Lakini mgogoro haukuanzia kwenye bei. Mgogoro ulianzia katika uvunjaji wa sheria za kitaifa na kimataifa za uuzaji na ununuzi wa korosho. Hata Bodi yenyewe ilikuwa ikivunja sheria zake kwa maslahi inayoyajua yenyewe! Kwa mfano, sheria ya mwaka 1994 na 1996 inatamka wazi kwamba korosho lazima zitengwe kwa gredi na gredi zote zinunuliwe. Tangu soko huria liingie, hili halijafanyika hata mara moja, na si wataalamu wa kilimo au Bodi yenyewe ambao wamethubutu kukemea hili. Hakuna aliyekuwa akisimamia sheria hii. Matokeo yake imekuwa ni kushusha thamani ya soko la korosho za Tanzania na kuliharibu kabisa soko la nje kwa kudanganya kwamba korosho zote zinazotoka Tanzania ni gredi moja. Inaelekea waagizaji wa nje wamelishtukia hili. Na ndiyo sababu wanunuzi hapa wameanza kununua kwa gredi, huku wakiiacha ile ambayo si gredi ya juu. Hili halikutakiwa litokee! Hakuna mtu anayesimamia katika upimaji wa gredi au uzito wa mzigo: mwamuzi ni mnunuaji. Hivyo imekuwa ni dhuluma tupu kwa wakulima.

Kuna sheria nyingine ya Bodi inayosema kwamba sera mpya au mabadiliko ya sera katika ununuzi wa zao hilo inabidi ifanyike mwanzoni mwa msimu--tarehe 30 Machi au wakati mwingine tarehe 30 Juni (kufuatana na sera yenyewe). Cha kushangaza ni kwamba Bodi ilitangaza mnamo Septemba kwamba wanunuzi wabadilishe magunia-- badala ya kutumia ya nje (ya *jute*) watumie ya ndani yanayotengenezwa kwa katani huko Morogoro. Licha ya kukiuka sheria ya Bodi, hili lilikuwa kinyume kabisa na misingi ya biashara, kwani matayarisho hufanyika mapema na magunia huwa yameshanunuliwa ikishafika mwezi huo. Hata hivyo, mwamuzi kwamba zao linafaa kusafirishwa kwa njia gani ni mnunuzi mwenyewe na si muuzaji!

Kesi ya magunia iliishia mahakamani mnamo Novemba, wakati msimu wa ununuzi unatakiwa uwe umepamba moto. Hivyo, hakuna kilichokuwa kinafanyika kwa sehemu kubwa ya wakati huo. Ni mwezi wa Desemba ambapo hatimaye Waziri wa Kilimo alibatilisha uamuzi wa utumizi wa magunia ya Tanzania, ambayo kufuatana na wenye mali ni mepesi kushika moto. Hiyo biashara ya magunia ilikuwa iwafaidie wale waliotaka kuyauza magunia India bila ya kulipa ushuru hapahapa nchini.

Kama hata wafanyabiashara waliamua kuvunja sheria kwa kufungua masoko holela mjini, badala ya kuwapeleka mawakala vijijini kama ilivyokuwa siku zote, ni kwa sababu hata Bodi yenyewe haikuzingatia sheria hizo. Sheria zinakataza kufungua masoko mahali popote isipokuwa pale palipokubalika tu. Lakini wanunuzi walifungua mjini Mtwara, na hakuna chombo chochote kilichothubutu kuwachukulia hatua--si serikali, si Bodi! Hawa wafanyabiashara hawakustahili kununulia korosho mjini. Lakini walifanya hivyo katika msimu huu. Hili kadhalika liliwawezesha kukwepa ulipaji wa kodi za halmashauri, ambao safari hii ulihamia kwa mkulima moja kwa moja.

Wakati wa utungaji wa sheria ya mwaka 1994, ilitarajiwa kwamba wanunuzi wangeshindana na hivyo bei ya zao kupanda. Kadhalika, ilitarajiwa kwamba wakulima na wafanyabiashara wangeweza kufanya makubaliano kwa njia ya ushindani, wakati wakulima hawakuwa na chombo chochote cha kuwalinda. Ni kweli kwamba, mwanzoni bei zilipanda, lakini baadaye wanunuzi/wafanyabiashara walipata nguvu za kupanga bei zao wenyewe. Sababu kubwa ya hili ni kwamba soko la korosho ambazo hazijabanguliwa halina ushindani. Ni kwa sababu hii nchi nyingine zote ziliamua kufungua viwanda vya kubangulia korosho ili kuepuka matatizo ya utegemezi wa soko la India peke yake. Tanzania ina viwanda 12 ambavyo havifanyi kazi. Bodi haitaki kuviuza, badala yake inang'ang'ania kuvikodisha ili iendelee kuwapo na kufaidi kwa kazi isiyojulikana!

Hii ni mifano michache ya uvunjaji wa sheria uliofanywa na Bodi na vyombo vingine husika. Walioko kwenye nyadhifa wanawalaumu wafanyabiashara kwa kupanga bei, lakini kwa kufanya hivyo, wao wenyewe wanakwepa lawama za kuhusika na ghasia hizi katika soko. Hawaoni kama wanawajibika. Ni hao hao ambao wanadai kwamba wakulima ni wavivu, au wanawake waongeze bidii! Ukweli ni kwamba, kama serikali haitafanya mpango wa kulinunua hili zao mwaka huu kwa njia yoyote ile, kadhalika haitahakikisha kwamba wakulima wanapata pembejeo kwa bei nafuu na chakula hakipungui, basi nchi isitegemee kwamba kutakuwa na ongezeko la zao hili. Uzalishaji utapungua vibaya sana.

Kama walivyosema wakulima wenyewe, hata kama bei ikiwa ndogo, la muhimu ni kuwa na masoko ya uhakika. Wanataka mazao yanunuliwe vijijini. Hili ni la muhimu. Lakini pia kuna haja ya kuhakikisha kwamba wakulima wanakuwa na vyombo vyao huru vya kulinda maslahi yao.

Kubwa kuliko yote, ni kuviuza na kuvifufua viwanda vilivyopo na kuanza kubangua korosho hapa hapa. Soko lipo, na viwanda 11 kati ya hivyo 12 vinaweza kufufuliwa. Kadhalika, kuna haja ya kuifuta Bodi ya Korosho, kwani sasa hivi inasababisha matatizo badala ya kuyatanzua. Inataka kukodisha viwanda badala ya kuviuza kwa kuwa ndiyo njia pekee ya sababu ya kuwapo kwake. Hili tatizo lililolikumba zao la korosho linahitaji hatua za haraka kulimaliza.

□□□□□ U □□ □□□U

Mwelekeo Bora au Bora Mwelekeo?

⬜⬜⬜⬜⬜⬜ ⬜⬜ ⬜⬜⬜⬜⬜⬜⬜ U⬜⬜ ⬜⬜⬜⬜⬜ ⬜⬜⬜⬜⬜ ⬜⬜⬜⬜⬜ ⬜⬜U⬜⬜⬜⬜ ⬜ ⬜⬜⬜⬜⬜⬜ ⬜ ⬜ ⬜ ⬜⬜⬜⬜

Kuvuja au mafuriko ya mitihani ya hivi karibuni ni kitu ambacho kimetushtua Watanzania wengi. Wengi wetu tumeshtuka na kuudhiwa kwa maana hatimaye madhara yake yatajitokeza katika huduma zitakazotolewa na hao watu wanaofaulu mitihani kwa ujanja bila kuwa na maarifa. Sote tunahimiza kwamba yafaa jambo hili livaliwe njuga, na hatimaye uovu kama huu kukomeshwa. Lakini kufuatana na habari ambazo zinavuma katika vyombo vya habari huko Uingereza, inaelekea kwamba tutazidi kukumbwa na majanga mazito zaidi ya kuishi na wataalamu bandia wenye vyeti vya kutoka nchi za nje!

Neno *kihiyo* sasa hivi limeshakuwa sehemu ya msamiati wa Kiswahili cha mitaani ambalo huenda siku moja likaingia katika kamusi, kama huu utapeli wa vyeti ukiendelea. Utamaduni wa kutokuwa na ithibati ya vyeti utakuja kutupeleka pabaya. Kuna wakati fulani, hususan kulipokuwa kukifanyika kampeni za uchaguzi uliopita kulikuwa kukitokea madai kwamba baadhi ya watu wana vyeti ambavyo vimepatikana katika vyuo ambavyo havitambuliki kihadhi katika masuala ya elimu (*unaccredited universities*). Hili lilimezewa inavyoelekea. Lakini ilisemekana wazi kwamba kuna watu walipata digrii za mwaka mmoja wakawa madaktari au walipata digrii zao kimkanda!

Siku moja ukweli utadhihirika. Lakini ni ukweli usiopingika kwamba kuna baadhi ya vyuo vya huko ng'ambo ambavyo ni mahususi kwa kutoa elimu ambayo inadhaniwa kwamba inawafaa watu wa Afrika na nchi nyingine za Dunia ya Tatu. Mafunzo yake, au kozi zake mara nyingi huwa tofauti na zile zinazotolewa kwa ajili ya wenyeji wa huko. Kwa mfano, kuna chuo kimoja Edinburgh ambacho kilikuwa kikitoa shahada ya kwanza ya chuo kikuu kwa mwaka mmoja kwa walimu wa gredi A. Ulikuwa mpango mahususi wa kutoa shahada za kufundisha Kiingereza kama lugha ya pili.

Sasa gazeti la The Sunday Times la tarehe 6.12.1998 linaripoti kwamba Uingereza imekuwa ikipata zaidi ya pauni 250 milioni kwa mwaka kwa biashara ya shahada! Nusu ya hizi ni faida ambayo vyuo hivyo vya Uingereza vinapata. Kufuatana na maelezo ya waandishi wake, Mabwana Maurice Chittenden na Jack Grimston, kozi za digrii za vyuo vya Uingereza zinauzwa kwa wanafunzi wanaosoma nje ya Uingereza ambao mara nyingi ni wale ambao hawana sifa (qualifications) za kujiunga na vyuo vikuu, lakini wana mapesa mengi ya kuweza kulipia masomo yao.

Waandishi hawa wanaendelea kuelezea kwamba, wakati wahitimu wa kidato cha sita wa Uingereza wanajitahidi kufa na kupona kupata sifa zinazostahili ili waweze kupata nafasi ya vyuo wanavyochagua kusoma, wanafunzi kutoka nchi za nje wanaruhusiwa kununua kozi kwa kiwango cha kuanzia pauni 4,000 na kuendelea. Wanasema kwamba, sasa vyuo vingi vya Uingereza vinatoa leseni ya kutoa mafunzo na digrii zake kwa taasisi zilizoko nje ya Uingereza kwa niaba ya vyuo hivyo, kama ambavyo Coca Cola au McDonald imekuwa ikifanya katika nchi mbalimbali. Mara nyingi, wanafunzi hawana haja ya kwenda Uingereza kusoma. Inasemekana kwamba kuna zaidi ya wanafunzi 140,000 nje ya Uingereza amabao wanasoma kwa mpango huo.

Katika utafiti wao wa nchi 15 za mabara yote matano, waandishi hao wamegundua kwamba kuna ushahidi dhahiri wa kashfa za digrii za kununua. Utafiti huo umeonesha kwamba wanafunzi wa nje ya Uingereza wanaoruhusiwa 'kusomea' digrii hizo wana sifa za chini kupita kiasi ukilinganisha na wanafunzi wanaoruhusiwa wa Uingereza. Theluthi moja ya vyuo hivyo vya nje vinavyotumiwa na vyuo vya Uingereza vina masharti nafuu kupita kiasi kuliko yale magumu yanayodaiwa na vyuo vya Uingereza.

Mwandishi mmoja wa gazeti hilo ambaye alijifanya mwanafunzi mtarajiwa asiyekuwa na sifa zinazostahili aliambiwa kwamba kuchezea shule yake mpira wa magongo (hockey), pia ni sifa inayosaidia kupata digrii ya kwanza (BA) ya masomo ya biashara huko Delhi kwa kiasi cha pauni 4,000. Mwandishi mwingine wa habari aliambiwa anaweza kuanza mchana huohuo baada ya kusailiwa kufanya digrii ya kwanza ya saikolojia katika kituo cha elimu kilichoko Ugiriki, mradi alipe ada ya pauni 2,300 kwa mwaka kwa kozi. Hawakuwa na haja ya kujua kama ana sifa zinazostahili.

Inasemekana kwamba Kitengo cha Kuthibitisha Ubora wa Viwango vya Elimu ya juu (Quality Assurance Agency of Higher Education) cha Uingereza ambacho ndicho huhakikisha na kuthibitisha viwango vya elimu, kimeanza kupata wasiwasi mkubwa kutokana na hizi habari za kutisha za digrii zitoleawazo na vyuo vya Uingereza. Imebidi kianze kutoa vyeti vya kukubalika (cerificate of approvals) kwa vyuo mbalimbali ili kuhakikisha kwamba vinafuata masharti ya mwenendo unaostahili vyuo kufuata.

Baadhi ya vyuo vikuu kama vile vya Lincolnshire na Humberside, ambavyo bado ni vipya sana tayari vina wanafunzi 4,200 wanaosoma nje ya nchi hiyo. Hii ni theluthi moja ya wanafunzi waliopo katika vyuo hivyo. Mwandishi mwingine alipokwenda kwenye Chuo cha Biashara cha Skyline huko Delhi, Chuo ambacho hujitangaza mara kwa mara kwamba chenyewe ni tawi la Chuo Kikuu kimoja cha Uingereza aliambiwa kwamba ili kuruhusiwa kusomea digrii ya kwanza katika masuala ya uongozi, inabidi mwanafunzi awe amepata maksi 55 na kuendelea katika mitihani ya kidato cha sita. Mwandishi huyo aliposema kwamba ana maksi 49 aliambiwa kwamba anaweza kuonana na wenye chuo kwa masailiano. Wenye chuo walitaka kujua kama ana sifa (au vyeti) zingine ambazo zingeweza kumsaidia, kama vile michezo na mambo mengine ya nje ya masomo. Aliwajibu kwamba alipokuwa shuleni, alikuwa akichezea timu ya mpira wa magongo.

Aliambiwa kwamba, kwa misingi hiyo ya kuchezea timu ya shule pamoja na masailiano yaliyofanyika, ilikuwa inawezekana kabisa kuruhusiwa kusoma. Alipouliza kama hatapewa mitihani ya majaribio ili kuthibitisha kiwango chake, alijibiwa kwamba hakuna haja ya kitu kama hicho. Huko Ugiriki mwandishi mwingine alipiga simu kwenye Chuo ambacho kinatoa shahada za Chuo Kikuu cha Sheffield Hallam cha Uingereza. Alijifanya anataka kusomea digrii ya elimu na saikolojia.

Alikaribishwa aende kwa ajili ya masailiano siku inayofuata. Hakuulizwa kama alikuwa na sifa gani au alipata maksi ngapi katika kidato cha sita. Profesa aliyeongea naye alimweleza kwamba angeweza kuanza masomo mchana huohuo, alimuradi kama angelipa ada inayostahiki.

Waandishi wa gazeti hili wamebainisha kwamba, kuna mtaalamu wa masuala ya elimu ameandika ripoti kuhusu mahusiano ya vyuo vya Uingereza na vile vilivyoko nje. Hii ni ripoti iliyotolewa na Taasisi ya Maendeleo ya Chuo Kikuu cha Sussex. Imeandikwa na Paul Bennel. Mtaalamu huyo amesema kwamba anahisi kwamba ni pesa tu ndizo ambazo zinaongea katika masuala haya. Kwamba kuna vyuo ambavyo ni makini sana kuhusu viwango na havikubali kuviharibu, lakini pia kuna vyuo ambavyo vina njaa.

Inasemekana kwamba vyuo vingi vimekana kuhusika na kuteremsha viwango vya sifa zinazostahiki mtu kujiunga na vyuo vikuu kwa wale watokao ng'ambo. Vyuo Vikuu vya Lincolnshire na Humberside vimeshapewa onyo na Kitengo cha Kuthibitisha Ubora wa Viwango vya Elimu ya Juu (Quality Assurance Agency of Higher Education).

Biashara ni biashara. Hayo maonyo hayatazuia kushamiri kwa biashara hii. Waathirika ni sisi tulio dunia ya tatu. Kama walivyo na vitengo vya kuthibitisha na kudhibiti ubora na viwango vya elimu ya juu, bila shaka hata sisi tunahitaji chombo kama hicho. Zaidi ya hapo tunahitaji kuchunguza kama hivi vyeti wavipatavyo baadhi ya watu vinatoka katika vyuo vinavyotambulika kihadhi au la. Siyo siri, vyuo vinavyotoa vyeti vya namna hii vimeshaingia hapa nchini. Vimejitokeza hata kabla ya vyuo binafsi havijaibuka. Vyuo hivyo vimekuwa vikitoa diploma, lakini sasa vinasemekana kutoa masomo ya shahada ya pili ya chuo hiki au kile kutoka Uingereza!

☐ ☐☐☐☐☐☐☐☐ ☐☐☐☐ ☐ ☐☐ ☐☐☐☐☐U ☐☐☐☐☐☐☐

Mwezi wa tisa mwaka 2005 umeshuhudia matukio kadhaa ambayo yalivipamba vyombo vya habari. Tarehe 02.09.2005 kuliandaliwa hafla ya chakula cha hisani kwa minajili ya kuchangisha fedha ili kuwawezesha waandishi wa habari wanawake wajiendeleze kimasomo. Ilikuwa imeandaliwa na Chama cha Waandishi wa Habari cha Wanawake (TAMWA). Lengo lilikuwaa ni kuchangisha kiasi cha shilingi milioni 150, lakini hatimaye waliambulia kiasi cha shilingi milioni 96. Mgeni rasmi alikuwa Waziri Mkuu, Mheshimiwa Frederick Sumaye. Shughuli ya TAMWA ilikuwa na watu wachache, na fedha zilizokusanywa zilikuwa kiduchu kulingana na malengo na umuhimu wa elimu katika dunia ya leo.

Sambamba na tukio hilo siku hiyohiyo, kulikuwa na mashindano ya urembo. Kulikuwa na watu lukuki waliofurika katika ukumbi wa Diamond Jubilee ambao walilipa kiingilio ama cha shilingi 20,000 au 50,000. Nancy Sumari, msichana wa elimu ya kidato cha nne alitwaa taji lenye thamani ya shilingi milioni 28, fedha taslimu shilingi. Milioni 2, mshahara wa shilingi 100,000 kwa mwezi hadi atakapostaafu mwakani, akawa Miss Buzz na kupata shilingi. 500,000 na Nokia 510, akapata gari na nyumba.

Kisha Septemba 13, 2005, Bwana Danny Kyauka ambaye alikuwa amegundua dawa ya figo alituzwa zawadi ya Miliki Ubunifu za Viwanda-cheti, kikombe pamoja na shilingi 200,000/=. Dawa yake inaitwa *Billyd Formula Powder* na ilikuwa imetibu wagonjwa zaidi ya 500. Habari za u-Miss Tanzania zilipewa kipaumbele na vyombo vya habari kwa wiki kadhaa. Tukio la TAMWA halikupewa umaarufu kiasi hicho, na hili la Bwana Kyauka lilifichwa katika ukurasa wa 3 na magazeti mawili tu! Maisha tuishio sasa hivi ni maisha ya ajabu. Hizi ni enzi za kutukuka kwa utajiri, umaarufu, u-miss Tanzania, biashara, bahati nasibu na hata utabiri wa nyota! Hivi vinasakwa na kutukuzwa kuliko yale yaliyo mema na yaainishayo ubinadamu wetu. Badala ya ubinadamu kutamaniwa, ubwanadamu ndiyo umekuwa ishara ya uwezo na nguvu. Tunaishi enzi ambazo mtu akiacha kitabu mahali hakiibiwi wala kuguswa, lakini akiacha simu ya mkononi hapo hataikuta baada ya dakika moja au mbili! Hizi ni enzi ambazo wenye nia ya kuyasaka maarifa wanabetuliwa pembeni kama nyangarika na kutojaliwa kwa kila hali.

Ni enzi zilizoyatupilia mbali yale yote ya kutukuka na kuheshimika kwa kibinadamu. Zile mila na tamaduni za akina Muyaka, Shaaban Robert, Matias Mnyampala, Akilimali Snowman, Muhamed Said Abdullah, Mohamed S. Mohamed, na wengine wengi au hata viongozi waliopigania uhuru wa nchi hii-mfano mzuri ukiwa ni ule wa Mwalimu Julius Kambarage Nyerere, hazipo tena. Enzi zile kulikuwapo watetezi wa maandiko kwa kiasi kikubwa. Hawa ni watu walioutukuza umuhimu wa kufikiri, kama ainisho la ubinadamu wetu; wakawa wapenzi wa maandiko mazuri yenye vionjo na busara, ambayo licha ya kuusifu ubinadamu wetu, kadhalika yaliukosoa kwa nia ya kutetea maadili ya ujenzi wa ulimwengu usiokuwa na madhila, mazonge, unyonyaji na ugandamizaji. Kwa kiasi kikubwa, dhihirisho la hali hii ni wingi wa maandiko ya fasihi na viwango vyake vya juu yaliyochapishwa hadi mwanzoni mwa miaka ya 1980, ukilinganisha na yale machache sana yaliyochapishwa baada ya hapo.

Kwa nini kujisumbua kuandika na kufanya kila juhudi ya kuchapisha katika enzi hizi zinazotawaliwa na nguvu lukuki za aina nyingi zilizolenga kuivunjilia mbali dhima ya maandiko katika nyanja ya ujenzi wa hulka za watu na jumuia? Kwa nini, katika enzi hizi wachapishaji wanataka kuchapisha vitabu vya shule na vyuo tu na si vile vya wasomaji kwa ujumla? Hizi enzi ambazo hata maktaba hazithaminiwi, ndani kukiwa na vitabu ambavyo vina hadhi ya nyara, badala yake zimejaa matangazo ya simu za mkononi na vinywaji au vyakula mbalimbali?

Utangulizi

Vita vilivyozuka Rwanda usiku wa tarehe 6 Aprili 1994 viliishia katika mauaji ya halaiki (genocide) yaliyosababisha vifo zaidi ya nusu milioni ya watu na wengine zaidi ya milioni kukimbilia nje ya Rwanda. Sasa hivi bara la Afrika linashuhudia vita vya aina hii katika nchi nyingi, na inasemekana kwamba sababu kubwa ya vita na ugomvi wa namna hii ni mifumo-ukabila tuliyonayo barani. Matatizo barani Afrika; huu ndio wimbo tuusikiao kila kuchapo. Kuna mapigano Ethiopia, Sudani, Rwanda, Uganda, Kongo, Angola, Namibia, n.k. Lakini kwa upande mwingine, ebu angalia: tarehe 10 Octoba 1995, mwandishi maarufu na mpigania haki za binadamu wa Nigeria, Kenule Saro-Wiwa pamoja na wenzake wanane walinyongwa na serikali ya Nigeria kwa kosa la kupinga mauaji ya halaiki yaliyokuwa yakisababishwa na makampuni ya kimataifa ya mafuta miongoni mwa Waogoni kutokana na uchafuzi wa mazingira usiomithilika.

Sasa imefikia hatua ambapo suala la uraia katika bara letu linatufanya kugombana. Kenneth Kaunda wa Zambia sasa kwa ghafla amekuwa si raia wa Zambia, kwa mfano. Hata hapa kwetu, mara baada ya kuanza mfumo wa vyama vingi, ilidaiwa kwamba Oscar Kambona si raia wa nchi hii. Si yeye pekee yake ambaye uraia wake ulikuwa mashakani; kuna wengine pia ambao waliambiwa kwamba si raia. Kadhalika kuna baadhi ya vyama vilianza kudaiwa kwamba vimejaa watu wa kutoka kabila fulani. Kwa Tanzania, haya ni mambo ambayo hatukuwahi kuyashuhudia kabla ya huu mfumo wa vyama vingi.

Kwa bahati mbaya, tatizo kubwa zaidi litupatalo katika bara letu ni ukosefu wa hata nadharia tu zitakazotuwezesha kubadili maisha na uhusiano unaosababisha matatizo haya barani mwetu. Nadharia zinazotekelezwa na serikali zetu au zile zinazouzwa na vyama vingi vya siasa ni zile zilizotungwa na Mashirika ya Fedha ya Kimataifa, ambazo zinaenda kinyume kabisa na matakwa ya wale walio wengi ambao hali zao ni hohehahe. Lakini ukweli wa mambo ni kwamba bara hili litakuwa na matatizo zaidi ikiwa halitachukulia umuhimu suala la ujenzi wa jamii ambazo zinaheshimu usawa, heshima ya binadamu na yale yote yenye kusifika katika jumuia yoyote ile.

Nini Chanzo cha Mfumo-Ukabila Barani Afrika

Wala sina haja ya kuanzia mbali. Ningependa kuanzia na kitu ambacho sisi wote tunakifahamu. Huu wimbo wa "Mungu Ibariki Afrika" ambao ndio wimbo wetu wa Taifa ni wimbo unaotumika na nchi nyingi Afrika. Sijui kama tumewahi kujiuliza kama ikawaje kutoka Afrika ya Kusini hadi Tanzania tunatumia wimbo huo. Wenye masihara watadai kwamba labda kuna nchi ambazo ziliiga. Hasha! Wimbo huo ulitungwa Afrika ya Kusini mwishoni mwa karne iliyopita, na ulikuwa wimbo wa Taifa la Waafrika. Na hivi ndivyo lilivyokuwa bara letu miaka yote hadi mnamo miaka ya elfu moja mia tisa na thelathini. Hizi zilikuwa ni enzi ambazo watu walijitambulisha kama waafrika, na si kama Watanganyika, Wakenya, Wasenegali, n.k. Na ni katika kujikumbusha haya ndipo tunaweza kuelewa kwa nini Kaunda alikuwa mpigania uhuru Zambia, japo ni kweli kwamba wazazi wake walitokea Malawi, au Kambona alikuwa Tanzania, au John Okello alikuwa Zanzibar, au Joshua Nkomo alikuwa mshiriki mkuu katika chama cha ANC cha Afrika ya Kusini, au Frantz Fanon alikuwa mpiganaji Algeria japokuwa hakuwa mzaliwa wa huko. Mnamo miaka ya 1930, wakati Ethiopia ilipovamiwa na Italia, watu wa bara zima na hata wale waliokuwa nje ya bara hili walijitokeza kutaka kusaidia kupigana dhidi ya ubeberu huo. Bila kusema mengi, mwito wa muungano/umoja wa Afrika ambao ulikuwa ukisikika katika kila pembe ya Afrika mnamo mwanzoni mwa miaka ya 1960 ulitokana na huu ukweli kwamba wanawali wa Afrika hawakujiona kama ni wana wa nchi fulani kama ilivyo leo.

Maandishi mengi yameshaonyesha ukweli wa historia zetu. Hizi hekaya zinazodai kwamba Afrika tumekuwa tukiishi katika mifumo ya ukabila tukipigana na kuuana daima si za ukweli hata kidogo. Afrika haijawahi kushuhudia mauaji ya halaiki kama haya tuyashuhudiayo leo, ambayo nia na lengo lake ni kuangamiza jumuia nzima ya watu, huku rasilimali zote zikitumika kununulia silaha za kila aina bila kujali kama kuna watu wanakosa elimu, afya, malazi na mahitaji mengine muhimu ya binadamu. Ndiyo, watu watasema kwamba Wahehe walipigana na Wasangu au Wangoni, au Wazulu walipigana na Waxosa enzi hizo. Lakini hivi vilikuwa ni vita vya kujenga himaya (tawala kubwa) na si vita vya maangamizo! Wakoloni na wale "wagunduzi" walipopita katika bara hili ndio waliondika kwamba hawa watu ni washenzi ambao kazi yao ni kuuana na kuuzana kama watumwa. Hivyo kwa kisingizio cha kuleta ustaarabu na ukristo, wakagawanya bara hili na kulitawala mwaka 1884. Huu uraia tunaoutetea leo ni huo ambao uliundwa na wakoloni. Ni uraia ambao unawaruhusu watawala wetu kutufanyia lolote lile pasipo kuingiliwa na taifa majirani, kama mkataba wa Umoja wa Nchi za Afrika wa mwaka 1963 ulivyowekwa. Na ndiyo sababu wakatokea akina Idd Amin, Bokassa, Mobutu, n.k.

Kuligawa bara katika nchi mbalimbali hakukutosha. Wakadai kwamba mfumo wa mwafrika ni wa kikabila (*tribes*) na wa wazungu ni wa kimataifa (nations). Misingi yenyewe haijulikani. Hebu fikiria: Wasukuma karibu milioni tano (ambao lugha yao ni moja) wanaitwa kabila na watu wa Uswisi ambao ni milioni mbili na wana lugha tatu (Kifaransa, Kijerumani na Kiitaliano) wanaitwa taifa. Hiki ni nini kama si nadharia za ubaguzi? Na hivi ndivyo historia ya hii miaka mia nne ilivyokuwa. Ukoloni uliambatana na ugawaji wa watu na viumbe katika nasaba, aina, hulka, rangi, lugha, kiwango cha "ustaarabu" au "ukafiri", n.k. katika makundi mbalimbali. Hapa kwetu kwa mfano, kabla ya ukoloni hakukuwa na kabila la Wanyamwezi, Wasambaa, Wasukuma, Wabondei, n.k. Wanyamwezi ni neno lililomaanisha watu waliotokea Magharibi, Wasukuma lilimaanisha wale waliotokea

Kaskazini, Wasambaa lilimaanisha wale waliotokea milimani na Wabondei mabondeni, n.k. Haya hayakuwa majina ya makabila kama tunavyojua leo kutokana na historia ambayo waliiandika wakoloni na sisi tukaikubali kuwa iwe hivyo. Yalikuwa ni maeneo ya kijografia, na si utofauti wa kijamii kama tunavyoamini leo. Ukoloni ukatugawanya kati ya makabila yaliyostaarabika na yale ambayo walidai kwamba hayajastaarabika (mara nyingi haya ya pili ni yale yaliyoupinga mfumo wa kikoloni na usasa wake).

Nini tofauti, kwa mfano kati ya Msukuma na Mnyamwezi-kwa lugha au mila? Nini tofauti kati ya Mbena, Mhehe, Mpangwa, Mzungwa, n.k. hadi yakaitwa makabila? Je ikawaje watu tunaowajua kama Wachagga leo, watu wanaotofautiana lugha wakabambikwa kwamba ni kabila moja? Kuna ukweli gani kwamba kuna makabila 120 Tanzania, au utitiri wa makabila katika nchi nyingine? Ilikuwaje watu Kusini mwa Tanzania wakawa pamoja na kupigana na Mjerumani miaka ya 1905 hadi 1907, wakajiita "sisi sote tu wamoja!" wakati walikuwa hawana hata hao watemi au machifu? Hayakuishia hapo. Watu waliokuwa hata hawana machifu wakaundiwa machifu au kupewa maakida kwa nguvu. Mifano hii ni mingi sana. Kadhalika, watu ambao koo zao zilifuata upande wa mama walilazimika ghafla kutumia majina na kufuata koo za upande wa baba. Wanaume wakapewa ubaba wa nyumba na makabila ambayo mwanzoni hayakuwa hivyo. Manamba wakawageuza wanaume kwamba ndio wachumaji mali na wanawake wakageuzwa kuwa wapagazi wa ndani na mashambani, na sulubu hiyo ikakoseshwa thamani.

Hivyo ndivyo huu "utamaduni" ambao wengi wetu tunauita wa kiafrika-utamaduni unaowadhalilisha wanawake; ukausifu ubabe na mfumo-dume, huku ukishupaliza uhusiano wa kigandamizaji na kutengana kijamii (*social exclusion*) ulivyoibuka. Utamaduni huu ulijikita mizizi baada ya Vita Vikuu vya Pili wakati wa kugombea uhuru, ambapo ghafla, badala ya kupigania uhuru wa Afrika kama ilivyokuwa hapo kabla, mapambano yakachukua sura ya nchi-ikimaanisha serikali iliyowekwa na wakoloni. Hiki sasa kikawa ndicho kinyang'anyiro. Suala likawa ni kumwondoa mkoloni serikalini ili kama walivyosema tujitawale wenyewe. Na ndivyo ilivyotokea. Tukaambiwa kwamba tatizo kubwa linalotukabili ni ukosefu wa maendeleo. Hivyo tunahitaji umoja na ujenzi wa mataifa-mataifa yenyewe yakimaanisha mfumo wa serikali. Hivyo jumuia huru na vyama vya kisiasa ilibidi vife ili "kunusuru umoja." Lakini pia haijulikani kama ni lini mgawanyiko ulikuwa umetokea, wakati ambapo sote katika mapambano ya kupigania uhuru tulikuwa tu wamoja.

Tatizo ni kwamba baada ya uhuru kuna baadhi ya watu walianza kujineemesha. Na katika kufanya hivyo walitafuta kila aina ya wafuasi, pamoja na kujitafutia ule ukabila ulioletwa na wakoloni. Wakati bara letu likiitwa "mama yetu Afrika", wanaume walioingia madarakani wakawa wanajitengenezea mazingira ya kuwa "mababa wa mataifa"! Kisha sheria za uraia na ukimbizi wa kisiasa zikaanza kutungwa. Kwa mara ya kwanza, Sheria za wakimbizi zikilenga waafrika katika nchi nyingi ziliwekwa baada ya uhuru (hapa Tanzania ni mwaka 1965). Kabla ya hapo waafrika walikuwa wakiingia kokote kule bila vizuizi, sana sana waliitwa manamba, lakini si wakimbizi.

Ebu fikiria: kama kungekuwa na mamlaka kubwa zaidi ya serikali ya Rwanda, Burundi, Zanzibar, n.k., na hii mipaka iliyopo sasa hivi na hizi sheria za uraia za kibaguzi zisingekuwepo, je inawezekana kwamba mauaji ya halaiki yaliyotokea Rwanda yangetokea? Au hivi vita vya Kongo vingalikuwepo? Mimi nadhani visingekuwepo kwani wale watu ambao wangehisi wanaonewa katika eneo lao wangekuwa na fursa ya kuyashitaki au kuyachukulia hatua mamlaka yanayowanyanyasa kwa kuyataka mamlaka yaliyopo juu zaidi yaingilie. Lakini leo hii, serikali zetu zinaweza kuwanyanyasa watu wao bila wasiwasi na bila kuingiliwa. Ni kutokana na kukosekana kwa muungano unaowezesha madaraka ya juu zaidi kuliko serikali hizi, ndipo sehemu ndogo kama Kaprivi inadai kujitenga. Na kama hatutaurudia utaifa wa Uafrika na tukang'ang'ania huu wa serikali zetu, basi tungojee mgawanyiko zaidi wa bara hili na vita zaidi katika karne ijayo.

Vipi Tulikabili Suala la Demokrasia kwa Leo?

Badala ya kuleta umoja miongoni mwa watu, mfumo wa vyama kama mfumo wa demokrasia umepelekea kuongezeka kwa migawanyiko zaidi miongoni mwetu. Haujatatua mfumo wa chama kimoja, na sasa siasa zetu ni zile za "huyu ni mwenzetu, na huyu si mwenzetu", "huyu ni mpinzani", "kabila fulani wapinzani", "Wapemba wanapinga mapinduzi!", "Kaunda si raia", n.k. Shuhudia jinsi mfumo huu unavyoshabikiwa na wawekezaji na wafadhili! Sasa hivi tuna wataalamu wengi sana wa nje na ndani ya nchi hii ambao wameigeuza demokrasia kuwa ni mradi kwa mema au kwa shari. Inasemwa wazi kabisa kwamba inabidi kuwaelimisha wananchi kuhusu demokrasia na umuhimu wa vyama vingi na haki zao. Maana yake, wengi wa Watanzania hawajui haki zao, eti kwa madai kwamba walidumazwa na mfumo wa chama kimoja kwa muda mrefu sana, hivyo hawaelewi maana ya mfumo wa vyama vingi.

Kwa wale waliopata fursa ya kuipitia Ripoti ya Tume ya Jaji Francis Nyalali watakumbuka kwamba wengi waliotaka chama kimoja hawakusema kwamba wanakitaka hiki kinachotawala kama kilivyo, bali wangependa kuona chama kinajisafisha. Walitaka kuona chama ambacho hakisimamii upande wa ugandamizaji, uonevu, na unyang'anyi ambao umeenea hadi vijijini. Katika baadhi ya sehemu, baadhi ya wakulima wamesikika wakisema: "bora kuwa na chama kimoja, kwani hiki kimoja kimeshatutafuna kiasi kikubwa: vikiwa vingi vitatumaliza kabisa".

Wakulima wamewaeleza wataalamu wengine kwamba wanaufahamu fika mfumo wa vyama vingi: "Eeh, tunaufahamu. Hivyo vyama vingi vimekwisha fika hata huku. Watu wa vyama hao pamoja na hiki kinachotawala wakija huku kwetu wanatukanana wao wenyewe, kisha wanatueleza sera zao!"

Wakiulizwa kama wao walitegemea nini wao wanajibu: "Tulidhani wamekuja kutusikiliza na kuelewa matatizo yetu". Ni haohao, ambao katika utafiti wa Dk J. Sivallon, wa Chuo Kikuu cha Dar es Salaam, walimwambia kwamba sera za sasa za chama tawala zinawafaidia na kuwalinda wenye nguvu na matajiri na sio wakulima na wafanyakazi.

Kwa maoni yangu, kudai kwamba watu wa kawaida wanatakiwa kufundishwa kuhusu demokrasia ni kuwapakazia ujinga wasiokuwa nao. Hawa ni watu ambao wanayafahamu fika mazingira yao na matatizo yao, na wangependa kuona mabadiliko yakitokea katika maisha yao. Ni watu wasiopendelea uhusiano wa kijamii unayoendeleza unyang'anyi na uonevu. Hii ndio maana halisi ya demokrasia, yaani uwezo wa kuyapinga maovu na maonevu. Labda kwa hawa wenzetu demokrasia ina maana ngeni ambayo wakulima na wafanyakazi hawaifahamu, na ndio maana inabidi kuwafunza kwani hawaijui. Sisi sote hufunzwa mambo ambayo ni mageni na hatuyaelewi. Lakini kama demokrasia katika kipindi tulicho nacho, ni uwezo wa watu kupigana dhidi ya dhuluma, unyonge, uonevu na mabaya mengine yaliyopo katika taifa letu kutoka vijijini ambako viongozi wa vijiji wamekuwa wakijinufaisha na kujitajirisha kwa miradi ya vijiji, hadi ngazi za kitaifa ambako kuna taarifa lukuki za ulaji wa hiki na kile, basi hawa watu wa kawaida wa nchi hii ni wataalamu, na hawahitaji hiyo elimu ya demokrasia ya kukubali kukubaliana hata pale mmoja anapoumia.

Si Suala la Mfumo wa Vyama: Bali Mwelekeo wa Kijamii!

Ni dhahiri kwamba msimamo wa demokrasia kama kuwepo kwa vyama vingi vya siasa tu pekee yake unapingana na matakwa ya watu wa kawaida wa nchi hii. Kutokana na mifano niliyoitoa hapo juu, ni wazi kwamba swali la msingi la kujiuliza ni: *tungependa kujenga jamii za namna ipi-zenye uhusiano na maadili ya kijamii ya namna gani?* Ni jibu la swali hili ndilo litakalotuamulia kama ni mfumo wa demokrasia wa aina ipi unafaa katika mapambano ya ujenzi wa jamii tunayojiamulia au tunayotaka kuipigania. Mfumo tulionao unawawezesha zaidi wale ambao wanataka kwenda Ikulu (wengine wakisema Ikulu humaanisha Hazina kwani haipo mbali na Ikulu!). Ni wazi kwamba ili kujua kama watu wangependelea kujenga jamii yenye uhusiano na maadili ya namna gani, yabidi kusimamia katika msimamo wa walio wengi ambao ni maskini na wanyonge.

Kwa kuangalia hiyo mifano niliyoitoa hapo juu, wengi wangependa kuona tukijenga jamii yenye neema, haki, heshima, uhuru na usawa wa kijamii. Wengi wangependa kuukana mfumo unaowalaza watu njaa, na wala hawaoni kama kuna lolote la kujivunia katika jamii iliyokifu kwa maonezi, manyanyaso au ugandamizaji wa aina aina. Wanaangalia pale tulipofikia kama jamii, na wala hawana haja ya kujilinganisha na Kongo, Nigeria, Rwanda, Burundi au Bosnia, kwani hiyo si faraja, bali dharau ya kujisifia mbele ya makaburi ya wenzako ati kwamba wewe bado hujafa. Na ni aibu kutoa mifano kama hiyo kwa minajili ya kujijenga, badala ya kutuambia ukweli kama wenzetu yamewasibu nini, na nini tujifunze kutoka huko au tuchukue msimamo gani dhidi ya hali hiyo na kuungana na wengine wanaogandamizwa duniani, wakafa kwa mauaji katili.

Jamii ambayo wengi nchini wangependa kuona ikijengwa haitatokana na ushabiki wa vyama au aina ya uongozi. Kunahitajika vyama na viongozi, lakini hatuwezi kuchukulia kwamba vyama na uongozi ni timu za mpira ambazo ushabiki wake unatokana na rangi za jezi au nani anacheza vizuri zaidi. Vyama vimesimamia katika misingi ya ulinzi wa maslahi ya watu. Vyama vinaweza kuwakilisha matakwa na maslahi ya wengi (wazalishaji) au ya wachache (wale wanaohubiri kuhusu wasifu wa uzalishaji na kufanya kazi japokuwa wao wenyewe hawashiriki!). Na hapa si suala la kunyamazia na kuogopa kusema kwamba mfumo fulani haufai, ati kwa sababu watu siku hizi watakucheka, hasha! Yabidi tujiulize kama ni nani hao ambao wanayacheka yale ambayo yanaainisha ubinadamu wetu. Hatuwezi hata kidogo kuacha kuwa wanyenyekevu mbele ya ukweli ambao ni dhahiri kabisa kwa kuchelea kwamba tutachekwa na wale ambao wanalinda maslahi ya wachache.

Tumefikia Hatua Ipi Kihistoria?

Demokrasia si kitu cha kidhahania ambacho kipo tu pale na dunia yote inaielewa kwa namna moja, au imekuwa na historia moja. Hiyo si kweli. Wala demokrasia si kitu ambacho huja chenyewe kama yalivyo malipo ya uzeeni ambayo mtu anastahili akifikia umri fulani.

Demokrasia ni mwenendo wa maisha ambao umesimikwa katika historia ya mapambano ya kupigania haki za kibinadamu katika nyanja zote za maisha. Wale wanaodhani kwamba tunaweza kuwanukuu Wayunani (Wagiriki) wa kale katika kutafsiri maana ya demokrasia wanatupotezea muda wetu. Sote tunafahamu kwamba jamii ya Kiyunani ilijengwa katika misingi ya kitumwa, na pia tunajua fika kwamba demokrasia ilikuwa ni miongoni mwa Mabwana Watumwa (hao ndio walikuwa watu) tu kwani iliaminika kwamba watumwa hawana uwezo wa kufikiri na hawaielewi demokrasia. Kosa alilofanya mwanafalsafa Socrates hadi akahukumiwa kuuawa kwa kunywa sumu lilikuwa ni kuwaambia hawa Mabwana Watumwa kwamba hata watumwa wana upeo wa kufukiria!

Ndio maana inabidi demokrasia ieleweke kihistoria na kimazingira. La msingi ambalo linaweza kutusaidia kufafanua demokrasia katika kipindi tulichonacho ni kujiuliza swali kama tunaishi katika kipindi gani cha kihistoria na tunakabiliwa na matatizo au mapambao gani? Na je, matatizo hayo yanaweza kukabiliwa na oganizesheni, vikundi na vyama vya namna gani? Tunaishi katika kipindi cha kihistoria ambacho mfumo wa mataifa-dola yetu na mipango yake ya uchumi na maendeleo imebuniwa kwa misingi inayozingatia ujenzi wa jamii ambayo tofauti za watu kijamii, kiuchumi na kisiasa zinaongezeka kwa kasi ya umeme siku hadi siku. Madai kwamba tuko huru ni madai ya majukwaani tu, kwani mikakati na sera za mfumo huo zinategemea wakoloni wetu wa zamani na tumefika mahali ambapo hata sera za uchumi na demokrasia zinatungwa Washington DC na Paris bila kujali kama zina maslahi gani kwa watu wa kawaida.

Kisingizio cha kuruhusu hali kama hiyo ni madai kwamba tunahitaji kuwa taifa la maendeleo ya kisasa lenye uchumi kakamavu ili tuifikie karne ya ishirini na moja tukiwa vifua mbele kwa fahari. Itikeli na maadili yaongozayo "mipango" au "mikakati" hiyo ni utafutaji mitaji na umilikaji wa njia za uzalishaji binafsi bila kujali kama inatoka wapi au ina madhara gani kwa jamii yetu. Maslahi ya watu, makampuni na taasisi binafsi yamekuwa ndio roho yenyewe na yamepewa kipaumbele kuliko ustawi wa jamii na maslahi ya walio wengi.

Katika kipindi cha miaka 15 ya utekelezaji wa mipango ya kurekebisha uchumi, tumeshuhudia wafanyakazi na wakulima wakifukarika na maslahi yao yakibetuliwa pembeni, na wale ambao awali wakiitwa wahujumu uchumi, wazandiki, majangili na wapatao utajiri kwa njia chafu waking'aa kwa utukufu na kusifiwa huku wakilindwa. Nchi yetu imeshuhudia ulafi wa mashirika ya umma, miradi ya vijiji, n.k. hadi hivyo vyote vikaanguka huku mifuko ya watu binafsi ikituna na kuneemeka. Visingizio vya kuanguka kwa vyote hivyo imekuwa ni ukosefu wa vipuri au fedha za kigeni serikalini, lakini watu binafsi wanavyo hivyo vyote.

Kadhalika, hiki ni kipindi ambacho tumeshuhudia rushwa na kashfa kugeuzwa kwamba ni mtindo wa maisha na kufanywa kuwa ni sehemu ya maadili ya taifa hili. Imefikia hatua kwamba, ukwepaji wa kodi au hata kusamehewa miongoni mwa wenye nguvu na "wawekezaji" ni jambo la kawaida. Na hii ni sehemu ya rushwa na kashfa za nchi hii, kwani hayo yakitendeka hapohapo tunaambiwa kwamba serikali haina fedha za dawa wala za kulipia gharama za watoto wetu shuleni. Wacha tupate neema ya wategaji mizinga ya nyuki ya uchumi na watoto wetu wakue mambumbumbu!

Katika hatua ya "maendeleo" tuliofikia sasa hivi, si ajabu kushuhudia haki za watu zikidhulumiwa hata katika masuala kama ya ardhi kwa visingizio vya maendeleo na umuhimu wa kukaribisha vitega uchumi vitakavyoleta teknolojia ya kisasa, kwa "maslahi ya taifa". Wala si jambo la kushangaza kuona mashirika ya umma yakiuzwa kwa "wenyewe", japokuwa asilimia 80 ya mashirika hayo yalijengwa kwa jasho la taifa zima na wala hayakutaifishwa kama tunavyodanganywa na hao wanaoyauza. Wananchi, ambao ndio wenye kumiliki mashirika hayo hawajaulizwa wala kutakwa maoni, na walioyaua hawajaadhibiwa, badala yake wanaendelea kuugida utajiri waliouvuna kutokana na jasho la umma. Mengi ya mashirika hayo tulijenga kwa mikopo ambayo itabidi iendelee kulipwa. Wabarikiwe vizazi vijavyo, kwani watalirithi deni la taifa hili!

Mfumo tulionao ni ule wa kutajirisha wachache (hata kwa mbinu chafu zinazonuka) na kufukarisha na kuwadhalilisha wengi. Ni mfumo wenye madhara kwa watu na mfumo wa maadili, maisha yao, mazingira na misitu yao. Na ambao wamezidi kuumizwa katika hali hii ni wanawake na watoto.shuhudia yale ambayo yamekuwa yakiwapata Wamasai na Wabarbaig na wanyonge wengine ambao ardhi zao zimekuwa zikiibiwa kwa kisingizio cha usasa, kama vile mifugo si chochote.

Tumeshapevuka na tumepata uzoefu wa kutosha, na tusipoangalia itakayotucheka na kutukebehi ni historia na wala sio wale ambao hawapendelei kusikia kuhusu utetezi wa kuwakimu walio wengi ambao ni wanyonge. Urekebishaji wa uchumi umetupa mafunzo ya kutosha, na tumeshuhudia kuuawa hata haki zilizopatikana, hata kama zilikuwa chache na hazikutosheleza. Hiki ni kipindi ambacho tumeshuhudia hata mapambano ya akina mama ya kusaka usawa na haki za kijamii yakigeuzwa kuwa ni mapambano ya kutafuta mikopo, miradi na masoko huria kwa wanawake. Wanawake wamegeuziwa mapambano yao yakawa ni yale ya kulinda sera za vyama na mbinu za wao kupata upendeleo wa misaada kutoka kwa wafadhili.

Ukandamizwaji wa wanawake na watoto, na kadhalika uvunjwaji wa haki zao umegeuzwa kwamba ni masuala ya kushughulikia kisheria na kiuchumi na wala sio kijamii na kisiasa. Haki zao za kimsingi zimegeuzwa kuwa ni haki za kiuchumi na "kimaendeleo" na siyo haki za kibinadamu au kijamii. Hili limeongezea kudidimiza hali za wanawake na watoto.

Hakuna itikadi au nadharia za uhalisia ambazo tumejiundia ili kuondokana na matatizo yetu, na mikakati ya maendeleo iliyopo inapingana na mfumo wa maisha wa kidemokrasia. Demokrasia si aina ya jamii, bali ni njia ya kuifikia jamii ambayo tunakusudia kuijenga. Huwezi ukalinda watu wachache, baadhi yao wakiwemo wanyang'anyi na walio wengi dhikini wakaridhika na kukaa kimya kimuafaka. Hili haliwezekani bila ya kuwanyima walio wengi haki zao. Na hapa ijulikane wazi kwamba si kweli maendeleo huleta uhuru, demokrasia na usawa.

Kadhalika, ukosefu wa haki za walio wengi kudai mbele ya kadamnasi kwamba wana njaa na kiu, vipato duni au ukosefu wa ajira na vitendea kazi, si dalili ya umoja, mshikamano au amani.

Demokrasia na utawala wa misingi ya kisheria si wingi wa vyama au aina ya uongozi. Kihalisia, utawala wa kidemokrasia wenye misingi ya sheria ni ule ambao unaweza kudhibitiwa na kuadabishwa na wananchi wake. Katiba na sheria zinatungwa kuzuia walio madarakani wasiyatumie vibaya madaraka yao na kuwaumiza raia. Hapa kwetu, mambo sivyo yalivyo. Hapa katiba na sheria zinatungwa ili kuwadhibiti au hata kuwakomoa wananchi. Na hapa sheria zinatumika kuwalinda wale walioko madarakani ili waweze kuendelea kuwepo na kuzuia au kupinga mawazo au misimamo tofauti isijitutumue.

Katika hali kama hii, utawala wa misingi ya kisheria hauna maana yoyote, na ndiyo maana katiba inaweza kubadilika kila wakati kama menu ya hotelini au kutiwa viraka kila kuchapo wakati mwingine kwa visingizio vya "usalama wa taifa na mshikamano". Katiba na sheria zinazobadilishwa ovyoovyo ili kulinda maslahi ya wachache, ni zile ambazo hazina msingi wa maadili ya kijamii ambayo yanaliongoza taifa. Ni ainisho kwamba jamhuri ihusikayo ni jamhuri isiyo na uhuru kwa wengi, si jamhuri ya wananchi, bali ya wachache ambao wanasababisha watu kulala matumbo matupu, wakose matibabu na elimu inayomstahili binadamu wa leo. Ni katiba ambayo inalinda mali na mitaji binafsi, haki ambayo ina maana kwa wachache wakati kwa mamilioni ya watu ni kejeli tupu kwani hawana chochote cha kulindwa kikatiba na kisheria. Haki ya msingi katika katiba ya jamhuri ya wananchi ni ile inayowapa uwezo watu wa kawaida kuukana mfumo unaosababisha njaa, vipato vidogo, ukosefu wa ajira na ukosefu wa pembejeo.

Kuzungumzia juu ya demokrasia katika hali ya nchi yetu ni kulikabili suala la tofauti zilizojitokeza katika jamii yetu. Ni kukubali ukweli kwamba kuna tofauti miongoni mwa watu kiuchumi, kisiasa, kijamii, kijinsia, n.k.--kukubali kwamba usawa haupo tena na yabidi tuupiganie. Demokrasia ni uwezo wa kubuni mbinu za kuondoa au kutanzua hitilafu na tofauti zilizopo kati ya watu na serikali yao, miongoni mwa watu wenyewe, kati ya waajiri na waajiriwa, wafanyabiashara na wakulima, walimu na wanafunzi, Wamakonde na Wazanaki, Waafrika na Waasia, wanawake na wanaume, wazee na vijana, n.k. Katika jamii ya leo, demokrasia imejikita katika misingi ya urekebishaji wa uhusiano wa kijamii ili tuweze kufikia maisha ya jumuia ya kibinadamu, na wala siyo yale ya kulana kama mbweha kwa "muafaka" wa "kukubaliana kutokubaliana". Vyama na taasisi mbalimbali ni nyenzo za kuwawezesha watu kujenga jamii waitakayo, ile yenye neema, haki, heshima na usawa kwa wote.

Inaelekea kwamba kwa serikali zetu za Kiafrika, uhuru wa raia kukemea maovu na kupinga yale yanayowakera, ni ukaribishaji wa vurugu na ghasia na ucheleweshaji wa "maendeleo". Na haki za wananchi zinanyang'anywa kwa kisingizio cha kuleta maendeleo. Haki hizo zinanyang'anywa kisheria na kwa msaada wa vyombo vya sheria kwa kuwa raia hawana uwezo wa kudhibiti mwenendo wa serikali na vyombo vyake. Tusishangae kuona tumefikia hatua kwamba serikali inaweza kuyadharau na kuyakiuka maamuzi ya mahakama, kama ambavyo imeshatokea kuhusiana na sheria ya wagombea binafsi. Ni katika hali kama hiyo, ambapo maoni ya tume ambazo zimefanya kazi kubwa, ikiwemo ile ya Nyalali na ya Shivji, yametekelezwa kwa kuzingatia maslahi ya serikali na uongozi wake badala ya maslahi ya wananchi wa kawaida. Na ningependa kuzungumzia suala la ardhi na maoni ya tume hiyo na yale ya serikali katika makala nyingine itakayochambua tafsiri ya ripoti ya tume ya Shivji.

Kwa raia wa kawaida, na hasa wafanyakazi na wakulima, swali la kimsingi la kujiuliza katika kipindi hiki ni kama tungependa kujenga taifa lenye uhusiano na maadili ya namna gani? Huo mradi wa jamii (*social project*) ambao tunajipangia inabidi ndio utuongoze katika uchaguzi wa vyama na viongozi. Kama nia ni kubadili uhusiano wa kijamii, basi uchaguzi wa Oktoba una maana ikiwa unatusogeza mbele kuelekea lengo letu. Mradi wa ujenzi wa jamii yenye uhusiano na maadili ya kibinadamu unahitaji mashujaa na viongozi wanyenyekevu na walio tayari kuwasikiliza watu wa kawaida na kujifunza kutoka kwao pia, badala ya kuwasikiliza hao walioko Paris na Washinton DC. Misingi ya uongozi kama huo imejikita katika msimamo adilifu unaoamini kwamba hata watu wa kawaida wana upeo wa kufikiri na wanaijua fika aina ya jamii ambayo wangependa ijengwe. Imani kwamba watu wa kawaida ni wajinga ni imani za kikandamizaji. Ni mwelekeo wa jamii yetu ndio inabidi utuamulie tuchague kipi, na wala siyo vyama na viongozi wao. Tuchague aina ya uhusiano wa jamii na maadili ya kutuongoza kisha tuwatafute viongozi wanaosimamia katika madili hayo.

Mageuzi ya kweli ni yale ambayo yanalenga kubadilisha uhusiano wa kijamii na kuwapa watu uwezo wa kuyakataa na kupinga uhusiano ambao misingi yake ni uneemeshaji wa wachache na kuwalinda majangili. Tunahitaji kujenga jamii yenye maadili ya jumuia ya kibinadamu ambayo mtawala wake ni imani ya uhuru, usawa, heshima na haki. Kwa wengi ambao ni asilimia 70 waliozaliwa au kukua baada ya uhuru, magendo, rushwa, unyang'anyi, dhuluma, ugandamizaji, unyonyaji, madawa ya kulevya, si sifa za kujivunia, na wala hazitustahili. Wote mnaokusudia kugombea uongozi, mtuambie mnataka kusaidia ujenzi wa jamii ya namna gani? Ni nini *social project* yenu? Mnaona aibu kusema wazi kwamba mnasimama kidete na wanyonge kwa sababu mtachekwa, basi historia ina kiboko cha kuwatandikia. Na wale wenye nia ya kulinda maslahi ya wachache nao watueleze wazi misimamo yao, na siyo kuonyesha indiketa ya kushoto huku mkipinda kona kwenda kulia!

Katika haya yote, tegemeo kubwa ni wale wanaoweza kutuandikia historia za kweli za waunda historia wenyewe-wale wanaoumizwa na hii mifumo tuliyonayo. Kadhalika, tunataka historia ambazo zinakiuka hii mipaka tuliyowekewa, ambayo hatimaye inatufanya tugeukiane wenyewe.

⬜⬜ | ⬜⬜ ⬜⬜⬜⬜⬜ ⬜ ⬜ ⬜ ⬜⬜⬜⬜⬜▦▦▦
⬜⬜ ⬜▦▦▦▦⬜ ⬜⬜ ⬜▦▦⬜ ▦

Zinduo

Imekuwa ni kawaida katika vyombo vya habari kutokea matangazo ambayo yanawataka watu wa kutoka sehemu fulani hapa nchini wakutane ili kujadili mambo yahusuyo kwao. Hata wanafunzi wa Chuo Kikuu cha Dar es Salaam hawajaachwa nyuma katika mkumbo huo; nao wanabandika matangazo mara kwa mara wakiwataka wanafunzi wanaotoka sehemu moja wakutane kwa ajili ya hafla au mkutano. Wakati Bunge la Bajeti likiendelea mwaka huu kulitokea madai kutoka kwa baadhi ya waheshimiwa kwamba si vyema kwa Watanzania kuoa wanawake wa Rwanda na Burundi kwa sababu watasababisha kutokea mbegu mbaya Tanzania yenye asili ya ukatili na uuaji! Hata baadhi ya Watanzania walipokimbilia Kenya baada ya maandamano ya tarehe 27 Januari 2001, vyombo vya habari na hata wasomi waliwaita hao kuwa ni wakimbizi wa Pemba, wakati ikifahamika kwamba watu wanaotoka Pemba hawana pasi za kusafiria za Pemba, bali za Tanzania!

Hata lugha na msamiati unaoainisha hatua ya maendeleo tuliyofikia hauko nyuma hata kidogo katika kuutambulisha uhusiano tulio nao hivi sasa. Ni jambo la kawaida kusikia mtu akitamka kwamba uzalendo umemshinda. Kisiasa, zile enzi za kuamini kwamba binadamu wote ni ndugu zangu na Afrika ni moja, huku tukisisitiza suala la uzalendo, hazipo tena. Kumetokea mabadiliko yaliyotupelekea miaka ya 1980 kusisitiza zaidi utaifa. Utaifa nao ulianza kufa baada ya kuingia katika mfumo wa vyama vingi. Sasa tumekumbatia uraia na haki na wajibu wa raia bila kujali kama huyo raia anauza nchi, ni mbadhirifu au analinda maslahi yapi: alimuradi yeye ni raia! Wale ambao tuliwajua kama ni wanyonyaji, wanyanyasaji, wagandamizaji, wanyapara na kadhalika, wamebadilika na kuwa wawekezaji na kisha wafadhili! Leo hii, kujenga mazingira ya kuwalinda wawekezaji ni jambo muhimu zaidi kuliko yale ya kuwalinda, kuwatetea na kuwapigania wanyonge, maskini na wale wote ambao haki zao na hata ubinadamu wao vinakiukwa.

Miaka 40 ya uhuru! Kwa kweli kumetokea mabadiliko makubwa kijamii, kiuchumi, kiutamaduni, kisiasa na hata kifikra. Makala haya yanajadili suala la utengwaji na ubaguzi wa aina mbalimbali uliojitokeza katika jamii yetu hususan katika hii miaka 20 iliyopita.

Kuporomoka kwa Uhusiano Ulijenga Umoja

Umoja wa Watanzania ni wa kihistoria. Misingi yake ilijikita katika mapambano dhidi ya ukoloni, ubaguzi, uonevu na unyonywaji wa wananchi. Katika harakati hizo, funzo lililojitokeza ni kwamba uhuru uliambatana na umoja. Umoja huo ulitokana na imani ya uwezekano wa ujenzi wa jamii yenye haki, usawa na heshima kwa kila mtu bila kujali jinsia, rangi, kabila na kadhalika. Kwa kifupi, ulitokana na imani kwamba iliwezekana kabisa kujenga jamii isiyo na nafasi ya mazingira yanayowafanya watu wengi kulala na njaa huku wachache wakila na kusaza kwa kufuru kutokana na ulafi na tamaa.

Wakoloni walipokuwa wanaondoka Tanganyika, kulikuwa na kilomita 200 tu za barabara za lami (zile zilizokuwa zikiingia mijini). Hakukuwa na chuo kikuu au hata viwanda vya maana, kwa sababu Tanganyika ilitawaliwa kama soko la bidhaa za Ulaya na koloni la Kenya lililokuwa na masetla na viwanda vyote. Miaka kumi baada ya uhuru, Mwalimu Julius Kambarage Nyerere aliwakaribisha wale walioitawala nchi yetu kwa miaka 70 kuja kuona hatua iliyokuwa imepigwa kimaendeleo.

Katika hiyo miaka kumi, Tanzania ilikuwa imeweza kujenga chuo kikuu na vyuo vingine, licha ya kuongezea shule za madaraja mbalimbali. Kadhalika ilikuwa imeweza kujenga viwanda vya kuzalisha bidhaa nyingi ambazo hapo awali zikiagizwa kutoka nje (*Import Substitution Industrialization*). Viwanda vya Urafiki, Mwatex, UFI, Tanga Cement, Minjingu, ni ushahidi tosha wa nini kilikuwa kimetokea wakati huo.

Kuanzia mwaka 1971, Tanzania ilikuwa imeanza kuandaa mpango wa ujenzi wa viwanda vikubwa vya kuzalisha nyenzo za uzalishaji (*heavy industries*), ambavyo vingewezesha utumiaji wa chuma cha Mchuchuma. Na ni miaka hiyo ndipo kulijengwa hata kiwanda cha karatasi na vingine vingi. Kimawasiliano, misingi ya mtandao wa simu ilikuwa imeshajengwa, na kulikuwa tayari na maelfu ya kilomita za barabara za lami.

Kikubwa kuliko vyote, nchi ilikuwa imeanza kujenga mfumo uliolenga kuzingatia ustawi wa kijamii. Huu ni mfumo uliokusanya mapato ikiwa ni pamoja na kodi kwa ajili ya ugharamiaji wa maendeleo na huduma za kijamii kama vile elimu, afya pamoja na huduma zingine za kijamii kama jumuia badala ya watu binafsi kufanya hivyo. Mpango huu uliwawezesha watu wote kupata fursa sawa katika upataji wa huduma mbalimbali bila ya ubaguzi. Ni kwa sababu hii, pia ilibidi taasisi za elimu za kidini na za kiubaguzi wa rangi zitaifishwe na serikali ili kuwapa watu wote fursa sawa ya kupata huduma hizo.

Huu haukuwa mfumo uliotoa elimu au afya bure kama tunavyohadaiwa na wale ambao leo hii wanapinga mifumo yote inayolenga kutoa huduma za kijamii kijumuia, ni mfumo uliojua maana ya kutoza kodi na kuwapa watu haki zao. Kodi zilitozwa kwa kupitia katika mabodi mbalimbali ya mazao, kwenye mishahara ya wafanyakazi, kwa wafanyabiashara, n.k. kwa minajili ya kutoa huduma na kuleta maendeleo kwa kila mtu. Hivyo kudai kwamba serikali ifanye hiki au kile haikumaanisha utegemezi wa wananchi kwa serikali, bali lilikuwa ni dai la wananchi kwamba serikali itimize wajibu wake, kwa kutambua kwamba pato la serikali lilitokana na nguvu za pamoja za wananchi. Leo hii tunaambiwa kwamba wananchi lazima wachangie katika huduma, wakati wanalipa kodi tayari. Wanaambiwa wachangie kwa sababu wawekezaji na wafanya biashara wanapewa misamaha ya kodi, au hata kukwepa kulipa kodi. Na kwa sababu hao ndio wakombozi wa kileo, tunaambiwa kwamba ni vizuri tukafuta itikadi za wananchi kuitegemea serikali.

Kinyume na tunayoambiwa leo na wale ambao wanabinafsisha nyenzo na njia mbalimbali za uchumi kwamba nchi ilikuwa imetaifisha viwanda na mashirika binafsi baada ya mwaka 1967, serikali ilishakuwa na mashirika na viwanda vya umma toka kabla ya hapo. Shirika la Maendeleo la Taifa lilikuwa limeundwa kabla ya mwaka 1967, na hata wakati wa ukoloni kulikuwa na mashirika ya serikali. Hata Afrika ya Kusini ambayo imetokea kwenye sera za ukoloni wa kibaguzi hivi karibuni, imekuwa ikilazimishwa ibinafsishe mashirika yake. Hayo hayakuwa kwa sababu ya ujenzi wa Ujamaa kama wale wanaobinafsisha wanavyodai. Uingereza, Marekani, n.k zimekuwa na mashirika ya serikali tangu miaka ya 1800.

Tanzania ilitaifisha kwa fidia kamili na halali mashirika yasiyozidi 47 kwa kuzingatia maslahi ya nchi na wananchi. Na iliendelea kujenga viwanda na makampuni mengine kwa nia ya kujenga uzalendo. Iliweza kujenga mabenki na matawi yake katika miji mingi ya mikoa na wilaya-benki ya biashara, ya nyumba, ya maendeleo vijijini na ya posta. Mabenki yaliyotaifishwa-Baclays, Standard, n.k. hayakuwa makubwa kiasi hicho au kuwa na mtandao wa matawi nchi nzima. Sehemu kubwa ya mabenki inayobinafsishwa hivi leo haikuwa imetaifishwa hata kidogo. Kadhalika nyumba za Shirika la Taifa la Nyumba (ukiachia Msajili wa Majumba) zilianza kujengwa tangia mwaka 1963 katika miji mingi nchini, kama mpango wa makazi wa kuwanusuru wale waliokuwa wakiishi katika mazingira mabovu yaliyokuwa yamejengwa na ukoloni uliowapendelea watu kwa misingi ya ubaguzi wa rangi. Hizi hazikuwa zimebinafsishwa hata kidogo. Zilijengwa na taifa na si watu binafsi.

Hadi kufikia mwaka 1980, asilimia 95 ya watu wazima walikuwa wanajua kusoma na kuandika kwa kupitia mpango wa elimu ya watu wazima, na karibia watoto wote wenye umri wa kwenda shuleni walikuwa wanasoma. Hakuna nchi Afrika nzima iliyokuwa imepiga hatua ya maendeleo ya namna hii. Kutokana na sera za haki na ustawi wa jamii, Tanzania iliweza kuimarisha umoja wa wananchi, kiasi kwamba ubaguzi na utengwaji wa kikabila au kidini haukuwepo. Tunasema kuimarisha umoja kwa sababu ulikuwepo kabla ya uhuru. Na ndiyo sababu iliwezekana kuondoa mfumo wa machifu mwaka 1963, kwa sababu asilimia 95 ya machifu nchini walikuwa wamepachikwa na wakoloni, hata katika jumuia ambazo hazikuwa na machifu kabla ya ujio wa wakoloni; na kuwagawa watu kimakabila.

Cha kujiuliza hata hivi leo, kwa mfano: nini kiwafanyacho Wanyamwezi, Wasukuma Wanyanyembe na watu wengine ambao lugha zao zinatofautiana kilafudhi tu kuwa makabila? Au nini kiwafanyacho Wahehe, Wadzungwa, Wabena, Wapangwa na wengineo kuitwa makabila tofauti hadi kudanganyika kuwa Tanzania kuna makabila 120! Nini kiwafanyacho Wachaga kuitwa hivyo wakati lugha zao (za Rombo, Machame, Marangu, n.k.) ziko tofauti kabisa kuliko zile za hao waliotajwa hapo juu? Nini kilichowafanya nusu ya watu wa Tanzania enzi za vita vya Maji Maji wakajiona kuwa ni wamoja mwaka 1905-7? Nini kilichowafanya watu wa nchi nzima wakawa wanajiita watani? Ilikuwaje katika chaguzi za mwaka 1958 na hata zilizofuata baada ya hapo hadi mwaka 1965, watu hawakuwa na lazima ya kugombea ubunge kutoka sehemu walikozaliwa au kutokea? Mwaka 1968, kwa mfano, Mwalimu Nyerere aligombea kupitia jimbo la Morogoro.

Leo tunadanganywa kwamba wengi wa watani ni watu waliopigana vita. Hii si kweli hata kidogo. Haiyumkini vipi Wazaramo na Wanyamwezi au Wasukuma na Wahehe wawe walipigana vita! Huo ni uongo wa kileo ambao kusudi lake ni kuwagawa watu. Na huu uongo una historia yake katika miaka ya karibuni sana. Mwanzo wake ni matatizo ya uchumi yaliyoanza kuikumba nchi yetu mwishoni mwa miaka ya 1970. Tanzania ilipotaka kupata mkopo kutoka Benki ya Dunia na Shirika la Fedha la Dunia iliambiwa kuwa itapata msaada pale tu itakapobadilisha sera zake, ikiwa ni pamoja na kupunguza matumizi ya serikali kwa kuacha kutoa huduma za kijamii, kutekeleza masharti ya uchumi na kupunguza kodi za wawekezaji ili kiwe kivutio, kutokudhibiti sarafu yake, kubinafsisha mashirika ya umma, kutawapunguza wafanyakazi katika mashirika ya umma na serikali.

Kutokana na kuanza kujitoa katika huduma za kijamii kwa serikali, mnamo mwanzoni mwa miaka ya 1980, kulianza kujitokeza vikundi vya kujiendeleza vya watu kufuatana na wanakotoka (*Development*

Trust Funds), ambavyo mwelekeo wake ulikuwa ni wa kibiashara na kujipambanua kwa maeneo watu walikotokea na si wa kihuduma. Hivi vilifadhiliwa na watu wa mijini wenye uwezo kimali na kisiasa, na kadhalika wafadhili kutoka nje ya nchi. Ni wakati huohuo pia ambapo wafadhili wa nje walikuwa wamedai kwamba hawataki kutoa misaada kupitia serikalini, bali kwa kupitia kwenye vikundi visivyo vya kiserikali.

Nchi ilishuhudia kuzuka kwa vikundi visivyo vya kiserikali (NGO), kiasi kwamba, hata dini ambazo kwa miaka yote tulizifahamu kama mashirika ya jumuia, nazo zikageuka kuwa NGO, kila moja ikisaka kwa nguvu misaada kutoka Ujerumani, Marekani, Uarabuni na kwingineko. Ikawa ni mashindano ndani ya dini zenyewe-wengine wakidai kwamba wanataka Dayosisi zao, almuradi na wao waweze kupata mapajero yao, au wengine walishindana kwa kuonyeshana nani muumini zaidi na aliyeweza kuzikonga nyoyo vizuri kusudi awe mlengwa wa misaada badala ya mwingine. Licha ya ugomvi wa wao kwa wao ndani ya dhehebu moja, sasa kukazuka hata uhasama kati ya dhehebu na dhehebu.

Wakati huohuo, kukawa na madai mbalimbali ya sehemu nyingi zikitaka ziwe wilaya kama "njia ya kuharakisha maendeleo" na mipaka ikiwekwa kwa kuzingatia kile kilichodhaniwa kwamba watu wa sehemu hizo walikuwa ni watu wa aina moja. Hivyo kurudi kwa mfumo wa serikali za mitaa mwaka 1984, na kutokea kufanyika uchaguzi wa madiwani na wabunge kwa misingi hiyo kukawa kumejenga misingi ya uibukaji wa watu kujitambulisha kwa kuwabagua/tenga wengine-hawa si wenzetu. Na ilikuwa ni miaka hiyo hiyo ndipo watu wa Zanzibar walipoanza kudai kuundwa kwa serikali tatu, wakitaka wawe na uhuru. Katika miaka ya 1990, suala hili liliibushwa na baadhi ya vikundi vya Tanzania Bara.

Azimio la Zanzibar la mwaka 1990 ndilo lililohalalisha sera za mahusiano yasiyozingatia usawa. Kufuatia kuanzishwa kwa mfumo wa vyama vingi mnamo mwaka 1992, migawanyiko ya kijamii ilijitokeza wazi kabisa. Misingi yake haikuwa itikadi, bali ubaguzi na utengwaji. Ni wakati huo tuliposhuhudia Bw. Oscar Kambona akidaiwa kuwa si raia wa nchi hii, kwa kuwa alikuwa ameanzisha chama cha kisiasa.

Uzalendo na utaifa ulikuwa umekwishaanza kufa. Ni kuanzia wakati huu ndipo nchi imeshuhudia kuibuka kwa ugomvi na matatizo makubwa miongoni na kati ya madhehebu, matatizo makubwa ya muungano huku watu wa Tanzania Bara wakidai serikali yao, na wengine hadi kudai kwamba muungano uvunjike. Mwaka 1993, kwa mfano, maduka ya Wahindi yalivamiwa baada ya mkutano wa chama kimoja jangwani.

Lakini si mapambano ya aina hiyo tu yaliyokuwa yakijitokeza, bali hata yale yaliyohusisha moja kwa moja umiliki wa sehemu za machimbo ya madini na maliasili zingine muhimu. Wengi hatujasahau matatizo ambayo yalitokea Bulyanhulu ambako watu wafikao kama 400,000 hivi waliondolewa ili kulipa kampuni la kigeni kuchimba madini- Kahama Mining Corporation ambayo kati ya washika dau wake wakubwa ni Rais wa zamani wa Marekani Bw. George Bush, Waziri Mkuu wa Zamani wa Canada Bw. Brian Mulroney ni Mwakilishi wa Zamani wa Marekani katika Umoja wa Mataifa Bw. Andrew Young.

Kadhalika huko Geita leseni za wachimbaji wadogowadogo 860 zilifutwa kwa ajili ya kugawa hiyo sehemu kwa kampuni ya nje. Mapambano yamekuwa yakitokea huko Mererani, Mahenge, Mwanza, Mara, Shinyanga, Singida, Dodoma, n.k. huku serikali ikiwalinda wawekezaji wa nje. Inasemekana kuwa zaid ya watu milioni moja na nusu wamekuwa wakipatia ajira yao katika shughuli mbalimbali zinazohusiana na uchimbaji mdogo wa madini. Lakini pia kuna watu wamepoteza ardhi zao za kulimia-kama huko Maganzo, Ikonokelo, Msagala, n.k. huko Shinyanga.

Bila shaka wengi wetu bado hatujaisahau kashfa ya Loliondo na ile ya Bw. Steyn huko Simanjiro. Ile ya Loliondo ilihusiana na kutoa leseni ya uwindaji kwa Brigadia wa Kiarabu katika sehemu ambayo ilikuwa na vijiji 25 vya Wamasai. Na hii ya Steyn ilihusisha suala la kumpa ardhi ya eneo la mraba la ekari 381,000 Bw. Steyn huko Monduli na Kiteto. Huyu mzungu alikuwa amewahi kufukuzwa nchini miaka ya huko nyuma, na alikuwa akipewa ardhi ambayo ilikuwa ikitumika na Wamasai na nyingine ikiwa katika hifadhi za taifa (*game controlled areas*). Ni katika hali kama hizi ndipo tukashuhudia mapambano kati ya wakulima na wafugaji huko Kilosa manamo Desemba 2000, ambayo yalisababisha vifo vya watu 30. Tatizo lilikuwa limekuzwa zaidi na matajiri watokao mijini na kujipa haki za kumiliki ardhi.

Hivyo kwa mfano, mwaka 1993, kulitokea uvunjwaji wa mabucha ya nguruwe na baadhi ya waumini wa Kiislamu Dar es Salaam na Mwanza; mwaka 1998 kulitokea mapambano huko Mwembechai (Dar es salaam) kati ya waumini wa Kiislamu na polisi; na Septemba 2001 kulitokea mapambano kati ya waumini wa Kiislamu waliokuwa wakiandamana na polisi. Katika miaka hii tumeshuhudia ugomvi miongoni mwa Walutherani (Meru na Mwanga), Wamoraviani (Tabora na Mbeya). Mnamo Septemba 2001, kwa mfano, kulitokea mapambano kati ya Wakristo na Waislamu huko Manzese Uzuri. Nao walikuwa wakigombea sehemu za makaburi. Yaliyotokea mwaka huu huko Unguja na Pemba tarehe 26 na 27 Januari bado yanakumbukwa na wengi.

Mfumo wa Vyama Vingi na Siasa za Ubaguzi

Ni wazi kwamba utawala bora au utawala wa kisheria na kuwa na mfumo wa vyama vingi havitoshelezi katika kutanzua matatizo yatukabiliyo Watanzania. Utawala wa sheria si lazima uwe utawala wa haki, kwani kuna sheria ambazo zinaweza zisiwe za haki, au zikawa zinaendeleza dhulma. Hata nchi za kidhalimu zinatawaliwa na sheria pia. La muhimu kwetu ni kuangalia kama sheria zetu zinatenda vipi haki kwa wale walio wengi ambao ni maskini na wanyonge. Kadhalika utawala bora ni tofauti na utumishi wa umma au hata uongozi wa wananchi. Kutawala ni tofauti na kuongoza au kutumikia. Utawala bora ni kule kuhakikisha kwamba sheria zinafuatwa-hata zile za kidhalimu.

Mfumo wa vyama vingi maana yake halisi ni uhuru wa kuchagua nani atutawale kati ya wale wanaopigania kutawala au kwenda Ikulu (ambayo hapa kwetu ipo karibu na Hazina). Mfumo huu haurusu jumuia nyingine ambazo zimejikita katika utetezi wa maslahi ya watu kushiriki katika siasa, kwani siasa ni katika vyama na serikali tu. Hivyo, ikitokea jumuia za wakulima au wafanyakazi ambazo zinataka kujiwakilisha zenyewe hazina nafasi katika mfumo huu: ni lazima siasa ziwe ndani ya vyama na serikali tu. Na kwa sababu vyama ni vyombo vya kupigania madaraka, matokeo yake ni ushindani wa uroho ambao daima utasababisha migawanyiko, kwani ili kupata kura, sharti kutumia kete mbalimbali, ikiwa ni pamoja na kudai kwamba wengine wana udini au ukabila, au kutumia utajiri kununua kura.

Mfumo wa vyama vingi ni mfumo wa kuendeleza ubaguzi katika jamii zilizobadilika. Hata mfumo wa chama kimoja huishia kwenye upendeleo. Kinachohitajika ni kuanza kutafakari njia za ujenzi wa mfumo ambao utamruhusu kila mtu kushiriki katika maamuzi ya taifa bila kulazimika kuwa mwanachama au mfuasi. Kadhalika, muhimu zaidi ni uwezekano wa kujenga jumuia ambazo zimesimamia katik utetezi wa maslahi ya watu-kama vile wafanyakazi, wakulima, wanawake na vijana, hizi na ziruhusiwe kushiriki kikamilifu katika masuala ya siasa. Kwani ni jumuia kama hizi tu ndizo ambazo hazina kabila wala dini, wakati sera za umimi na kushindana katika kujitajirisha lazima zijikite katika misingi ya ubaguzi.

⬚⬚⬚⬚ ⬚ ⬚⬚⬚ ⬚ ⬚⬚⬚⬚ ⬚⬚⬚⬚⬚
⬚ ⬚⬚⬚⬚⬚⬚⬚ ⬚⬚⬚⬚⬚U⬚⬚⬚ ⬚⬚U⬚⬚
⬚ ⬚⬚⬚ ⬚⬚⬚ ⬚⬚⬚⬚⬚UU⬚⬚⬚⬚⬚ U

Wale wenye fununu na historia ya Marekani watakumbuka kwamba Richard Nixon angekuwa Rais wa Marekani mwaka 1960, kama asingekosa kura 5,000 tu katika majimbo matano-Missouri, Illinois, Nevada, New Mexico na Hawaii. Kadhalika Gerald Ford angeweza kuendelea kuwa Rais mwaka 1976 kama asingekosa kura 5,600 tu katika majimbo mawili-Ohio na Hawaii.

Kwa kifupi, katika chaguzi zote zilizofanyika Marekani miaka ya 1960 hadi mwaka 1976, kura za wagombea uRais wa Marekeni zilikuwa zikikaribiana sana, lakini pia wagombea wa uRais walioshindwa na wananchi kwa ujumla waliyakubali matokeo. Waliyakubali matokeo kwa kuwa Nixon na Ford hawakudai kuwa kura zihesabiwe upya kutokana na matokeo kukaribiana sana, wala hawakuyakataa matokeo ya uchaguzi kutokana na hitilafu na upungufu uliotokea wakati wa uchaguzi.

Hali ilikuwa tofauti kidogo mwaka 2000 kutokana na Albert Gore kukataa kuyakubali matokeo ya uchaguzi ya jimbo la Florida baada ya kuukosa uRais kwa kura chache sana. Wakati huko miaka ya nyuma wale walioshindwa katika uchaguzi waliweka maslahi ya taifa lao mbele kuliko yale ya vyama vyao au ya watu binafsi, safari hii Al Gore aliamua kuwapeleka wanasheria Florida kuyapinga matokeo, kwa madai kwamba kuna watu walikuwa wamenyimwa haki yao ya kupiga kura. Matokeo yake ni kwamba hadi leo kuna watu huko Marekani ambao wanakataa kukubali matokeo ya uchaguzi wa mwaka 2000.

Lakini hata hivyo hatimaye Al Gore alikubali kumwachia uRais George Bush na kutoa ushirikiano kwa serikali ya *maRepublican*. Tarehe 13 Desemba 2000, Al Gore alitoa hotuba ambayo iliusifu na kuupamba utawala wa sheria na kuwatuliza wale wote ambao walikuwa wamekasirishwa na matokeo ya uchaguzi. Akatoa mfano wa jinsi baba yake alivyoshindwa kwenye uchaguzi wa mwaka 1970 na kutamka kuwa kushindwa katika uchaguzi kunatakiwa kuwe ni njia nyingine ya ushindi wa kuibuka na roho bora zaidi na pia kutukuka.

Na mara baada ya kuachia uRais kwa Bush, Al Gore na mke wake, Tipper, waliamua kwenda likizo: Al Gore akafuga ndevu, akaenda zake Hispania, Ugiriki na Italia kwa wiki sita kisha akawa anakula chakula kingi hadi akanenepa sana. Aliporudi, alinyoa ndevu, na kuanza kutoa mihadhara katika vyuo mbalimabali na kwenye makongamano alimokaribishwa. Akaamua kwamba hana haja ya kushindana na Bush na ilipofikia mwaka 2004, badala yake akamwachia John Kerry afanye hivyo.

Huko ndiko kukomaa kisiasa kwa wale ambao wanaupenda mfumo wa vyama vingi. Kwao wao, si kuwepo kwa vyama tu, bali pia kuheshimu misingi yake na utamaduni wake. Na katika chaguzi nilizotolea mifano hapo juu-hususan ule wa mwaka 2000-, licha ya kuwa ni kweli kwamba kuna watu walinyimwa haki yao ya kupiga kura na wizi wa kura ulitokea pia, maslahi ya taifa yaliwekwa mbele kuliko yale ya vyama au watu binafsi. Na hapo ndipo tunashuhudia George Bush akimtuma Bill Clinton ambaye ni wa chama cha Democrat afuatane na George Bush Sr (baba yake Rais ambaye ni Republican na aliangushwa katika uchaguzi wa mwaka 1992 na Bill Clinton) waende pamoja kushughulikia majanga yaliyotokana na Tsunami au yale yaliyotokana na Katrina. Iko mifano mingi ya namna hii kutoka nchi nyingi. Hata Neil Kinnock kule Uingereza aliacha kugombea uwaziri mkuu baada ya ma *Conservative* kumshinda, badala yake akawapa nafasi wengine katika chama cha *Labour* wafanye hivyo.

Cha kushangaza ni kwamba, hata baada ya kuwa na mfumo wa vyama vingi kwa miaka 17 hapa nchini, inaelekea kuwa wale waliokuwa wakiushabikia mfumo huo bado hawajajifunza utamaduni wa mfumo huo. Ukweli ni kwamba, walishabikia bila kuwa na fununu hata kidogo ya nini maana ya kuwa na mfumo wa chama kimoja au vingi. Walishindwa hata kuivinjari historia ya mifumo hiyo tofauti ya vyama ili kubaini kama ni aina gani ya vyama au chama kilihitajika katika kuyatatua matatizo ya Watanzania.

Katika uchaguzi wa mwaka 1957 na 1958 huko Zanzibar vyama vikuu viwili, Zanzibar Nationalist Party (ZNP) na Afro-Shiraz Party (ASP) viliishia kwenye machafuko na uhasama wa kijamii. Hivyo ndiyo ilivyotokea tena mwaka 1961 baada ya uchaguzi wa vyama vitatu-cha tatu kikiwa ni Zanzibar and Pemba People's Party (ZPPP) 1959. Katika uchaguzi wa mwaka 1961, ASP ilipata viti 10 (kwa asilimia 49.9 ya kura), ZNP ilipata viti 10 (kwa asilimia 35.0 ya kura) na ZPPP ilipata viti vitatu (kwa asilimia 13.7 ya kura). ZNP na ZPPP viliingia kwenye umoja, na hivyo kuunda serikali chini ya Mohammed Shamte. ASP ilikuwa imenyakua viti vyote vya Unguja isipokuwa viwili, na ZNP na ZPPP vilikuwa vimenyakua viti vyote vya Pemba isipokuwa vitatu.

Mwaka 1962, chama kingine kiliibuka kutokana na wafuasi wa ZNP, akina A.M. Babu, kujitoa kwenye chama cha ZNP. Chama hiki kiliitwa Umma Party. Katika uchaguzi wa mwaka 1963 ambao ulipelekea Zanzibar kupata uhuru, ASP ilipata asilimia 54.3 ya kura, ZNP ilipata asilimia 29.8 ya kura na ZPPP ilipata ailimia 15.9 ya kura. Japokuwa ASP ilikuwa na asilimia kubwa ya kura, bado ilipata viti vichache, na ZNP na ZPPP ziliingia tena kwenye umoja na kuunda serikali baada ya uhuru. Uhasama uliongezeka zaidi miongoni mwa watu, na hili likapelekea kwenye mapinduzi ya tarehe 12 Januari 1964.

Ni matatizo hayohayo ya kuhasimiana yaliyokuja tokea baada ya uchaguzi wa mwaka 1995. Nayo yalipelekea Maalim Seif Sharif Hamad wa Chama cha Wananchi (Civic United Front- CUF) kuyakana matokeo ya uchaguzi ambayo yalikuwa yamempa ushindi Dkt Salmin Amour wa Chama Cha Mapinduzi (CCM). Kutokana na kuyakataa matokeo hayo wawakilishi wa CUF wakasusia vikao vya Baraza la Wawakilishi. Huo mgogoro wa kisiasa ulidumu kwa siku 1,255 hadi vyama hivyo viwili vilipoingia kwenye muafaka wa kwanza tarehe 9 Juni 1999, baada ya kusuluhishwa na Katibu Mkuu wa Jumuia ya Madola Chief Emeka Anyaoku.

Hata hivyo, muafaka huo haukudumu, kwani katika uchaguzi wa mwaka 2000, CUF waliyapinga tena matokeo ya uchaguzi wa Rais wa Zanzibar kwa madai kuwa kulikuwa na wizi wa kura. Safari hii, mambo yalikuwa mabaya zaidi kwani mnamo Januari mwaka 2001, kulitokea machafuko makubwa ambayo yalipelekea watu kuuawa huko Pemba na wengine kutoroka nchi na kuwa wakimbizi. Kwa sababu hii, kulifanyika Muafaka wa Pili kati ya hivi vyama vikuu viwili. Na kutokana na Muafaka huu, ilitarajiwa kuwa uchaguzi wa mwaka huu ungekuwa wa haki na huru ikiwa masuala yote yaliyodaiwa na CUF yangetimizwa, ikiwa ni pamoja na kuwapo daftari la kudumu la wapiga kura.

Madai mengi yaliyotolewa na CUF yalishughulikiwa na Tume ya Uchaguzi ya Zanzibar, hadi ikafikia Maalim Seif kutamka siku chache kabla ya uchaguzi kwamba atayakubali matokeo ya uchaguzi, na kadhalika kama ataingia madarakani, basi yeye angeunda serikali ya mseto. Kadhalika aliitaka Tume ya Uchaguzi kuhakikisha kwamba mawakala wanapewa nakala za matokeo na pia yanabandikwa kwenye vituo. Licha ya hivyo, aliitaka Tume itangaze matokeo haraka. Lakini cha ajabu ni kwamba ilipofika tarehe 31 Oktoba, Maalim Seif alianza kutoa matamshi kuwa matokeo ya Urais yasitangazwe kwa kuwa kumetokea wizi wa kura, na kwamba yeye ndiye mshindi. Hakuwa na malalamiko yoyote kuhusu majimbo ya wawakilishi: CUF ilikuwa imepata viti vyote vya Pemba na kimoja Unguja (jumla 19) na CCM ilikuwa imenyakua viti vyote vya Unguja (jumla 31) na kimoja uchaguzi ulikuwa umefutwa.

Tume ilitangaza kuwa Aman Abeid Karume alikuwa amepata asilimia 53.2 za kura wakati Maalim Seif alikuwa amepata asilimia 46.1 ya kura. Kutokana na hilo, Zanzibar imeingia kwenye mgogoro mwingine tena kisiasa, kwani Maalim Seif ametangaza wazi kwamba hatambui uhalali wa Karume kuongoza nchi na wala hatatoa ushirikiano kwa serikali ya mapinduzi. Hata ile ahadi ya kutaka kuunda serikali ya mseto imeshafunikwa, kwani hili halizungumziwi tena na CCM imeamua kwamba haitaunda serikali ya mseto. Itakumbukwa kwamba Mwalimu Julius Kambarage Nyerere alikuwa ametamka kwamba ufumbuzi wa matatizo ya Zanzibar ungeweza kupatikana kwa kiasi fulani kwa kuunda serikali ya mseto. Lakini haya yote yamepuuzwa katika miaka yote hii.

Kwa kifupi, inaelekea katika nchi yetu, badala ya kusaidia kutatua matatizo yanayoikabili jamiii yetu, mfumo wa vyama vingi umekuwa ukisababisha matatizo mengi, mgawanyiko wa kijamii na hata uhasama wa kisiasa, licha ya kuwa umekuwa ukipelekea kwenye ufujaji mkubwa wa rasilimali kutokana na gharama za kuundesha uchaguzi na kampeni zake zinazopelekea hadi vyama kuwahonga au kuwanunua wapiga kura. Kwa watu wa Zanzibar ushindani wa vyama vya kisiasa, badala ya kupeleka wananchi katika kuusaka ukweli wa kihistoria ambao utawapeleka kwenye umoja kutokana na kutafuta njia za ujenzi wa jamii yenye ustawi wa kijamii, haki za kijamii, heshima na amani, matokeo yake ni kung'ang'ania kwenye historia ambayo inawafanya waonekane kuwa ni watu waliogawanyika.

Inabidi kuyaponya madonda hayo. Inabidi watu wakubali kuwa kila penye ushindani lazima kuwe na wanaoshinda na wanaoshindwa. Ripoti za waangalizi wa uchaguzi wa ndani na hata wa nje wameonyesha kwamba uchaguzi ulikuwa wa haki na huru. Wamekiri kuwa kulikuwa na matatizo hapa na pale, lakini hata hivyo yasingeweza kuathiri kwa kiasi kikubwa matokeo ya uchaguzi. Kwa nini inashindikana kuiga utamaduni wa wale waliobobea kwenye mfumo wa vyama vingi na kuweka maslahi ya Wazanzibari na Watanzania kwa ujumla mbele badala ya yale ya vyama na watu binafsi? Misingi ya kujenga umoja wa aina yoyote ile au hata serikali ya mseto, ni wale wahusika kutambuana na kuheshimiana, hata kama mmoja ana manung'uniko. Inabidi kuirudia ile imani, yetu kuwa binadamu wote ni ndugu zangu na Afrika ni moja. Kwa kufanya hivyo, itabidi tufute haya mambo ya kudai kuwa huyu si mwenzetu, au chama hiki kina wenyewe na kuwa kuna wengine ni maadaui wa nchi hii.

Tunalojifunza hapa ni ukweli kwamba hata huo mfumo wa vyama vingi katika nchi kama za kwetu una mushkeli. Kutokana na ukweli kwamba Watanzania asilimia 80 hawakuutaka mfumo wa vyama vingi, kama Tume ya Jaji Nyalali ilivyobainisha, wengi wa hawa mashabiki wa vyama vingi walifikia uamuzi kwamba Watanzania ni mbumbumbu, kwani hawajui maana ya demokrasia, kwa hiyo wanahitaji elimu ya uraia. Walikuwa wamesahau kwamba katika hiyo asilimia 80, asilimia 56 walisema kuwa wanataka chama kimoja lakini siyo hicho kilichopo. Wengine wakasema kuwa wanataka chama kimoja, lakini kijisafishe madhambi yake ya kuwagandamiza na kuwanyanyasa wananchi. Na wengine wakatamka wazi kwamba: "Ikiwa chama kimoja kimekuwa kinakula kiasi hiki, je, vikiwa vingi si vingewamaliza?"

Kwa Watanzania wengi, masuala yaliyowashughulisha ni utatuzi wa matatizo yaliyokuwa yakiwakabili katika maisha yao. Wao walitamani kuwepo chama chenye mfumo ambao unajali na kutetea maslahi yao. Huu si umbumbumbu wa kisiasa hata kidogo. Kwani kilichokuwa kikiwakera wananchi ni ukweli kwamba kulikuwa kumeibuka mfumo wa kisiasa ambao haukuwa na nafasi ya kuwashirikisha watu katika maamuzi ya mambo mbalimbali. Watu walichokuwa wakidai ni kuwepo kwa ushirikishwaji wa kweli, na si kuwakilishwa tu. Yabidi vyama vya siasa viyazingatie haya. Yabidi pia hao wenye vyama wasiishie kuukubali tu mfumo wa vyama vingi, bali pia waheshimu misingi yake na utamaduni wake. Watanzania wanachokihitaji kuliko vyote ni amani, haki na usawa na siyo uhasama, ambao unaweza ukaishia kuipeleka nchi katika majanga.

🔲🔲 | 🔲🔲🔲 U🔲 🔲🔲 🔲 🔲 🔲🔲🔲🎽🔲

Kwa Mhariri
Barua za Wasomaji
Mtanzania
S.L.P. 4793, Dar es Salaam

Bwana Mhariri

Naomba wasomaji wako wema warejee barua ya Bw. Mikidadi Sanga wa Makete, Iringa na iliyotokea katika Mtanzania Jumapilili ya tarehe 13 Septemba 1998. Ni kweli kumekuwa na ripoti nyingi hapa nchini kuhusu watu wa rika mbalimbali kujiua. Si hizo tu, bali hata za ubakaji, ukatili majumbani , uuaji wa wazee, utelekezaji watoto (au kutupa watoto) na akina mama, n.k. Kwa kifupi, kumekuwa na ripoti nyingi za matatizo ya kijamii.

Nakubaliana naye kabisa kwamba haya ni matatizo makubwa. Lakini naomba kuhitilafiana naye kuhusu usemi wake kwamba hana "shaka, kwamba wataalamu mbalimbali watakuwa wameanza kulifanyia utafiti na uchambuzi suala hilo la ongezeko la vifo vinavyotokana na kujiua nchini." Natofautiana naye kwa sababu, wengi wetu hatujakumbana na tafiti za wataalamu zinazolenga kushughulikia matatizo yanayozikabili jamii zetu katika miaka ya karibuni. Nchi yetu inaongozwa na sera na baadhi ya maoni ya tume mbalimbali. Kuna baadhi ya jumuia huru za wananchi kama TAMWA(Jumuia ya Waandishi wa Habari Wanawake), TGNP (Programu ya Mtandandao wa Jinsia Tanzania), na nyinginezo, ndizo angalau zimejitokeza kuvalia njuga katika kujaribu kuyatafiti matatizo ya kijamii, pamoja na yale yahusuyo lile la ardhi.

Wataalamu wetu, tofauti na hapo zamani, hutumia muda mwingi kutafiti masuala ambayo yamependekezwa na wafadhili au serikali.

Yaani yale yenye kuwahakikishia vipato. Ndiyo sababu sasa hivi kumeibuka hata mashirika ya utafiti ambayo yanategemea misaada au kupewa pesa na serikali na wafadhili. Utafiti wa namna hii kihalisi ni ushauri (*consultancy*) usiokuwa na tofauti na ule utokanao na Tume zinazoundwa kutwa kuchwa kutafuta habari kwa kufuata hadidu za rejea. Si rahisi sana siku hizi kukutana na mtaalamu anayefanya utafiti wa kimsingi (*basic research*) unaolenga kutatua matatizo ya kijamii. Ninachojaribu kusema ni kwamba kile wataalamu wetu wafanyacho na kile wanachotakiwa kufanya ni vitu viwili tofauti. Wanachotakiwa kufanya ni kuihudumia jamii, lakini wanachofanya ni kazi yenye hadidu za rejea ambazo huishia kumfurahisha mlipaji, potelea mbali hata kama jamii itaumia. Wanayafanya haya wakiwa wamejificha nyuma ya pazia la "sayansi" na vyeti.

Kulikuwepo na utafiti wa kimsingi wa matatizo mengi ya kijamii (na hata utetezi wa wale waliostahili hivyo) hadi mwishoni mwa miaka ya 1970 katika shule na vyuo vyetu vya elimu ya juu. Watafiti wengi wa aina hii waliishia kuonekana kuwa ni wachochezi au waota ndoto kutoka Mlimani na kwingineko. Serikali iliwaamini zaidi, kama ilivyo hadi leo, wataalamu wa nje kuliko wa ndani. Yawezekana kwamba hili liliwafanya wengi wakakatishwa tamaa. Hata leo tunashuhudia jinsi maoni ya tume zilizowekwa na serikali (kama ya Nyalali, ya Ardhi au Shivji, n.k.), tume za wataalamu wa ndani ambavyo maoni yake yamechukuliwa. Lakini wako pia waliochukulia fursa ya hali hii na kugeuka kuwa wafanyabiashara (enzi za masoko huria hizi eti!)

Labda tuwaulize hawa wataalamu nao watuambie ni kiasi gani cha nguvu zao zinatumika katika kujaribu kuyatatua matatizo ya jamii yetu; na kama serikali yetu itafika karne ya 21 kwa kutegemea ushauri kutoka nje bila kuzingatia matatizo yawapatayo watu wa kawaida kila waamkapo? Ukiachia hizo tafiti za jinsi ya kukopesha wenye miradi midogo midogo, na sekta isiyokuwa "rasmi"; hao watalaamu wa saikolojia na hasa sosholojia watuambie kama wamekuwa wanafanya utafiti unaolenga kutatua matatizo ya msingi kama hayo yaliyotajwa na Bw. Mikidadi Sanga. Kikubwa ni kutoa mwito wa kuwaomba wataalamu wetu kurudi katika msimamo wa kuzitumikia jamii zao.

Utangulizi

Mwaka huu inapofanyika kumbukumbu ya vita hivyo vya ukombozi na watu wachache, tena wa kawaida, ambao kwao bado historia ina ghala ya mafunzo, inakaribia miaka 20 tangu watawala wa Tanzania na nchi nyingine za Kiafrika waingie katika mikataba ya kutekeleza masharti ya nchi za Magharibi ambayo ni ya kidhalimu, yaliyolenga kuimarisha uhusiano ambao wahenga wetu waliukana kwa nguvu zote. Masharti hayo yanasimamiwa na Benki ya Dunia, Shirika la Kimataifa la Fedha, Shirika la Biashara la Dunia na taasisi zingine za kifedha za nchi za Magharibi. Hawa Waafrika waliopigana katika vita vya Maji Maji walikuwa wakiikana na kuidhihaki mikataba bandia na ya kidhalimu iliyokuwa imesainiwa na Karl Peters (Mkono wa Damu) na machifu 12 mnamo mwaka 1884-akina Mangungo wa Usagara. Vita hivi viliibuka baada ya miaka 20 ya kusaini mikataba hiyo, na vilikuwa mwendelezo wa vita walivyokuwa wameanzisha akina Mkwawa, Bwana Heri, Machemba, Isike, Makongolo, Machinga, Makunganya na wengineo. Ni kwa sababu hii watawala wetu wamesahau kabisa umuhimu wa maadhimisho haya ya vita vitukufu vya Maji Maji. Wamesahau kwamba huu ulikuwa uwe

1 Makala kwa ajili ya kumbukumbuku ya Vita vya Ukombozi vya Maji Maji (1905-1907), New Msasani Club, Dar es Salaam, 27 Agasti, 2005, iliyoandaliwa na Umma Project and Platinum Records, Tanzania kwa ushirikiano na Malcom X Foundation, Boston, Marekani. Sehemu ya yajitokezayo katika makala haya ilikwishaibushwa katika, "Kongamano juu ya Karakati za Wanyonge Dhidi ya Michakato ya Sera za Ufukarishaji", lililoandaliwa na Taasisi ya Utafiti na Utetezi wa Haki za Ardhi (HAKIARDHI), na kufanyika tarehe 12 hadi tarehe 13 Mei 2005, katika ukumbi wa Baraza la Maaskofu Katoliki (TEC), Kurasini, Dar es Salaam.

mwaka wa tafakuri na tathmini ya mapambano ya Waafrika dhidi ya udhalimu wa kila aina na kujifunza yanayoweza kutusaidia kutokana na historia hiyo, katika mapambano ya kuusaka mfumo wa maisha yaliyo bora ambayo hayaruhusu watu kunyonyana, kudhulumiana wala kugandamizana.

Babu na bibi zetu walisimama kidete dhidi ya ukandamizaji, unyonyaji, uporwaji wa ardhi, ushurutishwaji kuajiriwa na masetla na makampuni ya mashamba makubwa (*plantations*) ya Wazungu kwa ujira duni, ulazimishwaji kuzalisha bidhaa za kuwanufaisha wakoloni, kulipishwa kodi ya kuuhimili utawala wa kikoloni na wanyonyaji wengine, na mengineyo mengi ya kidhalimu. Leo haya yotehayakumbukwi na watawala wetu. Laiti kama hao wahenga waliomwaga damu yao takatifu wangalifufuka leo na kuwasikia wajukuu wakiusifia ubeberu na ukoloni mamboleo kwa kuuremba kwamba ni utandawazi (eti hauepukiki, kwani una mazuri na mabaya yake); wakawapamba wanyonyaji kwamba ni wawekezaji au wabia katika maendeleo; wakaugeuza ushurutishwaji kuwa ni ushirikishwaji; na kisha wakiwaita wanaosimamia huo uhusiano, wafadhili au marafiki zetu; bila shaka wangekana na kulaani kwamba huu sio uzao wao!

Hawakumbuki kabisa hivi vita vya kizalendo, kwa sababu sote tunajua wazi kwamba masoko huria au holela yaingiliapo mlangoni, basi uzalendo na utaifa hutokea dirishani na kutokomea gizani. Kinachobakia kuabudiwa ni uteja na ulaji. Hata uwezo wa kufikiri hufifia kabisa kwani pesa na mitaji ndiyo huongea, ikasahaulika kwamba pesa na mitaji pia huongea matusi! Kwa nini wayakumbuke mambo yatakayowaumbua na kuwaacha utupu, katika enzi hizi ambazo hata mapambano ya kuupigania uhuru wakati mwingi hubezwa na baadhi ya wanasiasa uchwara, kwa kisingizio kwamba kinachohitajika ni ukuzaji wa uchumi kakamavu na sio uhuru wa watu kujitegemea na kujiamulia mambo yao?

Hawakumbuki kabisa! Wanakuwa kama watu waliokanyaga nyenyere, wakapoteza kumbukumbu. Kila mwaka kunaadhimishwa siku ya kupata uhuru lakini maana halisi ya huo uhuru haithaminiwi.

Hawakumbuki kwamba ni mgogoro wa ardhi wa Wameru (1951 53) na kuongezeka kwa wasiwasi wa kuporwa ardhi miongoni mwa Waafrika ndivyo vilivyoanzisha uhamasishaji wa Watanganyika kupata ari mpya ya kupigania uhuru wa nchi. Katika mgogoro huu, kaya za Wameru 513 ziliondoshwa kwa nguvu katika maeneo yao. Wameru walinyang'anywa mifugo na nyumba zao kutiwa kiberiti. Wameru wawili waliuawa na wengine 25 walifungwa. Zoezi zima lilikuwa limefanyika kwa ajili ya kuwapatia masetla wa Kizungu ardhi kwa ajili ya mifugo! Ni mgogoro huu ambao ulipelekea kuanzishwa kwa *Tanganyika African National Union* (TANU). Tume ya Umoja wa Mataifa iliyotembelea Tanganyika mwaka 1954, ilitamka wazi kuwa uporaji wa ardhi uliokuwa ukifanywa na wageni ilikuwa ndiyo sababu kubwa ya upinzani dhidi ya ukoloni.

Baada ya TANU kuanzishwa mwezi Julai 1954, watu wa kwanza kuipokea TANU kwa wingi kufikia mwaka 1955, walikuwa ni wale wale wa Umatumbi na Ungindo, ambako vita vya Maji Maji vilianzia Wangindo walitamka wazi kwamba Nyerere alikuwa Kinjeketile mwingine; ni mzimu wa Hongo uliokuwa umerejea na wakatilia shaka msimamo wa Nyerere uliodai kuwa iliwezekana kuwaondoa wakoloni kwa njia ya amani bila silaha. Wazalendo waliopigania uhuru wa nchi yetu walivikumbuka fika Vita vya Maji Maji. Wakati akitoa utetezi wake wa hoja ya Tanganyika (kama ilivyojulikana wakati huo) kuwa Uhuru kwenye Umoja wa Mataifa huko New York mnamo mwaka 1956, Mwalimu Julius Kambarage Nyerere alikumbushia mapambano haya. Aliwaambia wajumbe wa mkutano huo kwamba katika vita hivyo, watu wa Tanganyika walikuwa wamepigana kwa magobole, mikuki, mishale, virungu, visu na mapanga yenye kutu dhidi ya utawala wa Wajerumani tangu waingiliwe. Alikumbusha kwamba katika majaribio yote hayo Waafrika walishindwa kuwaondoa wakoloni na jaribio la mwisho likawa ni hivyo Vita vya Maji Maji, ambavyo kutokana na ukatili na uuaji wa Wajerumani vilisababisha vifo vya zaidi ya watu 120,000.

Akatamka wazi kwamba, katika mapambano ya miaka yote hiyo, hakukuwa na wachochezi wa kizalendo au watu waliobobea katika masuala ya umagharibi au Makomunisti waliosababisha wananchi kuwapinga Wajerumani. Bali, "Wananchi walipambana kwa sababu walikuwa hawaamini kwamba watu weupe walikuwa na haki ya kuwatawala na kuwastaarabisha watu weusi. Walianzisha vita hivyo vya kishujaa siyo kwa sababu ya uoga wa vuguvugu la kigaidi au kiapo cha kishirikina, bali kwa kuitikia mwito wa kimaumbile, mwito wa imani ambao umejikita katika mioyo ya binadamu wote na kwa nyakati zote, miongoni mwa waliosoma na wale ambao hawakusoma, wa kuasi dhidi ya utawala wa wageni. Ni muhimu kulizingatia akilini hili,..."[2]

Ni kwa sababu ya hii historia ya mapambano ya kizalendo ndiyo maana minara na makumbusho vilijengwa katika sehemu ambazo vita hivi vilipiganwa, kama vile kule Mikukuyumbu ambako watu wengi waliuawa na Songea sehemu ambapo machifu na maaskari wa Maji Maji walinyongwa. Kwenye mkutano mkuu wa TANU uliofanyika Mwanza, mkutano ambao ulitanguliwa na matembezi ya kuunga mkono siasa ya ujamaa na kujitegemea yaliyoongozwa na Mwalimu Nyerere kutoka Butiama hadi Mwanza, wajumbe waliombwa kusimama kimya kuwakumbuka wote waliokufa katika Vita vya Maji Maji. Katika kukumbuka vita hivi leo inabidi ikumbukwe kwamba, husemekana historia hujirudia kwa wale wasiotaka kuzingatia mafunzo yake; na pindi ikifanya hivyo hatima yake huwa tanzia. Katika hali kama hiyo kwa wale ambao wameidharau, yenyewe hubaki ikijifaragua na kuwakodolea macho huku ikiwacheka kwa ujinga na uzembe wao.

Vita vya Maji Maji kwa Kifupi

Bila shaka vijana na wanazuoni wa kizazi hiki watachukua jukumu la kuichunguza upya historia ya mapambano ya Maji Maji kwa kuzingatia uzoefu wa mapambano ya leo. Hakuna hatari kubwa duniani kama ile ya binadamu kukosa kumbukumbu na mambo ya

---

2 Tafsiri yangu, yeye alitamka: "*The people fought because they did not believe in the white man's right to govern and civilize the black. They rose in a great rebellion not through fear of a terrorist movement or a superstitious oath, but in response to a natural call, a call of the spirit, ringing in the hearts of all men, and all times, educated or uneducated, to rebel against foreign domination. It is important to bear this in mind,...*"

kumtambulisha kama yeye ni nani na ametokea wapi. Kwa kifupi, nchi ilikuwa imetawaliwa na Wajerumani tangu mwaka 1885; na kuanzia mwaka 1888 kulikuwa kumetapakaa mapambano dhidi ya madhalimu hao karibia nchi nzima yakiongozwa na mashujaa waliotajwa hapo awali na wengine wengi tu. Ni haya mapambano, ambayo yalikuwa yamezimwa kwa muda mfupi mwishoni mwa miaka ya 1890, ambayo hatimaye yalikuja kuibuka upya mwaka 1905.

Japokuwa mapambano kama hayo yalitokea huko Cameron na Namibia wakati huohuo, mapambano yaliyosababisha kuuawa kwa malaki ya Waherero huko Namibia, Vita vya Maji Maji vilikuwa vita vya kwanza vikubwa vilivyotapakaa kuliko vyovyote vile vilivyopata kutokea wakati wa ukoloni enzi hizo katika ukanda wote wa Afrika ya Mashariki na Afrika ya Kati. Ni vita vilivyotapakaa kusini mwa Tanzania kote, na watu wote walikuwa wamoja. Vita vya Maji Maji vilikuwa vimeongozwa na mtu mwenye busara na lugha ya kushawishi, Kinjeketile Ngwale wa Ngalambe, kwenye milima ya Umatumbi. Naye alishirikiana na wenzake wengine waliokuwa na mawasiliano na mizimu. Miongoni mwao walikuwa akina Bokero (Ngameya) na mwanae pamoja na mama mkongwe wa Kimatumbi aliyejulikana kwa jina la Nawanga.

Kuanzia mwaka 1904 kulikuwa na vuguvugu miongoni mwa Wamatumbi na Wangindo lililojulikana kama Jujila au Jwinyila. Hili vuguvugu liliandamana na mawasiliano ya chini chini baina ya mtu na mtu ambayo yalipelekea ujumbe kwamba huko Ngalambe kulikuwa kumepatikana mganga aliyekuwa na uwezo wa kuzidhoofisha nguvu za Wakoloni. Huyu alikuwa na mizimu ya Hongo. Ujumbe huo uliambatana na maelezo kuwa wahenga walikuwa hawajafa na walikuwa wakitunzwa na Mungu, na wangewaongoza watu hadi Ngalambe. Jwinywila hii ilipelekea watu kwenda kuhiji Ngalambe, ambako walicheza ngoma za vita (*likinda*) kwa vikosi au makundi (*matapo*), na kupewa dawa, kisha kurudi makwao, wakisubiri mwito wa vita.

Mnamo wiki za mwisho za mwezi Julai mwaka 1905, wazalendo wa kusini mwa Tanzania, kuanzia Umatumbini, walianzisha vita dhidi ya mkoloni wa Kijerumani-Vita vya Ukombozi vya Maji Maji. Vita hivyo vilidumu hadi mwaka 1907, japo ilikuwa ni mnamo mwaka 1908 ndipo hatimaye Wajerumani waliweza kuwakamata mashujaa wachache waliobaki waliokuwa wakipigana vita vya msituni. Vita hivyo vilianza mara baada ya wazalendo wa Nandete kung'oa mimea ya pamba ambayo ilikuwa imeshaanza kukomaa, wakipinga kubeba kasha la akida la makusanyo ya kodi kulipeleka Kilwa. Kitendo hiki kilikuwa ni ishara ya wazi ya chuki ambayo Waafrika walikuwa nayo dhidi ya utawala wa kikoloni; na pia kilikuwa wito wa kuwataka Waafrika waanze vita kuuasi utawala huo. Kutoka hapo, vita vilienea kote-huko Mahenge, Ulugulu, Kwa Wangoni, Wabena, Wayao, n.k. Vita vilienea kutoka pwani hadi ziwa Nyasa; kutoka Dar es Salaam kupitia Reli ya Kati hadi mto Ruvuma.

Katika vita hivi, walioshambuliwa na wazalendo ni wale wote waliouwakilisha mfumo wa kikoloni bila ya kujali rangi, ikiwa ni pamoja na wakulima wakubwa wa Kijerumani, watawala wilayani, wakusanya kodi wa Kiafrika, maakida wa Kiarabu, wafanya biashara wa Kiasia na wamishenari wa Kizungu na wafuasi wao wa Kiafrika. Ujumbe wa Maji Maji ulikuwa umetamka wazi kwamba ilibidi watu waupinge udhalimu wa kikoloni, na maji yangewalinda. Ushindi wao ungepelekea wananchi kuachana na mfumo wa ulipaji kodi, kulazimishwa kulima pamba au kuvuna mpira; na baada ya hapo wangeishi maisha ya furaha na uhuru. Hawa wazalendo walikuwa wakipigana dhidi ya ugandamizwaji na ukatili wa utawala wa Wajerumani; walikuwa wakipinga mfumo wa kodi ya mabanda, ufanyishwaji kazi wa nguvu, upigwaji viboko, ulazimishwaji wa kulima mazao yasiyowafaidia bali yakaishia kuwaongezea uhaba wa chakula, uhamishwaji kwa nguvu kwa ajili ya kutenga hifadhi za wanyama na misitu huku Waafrika wakizuiwa wasiwinde (hata pale wanyama walipoharibu mazao yao) wala kuvuna mazao ya misitu.

Wale waliogubikwa na umagharibi wataiangalia imani ya maji kama imani ya kishirikina inayoainisha ujinga wa Mwafrika. Lakini huu ni uzushi mtupu, kwani ukweli ni kwamba, Maji yalikuwa ni nadharia ya kuwahamasisha na kuwaunganisha watu wawe wamoja kwa imani kwamba Waafrika wote walikuwa ni wamoja na walikuwa wana haki ya kuwa huru na kutolazimishwa kufanya kazi bila malipo, kuonewa na kunyanyaswa au kulipa kodi zilizounufaisha utawala wa kikoloni. Imani ya dawa ilikuwa ni jadi ya jamii nyingi, na kiasili, hata wawindaji walikuwa na dawa. Kama ni suala tu la kuamini kwamba risasi zingegeuka kuwa maji, iweje basi hao Wajerumani hawakuwashinda wazalendo kwa mtutu wa bunduki tu? Ukweli wa kihistoria unaonyesha kwamba Wajerumani walishinda hivi vita kwa kutumia mbinu za kuchoma mashamba na maghala ya vyakula pamoja na makazi, kuangamiza mifugo, kuchoma misitu, na kwa ujumla kuhakikisha kwamba watu wanakosa njia zote za kujipatia mahitaji muhimu. Walichofanya ni kutumia njaa kama silaha. Wananchi waliangamizwa kwa njaa, maradhi (hususan ndui) na uharibifu wa kukithiri wa mazingira. Watu walikuwa wamechomewa makazi yao hadi ikafikia wakawa wanalala nje na kuliwa na simba.

Wajerumani walisababisha madhara na uharibifu mkubwa katika vita hivi. Wakati inasemekana kwamba wazalendo waliwaua wazungu 15, wakawajeruhi maaskari 73 na maruga ruga 316; na wazungu wengine 9 na maaskari watatu walikufa kwa maradhi, haikuwa hivyo kwa upande wa Waafrika. Wajerumani wenyewe walidai kwamba waliwaua Waafrika 75,000, baadaye waliojaribu kufanya makadirio upya walidai kwamba huenda Waafrika 120,000 waliuawa. Hizi ndizo takwimu alizozitumia Mwalimu Nyerere akiwa Umoja wa Mataifa. Lakini akina Marehemu G.C.K Gwasa na wanazuoni wengine waliofanya utafiti upya mnamo miaka ya 1960 na mwanzoni mwa miaka ya 1970 waligundua kwamba waliouawa ni kati ya Waafrika 250,000 na 300,000. Idadi inaweza kuwa kubwa zaidi ya hiyo, kwani sehemu kama za Ungonini na maeneo yanayopakana, karibia nusu ya watu waliuawa, na wamishenari walikadiria kwamba theluthi mbili ya Wapangwa iliteketezwa na Wajerumani. Wengi waliouawa walikuwa ni raia, na si wapiganaji. Ukatili ulioje! Baada ya Vita vya Maji Maji, viongozi wote wa Maji Maji-akina Kinjeketile, Chabruma na wengine walinyongwa bila ya huruma.

Hitimisho

Napenda kutamka wazi kwamba misingi ya utaifa na uzalendo, hadi kufikia watu kuitwa wananchi, ni uwezo wao wa kumiliki na kudhibiti njia za kuzalisha mali na kujikimu kama watu binafsi, jumuia na hata taifa. Na katika hili mhimili mkuu ni umiliki wa ardhi na vilivyomo ndani yake. Uwezo huo ukififishwa basi watu wanaishia kuwa watawaliwa na watu wa nje, kitendo ambacho ni cha aibu sana katika karne hii ya 21, ambayo imehinikizwa na mahubiri ya demokrasia, kushirikishwa, uwezo wa watu kujiamulia mambo yao wenyewe na haki za binadamu. Inavyoelekea, maneno ya mwanamapinduzi Frantz Fanon (2001) aliyotamka wakati nchi za kiafrika zikipata uhuru yamesadifu: watu wa mijini na hususan mabwanyenye wa kitaifa mara nyingi huishia kuhaini mapambano ya kitaifa. Baada ya uhuru matamanio yao ni kupata makombo ya mabwana waliokuwa wakitutawala na wanaendelea kututawala. Hawawezi kufikiria kwa kuzingatia maslahi ya taifa na matatizo yake, na wanaridhika kuwa mameneja na watekelezaji wa maslahi ya nchi za Magharibi na mashirika yake.

Badala ya kusimama kwenye majukwaa na kuomba misamaha ya madeni, au kutekeleza masharti ya mabeberu ili kusamehewa madeni, ilibidi Watanzania na Waafrika kwa ujumla kusimama kidete na kuwadai kwa nguvu zote Wajerumani na wakoloni wengine walipe fidia kwa unyonyaji, maovu na udhalimu wao, kama ambavyo Japan, Ujerumani na nchi zingine za kidhalimu zilivyolazimika kulipa fidia kutokana na maovu ziliyoyatenda dhidi ya mataifa mengine. Ilibidi kusimama kidete na kudai pia fidia ya biashara ya utumwa ambayo ilipelekea maangamizo ya bara la Afrika na ujenzi wa 'ustaarabu' wa Magharibi. Utandawazi au utandawizi si kitu kigeni hapa duniani: ni mwendelezo wa mfumo ambao wahenga wetu walijitolea mhanga kupigana nao. Utandawazi ni ukoloni mamboleo.

Ukweli ni kwamba ukoloni na ukoloni mamboleo daima umelenga kujenga uhusiano wa kinyonyaji uliyojikita katika uporaji wa ardhi na raslimali, ulazimishaji wa wazalishaji kuzalisha mali na bidhaa za kukidhi mahitaji ya watu wa Magharibi na uwepo wa soko la wafanyakazi wa ujira duni. Maana halisi ya ujenzi wa uhusiano kama hao ni ujenzi wa matabaka miongoni mwa mataifa na ndani ya mataifa (matabaka ya wanyonyaji na wanyonywaji, madhalimu na wadhulumiwao, wagandamizaji na wagandamizwaji, wasiozalisha na wazalishaji, wawekezaji na wawekezwao, wenye nguvu na mabavu na wanyonge, wafadhili na wafadhiki, n.k.) na ubaguzi na utengwaji kirangi, kikabila, kijinsia na hata kirika na kinasaba. Mapambano ya umma kwa ujumla siku zote yamekuwa dhidi ya mfumo kama huo, kwa nia ya kujenga jumuia ya kibinadamu iliyojikita katika uhusiano wa misingi ya usawa, heshima, uhuru na haki za kijamii kwa ujumla. Hivi leo, kwa wale waliokubuhu katika fikra za kimagharibi, matamanio ya ujenzi wa jumuia kama hiyo ni ndoto za wajukuu wa Alinacha na ni za kukejeliwa na kukebehiwa!

Ni muhimu tukakumbuka kwamba yabidi Watanzania na hasa wazalendo mwaka huu tuuchukulie kama ni mwaka wa kuwaenzi wahenga wetu waliopigana dhidi ya wakoloni kwa nia ya kulinda hadhi na heshima yetu wote. Katika hali ya sasa hivi, tuna mengi ya kujifunza kutokana na mapambano hayo, kubwa zaidi likiwa ni lile la nini maana ya uhuru, uwezo wa kufikiri na uzalendo wa Kiafrika.

[chapter heading — stylized/undecipherable glyphs]

Mwaka 1963, mwandishi mashuhuri wa tamthilia, Farouk Topan, alitunga mchezo wake wa kuigiza, uitwao Mfalme Juha, kutokana na masimulizi ya mapokezi. Tamthilia hiyo ilichapishwa mwaka 1971 na Oxford University Press. Katika tamthilia hii, msomaji anakumbana na Mfalme Juha ambaye amechoshwa na malalamiko ya watu. Hataki kusikia malalamiko yoyote. Kwa mara ya kwanza msomaji anakutana na mfalme huyu akimwuliza waziri wake ikiwa watu waliojaa kule nje wamekuja kumsalimia na kumpongeza kwa kushughulikia matatizo yao? Anapojibiwa kwamba wamekuja kuleta kesi, anakasirika sana na kusema kuwa hajui kwa nini malalamiko yazidi kuongezeka!

Katika ngano hii, huyu alikuwa ni mfalme, na hakuwa akiongozwa na katiba katika mamlaka yake, hivyo tunaweza kumwelewa. Lakini haiyumkiniki kuwa vipi mambo kama hayo yanaweza yakajitokeza leo. Kisa hiki nimekikumbuka baada ya kufuatilia wiki hii, matendo ya Wizara ya Elimu na Utamaduni, yaliyopelekea kuipiga marufuku taasisi isiyokuwa ya kiserikali, HakiElimu, kuchapisha makala au tafiti zozote zinazohusu shule Tanzania. Amri hii imetolewa kupitia Waraka Nambari 5 wa 2005 uliotolewa tarehe 8.9.2005. HakiElimu imepigwa marufuku kufanya hayo, kwa sababu: (a) inachafua picha ya mfumo wetu wa elimu na taaluma ya ualimu, (b) imeshindwa kufuata maagizo ambayo imepewa mara kwa mara na Wizara ya Elimu.

Hizi ni enzi za demokrasia. Kilichotegemewa na wengi ni kwamba, ikiwa HakiElimu imekuwa inatoa hoja potofu au ambazo hazina ukweli, basi hoja hizo zingejibiwa kwa hoja kwa manufaa ya nchi. Si hivyo tu: wananchi hatujaambiwa kama huo uchafuzi ni upi, na umekuwa ukifanyika kwa namna gani. Haikuwa hivyo, badala yake kilichotokea ni kama katika zile ngano za akina Abunuwas enzi za Harun Rashid: kama kioo kinakuonyesha sura yako katika hali usiyoipenda, basi vunja kioo, kisha utabakia na sura unayoipenda! Hilo ndilo suluhisho! Huu mzozo wa Wizara na HakiElimu umeanzia wapi na kwa nini Wizara imefanya ilichokifanya? Hapa yabidi tuliangalie kihistoria.

Suala la elimu lilikuwa mojawapo ya yale ya msingi katika kudai na kupigania uhuru wa nchi hii. Baada ya uhuru, juhudi kubwa zilitumika katika kupanga mipango ya elimu, kutafakari kuhusu muundo wa elimu uliowastahili Watanzania ambao ungekuwa tofauti na ule wa kikoloni, na hata kubainisha kama nini ilikuwa malengo na shabaha ya elimu katika ukombozi wa Mwafrika. Ilitanabahishwa wazi kuwa shabaha ya elimu ilikuwa ni kurithisha kutoka kizazi kimoja hadi kingine maarifa, tamaduni na mila za taifa, na kuwaandaa vijana wawe tayari kuchukua nafasi zao katika kulitumikia na kuliendeleza taifa. Hii ndiyo ilikuwa shabaha ya elimu katika taifa lolote lile. Hayo aliyasema Mwalimu Julius Kambarage Nyerere mwaka 1967.

Ni kwa sababu hiyo, mfumo wa utoaji elimu ulijikita katika misingi ya taifa kutoa elimu kwa vijana kwa kuhakikisha kwamba serikali iligharamia elimu kwa kutumia kodi za wananchi (siku hizi tunadanganywa kwamba ilikuwa elimu ya bure, wakati kila mtu anajua kuwa mapato ya serikali yanatokana na kodi). Elimu ilikuwa ni mojawapo ya huduma za jamii. Kwenye katiba ya Mwaka 1977, kabla baadhi ya vifungu havijabadilishwa kinyemela, ilikuwa imetamkwa wazi kwamba kila mtu alikuwa ana haki ya kuelimishwa na kila mtu alikuwa na uhuru wa kutafuta elimu katika fani aipendayo kwa uwezo na upeo wake.

Baada ya kuingia masoko huria, kifungu hicho kilibadilishwa na kusomeka: "Kila mtu anayo haki ya kujielimisha,...." ! Ilikuwa ni baada ya kuleta sera za kuwataka watu "wachangie" katika uendeshaji wa elimu. Yaani: watu walipe kodi, kisha baada ya hapo wachangie tena. Kihalisia, maana yake walipe kodi mara mbili. Haya ndiyo yaliyozikumba sekta zote za huduma za jamiiafya, maji, n.k. Serikali ilikuwa imetii amri ya Benki ya Dunia na Shirika la Fedha la Dunia. Taasisi hizi zilidai kwamba kutoa elimu ya "bure" hakuna manufaa, na ni mzigo kwa serikali,kwani serikali ilibidi ipunguze viwango vya kodi kama sehemu mojawapo ya vivutio kwa wawekezaji. Viwango vya kodi visingepungua ikiwa serikali ingeendelea kubeba mzigo wa kutoa huduma za jamii!

Sera mpya zilikuwa zimewasili: huduma za kijamii, utamaduni, vita dhidi ya ufukarishwaji. sasa yalikuwa ni ya mtu na watu binafsi na si ya jamii wala taifa. Ilibidi kuingia katika itikadi mpya ya kila mtu na lwake. Matokeo ya sera hizo hayakuchukua muda mrefu kusadifu, kwani idadi ya wanafunzi shuleni iliporomoka, shule zikaanza kugeuka magofu na viwango vya elimu kwa ujumla viliteremka vibaya sana. Hapa, hata sheria ya kuwalazimisha wazazi wawapeleke watoto shuleni hazikufua dafu. Haikuwa ajabu kusikia mzazi huko Lindi amemchapa mwanae viboko kwa kuwa amefaulu kwenda sekondari, kwani kufuatana na hali mbaya walizokuwa nazo watu wa makondeni, hili lilimaanisha kutoa amali zote kumlipia huyo aliyefaulu na kisha kuwaacha wengine matumbo wazi!

Mambo yalibadilika mwanzoni mwa karne hii, kutokana na hizohizo taasisi za fedha za dunia zilizozikataza serikali zetu kugharamia elimu kubadili mwelekeo. Lakini pia, baada ya taasisi hizi za fedha za dunia kukataza hiki na kile, hatimaye zilikuwa zimefikia hatua ambayo hakukuwa na shughuli ambayo ingelazimisha serikali zetu kukopa. Zilihitaji kukopesha hata kama ni kwa masharti nafuu, ili ziendelee kupata faida. Kwa hiyo zikabadili sera zake kuhusu ugharimiaji wa elimu, bila kukiri kwamba sera za awali za serikali ya kizalendo zilikuwa sahihi. Sasa zilidai kwamba ni vyema serikali ikagharamia elimu, kwani zimegundua kwamba elimu ni mbinu mojawapo ya kupunguza umasikini. Na huo ukawa ndio mwanzo wa kuanzisha Mpango wa Maendeleo ya Elimu ya Msingi (MMEM).

MMEM ulianza mwaka 2002. Serikali ilipata mkopo wa masharti nafuu wa Benki ya Dunia kwa ajili ya Mpango huu kiasi cha dola 150 milioni. Kadhalika wafadhili wengine walijitokeza, miongoni mwao wakiwa ni Umoja wa Ulaya, Sweden, Norway, Ireland, Canada. Tofauti na mipango ya elimu nchini kabla ya mipango ya urekebishaji uchumi, wakati ambapo masuala ya elimu yaliangaliwa kwa upana zaidi, kwa kuzingatia masuala ya kisiasa, maudhui ya elimu na matokeo ya mchakato mzima wa elimu, MMEM ulianzishwa kama mradi na siyo sera. Ni mradi wa miaka miatano (2002-2006), wenye malengo ya kuboresha elimu kwa kuongeza idadi ya wanafunzi, kuboresha shule, kuboresha viwango vya walimu na kuongeza idadi yao na kuboresha uendeshaji wa shule.

Hadi kufikia mwaka 2004, Wizara ilikuwa imetoa ripoti sita za kutathmini MMEM. Mnamo mwezi wa Julai 2005, HakiElimu ilichapisha ripoti inayoitwa Miaka Mitatu ya Utekelezaji wa MMEM: Matokeo Kutoka Mapitio Yaliyofanywa na Serikali na kuizindua tarehe 25.8.2005. Ripoti hiyo iliandikwa na Profesa Suleman Sumra, profesa wa elimu mstaafu wa Chuo Kikuu cha Dar es Salaam. Hii ripoti ilikuwa ni uchambuzi uliotokana na mapitio ya hizo ripoti sita za tathmini ambazo Wizara yenyewe ilikuwa imezifanya au kuzigharamia. Ripoti hiyo ilibainisha kwamba MMEM ni kati ya mageuzi muhimu yaliyopata kutokea katika miaka ya karibuni, na Tanzania ilikuwa imefanya jitihada kubwa katika kuboresha elimu ya msingi katika miaka ya karibuni, lakini bado haijafanikiwa kufikia malengo muhimu na ubora wa elimu bado uko chini. Ripoti ya HakiElimu ilitoa muhtasari wa matokeo, dhidi ya malengo ya MMEM, yaliyotokana na tathmini za msingi na kiundani ya mpango huu zilizofanywa na serikali yenyewe.

Tathmini zilionyesha kwamba mafanikio makubwa yamepatikana kutokana na MMEM katika miaka mitatu ya kwanza. Ripoti hii ilionyesha kwa kuwa licha ya kuwepo mafanikio, bado kulikuwa na mengi yaliyohitajika ili kuboresha na kuimarisha elimu, ikiwa ni pamoja na ile ya sekondari. Ilibidi pia kusipunguzwe kasi katika msisitizo wa kuendelea kuboresha elimu kutokana na mafanikio yaliyopatikana, hususan katika nyanja za ufundishaji wa walimu, uandikishaji na usambazaji wa usawa wa walimu pamoja na kusambaza vitabu vya kutosha na kwa wakati muafaka. Haya ndiyo yaliyokuwa yameainishwa katika tathmini za Wizara, ambayo HakiElimu iliamua kuyasisitiza.

Mnamo tarehe 30.8.2005, Waziri wa Elimu, Mhe. Joseph Mungai aliishambulia ripoti ya HakiElimu, kwa madai kwamba ilikuwa ikipiga vita mafanikio yaliyopatikana katika sekta ya elimu. Akazidi kuishambulia kwa madai kwamba imekuwa ikitoa programu katika vyombo vya habari zenye malengo ya kuichafua picha ya elimu na kuwadhalilisha walimu ambao wanafanya kazi katika mazingira magumu.

Ikumbukwe kwamba, mwaka 2004, HakiElimu kwa kushirikiana na Taasisi ya Kuzuia Rushwa ilikuwa imefanya mashindano ya uandishi wa insha kuhusu rushwa katika sekta ya Elimu. Insha 3,000 zilipatikana, na katika hizo, baadhi zilichapishwa katika kijitabu. Wizara ya Elimu ilitoa tamko la kulipia kwenye vyombo vyote vya habari la kuyabeza mashindano hayo kwa misingi kwamba hayakuwa ya kisayansi.

Kwa wale wanaoifahamu HakiElimu, hii ni taasisi isiyo ya kiserikali ambayo malengo yake ni kutetea usawa, ubora, haki na demokrasia katika elimu na jamii. Kazi yake kubwa ni kuiwezesha jamii kupata habari, kuiwezesha jamii kuwa na uwezo wa kutoa mawazo kuhusu sera na mfumo wa elimu, kuchochea mijadala miongoni mwa wanajamii kuhusu masuala ya elimu, kufanya utafiti na kuchambua sera, n.k. Hivyo, imewawezesha waandishi wa habari kuandika habari za kitafiti nyingi kuhusu elimu, kadhalika imechapisha miongozo ya ushirikishwaji katika kamati za shule, na vijitabu mbalimbali, ikiwa ni pamoja na hotuba ya Rais Benjamin Mkapa kuhusu elimu, mapitio ya bajeti ya Wizara ya Elimu na Utamaduni na kitabu cha mkusanyiko wa maandiko na hotuba za Mwalimu Nyerere kuhusu elimu.

Jamii na historia ndiyo itakayoamua. Lakini, kimsingi Wizara imekiuka masuala kadhaa ya kikatiba katika kitendo chake cha kuizuia HakiElimu kufanya shughuli ambazo wengi wetu tulio katika shughuli za elimu zinatunufaisha na pia kutupa ari ya kufikiria kuhusu mwenendo mzima wa elimu na jamii. Ibara ya 18 ya Katiba ya Jamuhuri ya Muungano wa Tanzania inatamka wazi kwamba kila mtu: (a) anao uhuru wa kuwa na maoni na kueleza fikra zake; (b) anayo haki ya kutafuta, kupokea na kutoa habari bila kujali mipaka ya nchi; (c) anao uhuru wa kufanya mawasiliano na haki ya kutoingiliwa katika mawasiliano yake; na (d) anayo haki ya kupewa taarifa wakati wote kuhusu matukio mbalimbali muhimu kwa maisha na shughuli za wananchi na pia kuhusu masuala muhimu kwa jamii.

Katika Ibara ya 21 (2) Katiba inatamka kwamba, "Kila raia anayo haki na uhuru wa kushiriki kwa ukamilifu katika kufikia uamuzi juu ya mambo yanayomhusu yeye, maisha yake au yanayohusu Taifa." Hata kama tukirudi kwenye Ibara ya 8 (1) ambayo imetamka kwamba Tanzania ni nchi inayofuata misingi ya demokrasia na haki ya kijamii, hapa pia inatamkwa kuwa (a) wananchi ndiyo msingi wa mamlaka yote, na Serikali itapata madaraka na mamlaka yake yote kutoka kwa wananchi kwa mujibu wa Katiba hii; (b) lengo kuu la Serilikali litakuwa ustawi wa wananchi; (c) Serikali itawajibika kwa wananchi; (d) wananchi watashiriki katika shughuli za Serikali yao kwa mujibu wa masharti ya Katiba hii.

Kitendo cha Wizara ya Elimu na Utamaduni ni tamko la wazi kwamba wananchi siyo msingi wa mamlaka na madaraka ya serikali, kwani wao ndio wanastahili kuwajibika kwayo. Tunajiuliza, ni elimu gani na utamaduni wa kiraia ambao unafundishwa huko shuleni ikiwa Wizara yenyewe haiwezi kuzingatia hii misingi muhimu ya katiba? Wizara inayovunja kanuni za katiba na kujitwalia madaraka isiyokuwa nayo inaendeleza utamaduni gani, kama siyo ule wa kibabe? Wizara ya Elimu na Utamaduni ambayo imeshikilia nyenzo zote za kurithisha maarifa na utamaduni ndiyo iko mstari wa mbele kuzuia utamaduni wa kutofautiana, kupingana, kuvumiliana, kuwa wanyenyekevu, kukosoana na kushauriana. Hili halikubaliki: hata kama tumepata mafanikio mengi, kasoro au mapungufu yana umuhimu wake kwani ndiyo yanayotusukuma kuendelea kuwa wabunifu na watafiti katika harakati za kuyasaka mafanikio.

⬚⬚ | ⬚⬚⬚⬚⬚⬚⬚ ⬚⬚ ⬚U⬚⬚⬚ ⬚⬚ U⬚⬚⬚⬚⬚⬚

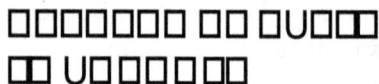

Ijumaa, tarehe 14.10.2005 ilikuwa ni siku ya maadhimisho kitaifa, kwani ndiyo siku ambayo Baba wa Taifa, Mwalimu Julius Kambarage Nyerere alifariki, mwaka 1999. Na imekuwa hivyo kila mwaka: kwa baadhi siku hiyo ni ya kumuenzi, wengine ni siku ya kumkumbuka, wengine ni siku ya tafakuri na wengine ni siku ya mapumziko. Kuna watu ambao kweli wanaheshimu mchango wa Baba wa taifa katika mapambano ya ukombozi wa wanyonge hapa nchini kwetu, Afrika na hata duniani; kuna wengine ambao wanamkumbuka kwa sababu wanadai kwamba Mwalimu Nyerere aliirudisha nchi nyuma kiuchumi kutokana na sera alizoziasisi-sera za ujamaa na kujitegemea; na kuna wengine wanaomtumia kwa manufaa yao.

Maadhimisho ya mwaka huu yameangukia mwaka wa uchaguzi. Ni mara ya tisa Tanzania kufanya uchaguzi tangu kupatikane uhuru, na kadhalika mara ya tatu uchaguzi wa vyama vingi ufanyike. Swali muhimu la kujiuliza ni: kuna mafunzo yoyote tunayoweza kuyapata kuhusu masuala ya uongozi na uchaguzi kwa ujumla katika historia hiyo ya kujaribu kuwa nchi ya kidemokrasia kwa miaka yote hiyo kutokana na uongozi wa Mwalimu Nyerere? Je, tumefikia wapi leo hii katika majaribio ya ujenzi wa jamii isiyokuwa na maonevu, ukandamizaji, unyonyaji na dhuluma? Je, malengo ya ujenzi wa jamii yenye watu wanaoamini katika usawa, haki, amani na kujitegemea bado yangalipo? Na katika haya yote, inawezekana kusema kuwa kuna mawazo yoyote ya busara ambayo tumeyarithi kama kumbukumbu yetu kijumuia kuhusu jinsi mambo yalivyokuwa na yanastahili yaweje?

Ni wazi kuwa ingawa wengi tunatambua fika kwamba historia ya kutoka enzi za Mwalimu ni sehemu muhimu ya yale tunayojivunia leo, kama vile amani, utulivu na mshikamano, viongozi wa Tanzania ya leo hawana uhusiano kabisa na yale yaliyotendwa miaka ya nyuma yakapelekea katika uwezekano wa kuwepo hayo tunayodai kuwa ndiyo urithi wa nchi yetu na yanafaa kulindwa kwa kila hali. Haya tumeyashuhudia katika miaka hii ya karibuni yakijitokeza katika njia mbalimbali, ikiwa ni pamoja na kuporomoka kwa uzalendo kiuchumi na kisiasa. Kwa kisingizio cha utandawazi, ambao kihalisia ni ubeberu, kumekuwa na utokomezaji wa uwezo wa wananchi kwa pamoja wa kumiliki na kudhibiti nyenzo za kujikimu, kwa kuwa watu binafsi na hasa wawekezaji ndio wamegeuka kuwa muhimili wa maendeleo.

Maendeleo ya kiuchumi kwa vigezo vya viwango vya mfumuko wa bei, ukuaji wa pato la taifa, ukuaji wa uchumi na ujenzi wa mazingira mazuri ya kuwavutia na kuwalinda wawekezaji ndiyo yamekuwa vielelezo vya mafanikio, na siyo ustawi wa jamii. Katika hali kama hiyo, uwezo wa Watanzania kujiamulia mambo yao haupo tena kwani sera zote zinazofuatwa ni zile ambazo zimetungwa na mataifa makubwa pamoja na mashirika ya fedha ya dunia. Tumefikia wakati ambapo kusifiwa na mataifa ya Magharibi kwamba tunapiga hatua na tuko kwenye mwelekeo mzuri ni muhimu zaidi kuliko kukubali kukosoana wenyewe kwa wenyewe. Wasomi wakikosoa mambo ambayo hayaendi vizuri au wakaulaani utandawazi, wanaambiwa kuwa ni wasomi uchwara, bali wakiwasifu wanaonekana kuwa ni wasomi makini.

Utawala bora (utawala wa kisheria, hata kama sheria hizo ni za kidhalimu) umekuwa mbadala wa uongozi bora (utumishi wa umma kwa uadilifu na unyenyekevu). Leo wanaotaka kuingia madarakani wanagombea kutawala, badala ya kuomba ridhaa ya kuwatumikia watu. Suala la uongozi, demokrasia na maadili kwa ujumla ni suala ambalo lilimshughulisha sana Mwalimu Nyerere tangu nchi ipate uhuru. Kwake yeye, uongozi halikuwa suala la usomi, bali la maadili yaliyojikita katika utumishi, unyenyekevu wa kujifunza, uadilifu na uaminifu. Si hivyo tu: ilibidi masuala ya uongozi yazingatie masuala ya imani na matendo yaliyojikita katika ujenzi wa jamii yenye usawa na haki.

Siku 41 baada ya nchi kupata uhuru, Mwalimu Nyerere alijiuzulu uwaziri mkuu. Alifanya hivyo ili apate fursa ya kujenga chama ambacho kingekuwa na kazi ya kuwatetea watu na hasa wanyonge, kutokana na ukweli kwamba TANU ilikuwa imeingia madarakani, na kulikuwa na hatari kuwa kama chama cha ukombozi kingeweza kuishia kuwa chama cha kigandamizaji. Miongoni mwa makala alizoandika wakati huo ni "Tujisahihishe". Katika makala haya, mambo aliyoyalaani ni ubinafsi na uroho na kutokubali kujikosoa na kusolewa. Akatamka wazi kuwa ilibidi viongozi watoke kwa watu, bila kutumia rushwa na ufisadi au kuwatisha watu na kufanya mizengwe. Kulikuwa na haja ya kuwachagua viongozi kwa sifa za uwezekano wao kutenda kazi walizokuwa wakiziomba kutoka kwa umma.

Kadhalika, ilikuwa ni muhimu kuchagua viongozi wenye tabia njema, wenye ari ya kujifunza, kwa kuwa viongozi wazuri ni wale ambao wanaamini kuwa bado hawajui kitu na wanahitaji kuendelea kujifunza. Kwake yeye, maana halisi ya kujifunza haikuwa kuhudhuria madarasa, bali kutafuta ukweli wa mambo na matukio, kwani elimu na maarifa ya kweli ni yale ambayo yanatuwezesha kuelewa kipi kinasababisha nini na kufanyike nini kukirekebisha, na kama mambo ni mazuri, je kufanyike nini kuyadumisha. Kwake yeye, watu wa hatari walikuwa wale ambao walidhani kuwa wanajua kila kitu na hawaoni umuhimu wa kujifunza au kuwasikiliza wengine. Adui wakubwa wa binadamu ni uvivu wa kutumia ubongo na kufikiri kwa makini na kuweka maslahi binafsi mbele kuliko yale ya jamii. Makosa ya wengi waliosoma, Mwalimu alitamka, ni kutowaamini au kuwadharau wale ambao hawakusoma, kwa madai kwamba hawana mchango wowote wa maana.

Ilibidi viongozi wawe ni watu wenye maadili na maono ya kujua kama ni nchi ya namna gani Watanzania wangependa kuijenga. Hivyo, wakati wa uchaguzi wa mwaka 1965 uchaguzi wa viongozi katika nchi huru ni ainisho la uhuru halisi wa nchi, kwa sababu ni kutokana na uchaguzi watu wanajitawala wenyewe kwa kufanya maamuzi kama wangependa ujenzi wa nchi ya namna gani. Kwake yeye, kuchagua Rais na wabunge ilikuwa ni kufanya maamuzi ya kama kungetungwa sheria za namna gani, kiasi gani cha kodi kingelipwa ili kupata huduma za kijamii na za umma kwa ujumla, na nani angetusemea katika masuala ya kimataifa. Mwaka 1970 alitamka kuwa uchaguzi wa viongozi si sawa na tendo la kuchagua khanga dukani. Uchaguzi maana yake halisi ni kuchagua watu wa kupewa dhamana ya kuiongoza nchi kwa kipindi cha miaka mitano itakayofuata. Akawataka watu wasichague watu wanaotoa ahadi za kuwafanyia vitu bila gharama zozote au mchango wa nguvu zao, kwa sababu hao ni wapotoshaji, wanaodhania kuwa wananchi ni wapumbavu, wakati wao wenyewe wanaotoa ahadi kama hizo ni wapumbavu.

Kwa imani yake, hakukuwa na kitu kama huduma za jamii elimu, afya, maji, n.k vya "bure", kama tunavyodanganywa leo, kwamba zamani huduma hizo zilitolewa bure. Aliamini kwamba utoaji wa huduma za jamii na umma ulitokana na ukweli kwamba serikali ilikusanya kodi. Kutokana na kodi, iliwezekana serikali kutoa huduma hizo na hata kujenga uchumi. Fadhila na uhisani, alitamka wazi mwaka 1977, havitatokomeza umaskini hata siku moja, bali watu kufanya kazi, kuwapatia ajira na kuwapa mafunzo yanayowawezesha kuwa na ujuzi. Ilibidi watu watozwe kodi, na katika hali ambapo utofauti wa matajiri na maskini upo, ilibidi matajiri watozwe kodi ili kupunguza tofauti zilizopo ili kupatikane fedha za kutoa huduma za kijamii na umma kwa watu wote. Huwaombi wenye uwezo wajitolee au watoe fadhila, bali unawatoza kodi, kwani fadhila na uhisani huishia katika udhalilishaji.

Leo mambo ni tofauti: ufadhili umegeuka kuwa sera na michango ya hiari imekuwa ndiyo njia mbadala za kupunguza umaskini au kuwasaidia akina mama wapimwe saratani ya matiti. Wawekezaji wa kutoka nje wanapunguziwa kodi na kupewa misahamaha ya kodi kama kivutio, badala yake wanaombwa kutoa misaada kwa wananchi waliofukarishwa. Hivyo wakichangia fedha kidogo kwenye zahanati au kununua madawati ya shule baada ya kuchimba madini yetu au kuwinda wanyama wetu na kukwepa kulipa kodi, inakuwa ni habari kubwa na muhimu. Watawala wetu wanawamwagia sifa kemkem kuwa wanatusaidia kuleta maendeleo. Hao matajiri wanakumbatiwa kwa sababu licha ya kutoa ufadhili kama huo kwa waliofukarishwa ili kuwapumbaza wasione kwamba wananyonywa (dhana hii imekuwa kufru katika miaka ya karibuni), ni haohao ambao wanawafadhili wanasiasa na vyama vyao.

Uchaguzi mkuu si wakati wa kuchagua watumishi wa umma tena bali ni uchaguzi wa watawala watakaotutawala katika miaka mitano ijayo na kuwavutia wawekezaji wengi zaidi kutoka nje. Ni kutokana na hali kama hii ndipo tunashuhudia watu wakitumia kila mbinu, ikiwa ni pamoja na zile ambazo ni chafu ili wachaguliwe. Siasa zimekuwa biashara kubwa sana. Badala ya kitu cha kujitolea muhanga kuutumikia umma, sasa siasa ni biashara. Hivyo, hongo na rushwa vimebatizwa upya na kutakatishwa: badala ya kuwa dhambi, sasa vimekuwa uadilifu, kwani sasa vinaitwa takrima.

Mwaka 1970, Mwalimu Nyerere alitamka kwamba kama mtu akikupa pesa ili umpe kura yako au akidai kwamba atakupa upendeleo maalumu kama utampa kura, huyo mtu inabidi umchukulie hatua. Na kama mtu akifanya kampeni za kisirisiri, inabidi ujiulize kama mtu kama huyo ni mwaminifu na mwadilifu na kama anafaa kuwa diwani au mbunge au Rais. Haya masuala aliyarudia tena mwaka 1995, alipotamka wazi kwamba kufanya kazi Ikulu ni mzigo na anawashangaa watu ambao wanakimbilia huko. Akauliza: kuna biashara gani huko? Katika kitabu chake alichotoa mwaka huohuo (Uongozi wetu na Hatima ya Tanzania), alibainisha kuwa kiongozi mzuri ni yule ambaye hapendi kutawala, bali anajitolea kutumikia na kuongoza. Ilibidi awe ni kiongozi mwadilifu, mwenye maadili mema, anayeheshimu usawa wa binadamu wote bila kubagua kwa vigezo vya nasaba, dini, jinsia au mawazo yanayohitilafiana.

Ilibidi viongozi wazuri wawe ni wale watu ambao hawaangukii kwenye vishawishi vya tamaa ya madaraka, wanaowajibika kwa wananchi, wenye uaminifu kwa nchi yetu na watu wake na wanaojitolea kutekeleza majukumu waliyokabidhiwa bila ya woga wala upendeleo. Ilibidi wawe ni watu ambao wako tayari kutoa maamuzi ambayo marafiki au ndugu zao wasingeyafurahia, kwa faida ya umma. Viongozi ilibidi wawe ni watu ambao wanaungwa mkono na watu: ilibidi wawe ni watu ambao wana msimamo wa Kitanzania na wawe tayari kuwatumikia watu wote wa Tanzania na Afrika. Viongozi wazuri, kwake yeye, ni wale ambao walikuwa na msimamo wa kuwatetea wanyonge na kupigania haki zao.

Leo hii katika mfumo wa vyama vingi hapa Tanzania, kama ilivyo katika nchi za Magharibi, muhimu ni uwezo wa kifedha kama chama na hata mgombea uongozi. Fedha ndizo ambazo zinatawala masuala ya uchaguzi na si itikadi na nadharia za aina ya jamii ambayo Watanzania wangependa kuijenga. Katika vyama vyenyewe, si tofauti ya kiitikadi au imani inayovitambulisha, bali uwezo wa kujinadi na kujitangaza katika vyombo vya habari, matamasha ya muziki na tafrija ndivyo vinavyotawala. Utambulisho wa vyama si sera, bali sare wanazozivaa na aina ya usafiri unaotumika kwenda kuomba kura. Ni kwa sababu hii tunashuhudia watu wakihama kutoka chama kimoja kwenda kingine au kurudi walikotoka kila siku. Hakuna tofauti za vyama, suala ni wapi mtu anaweza akajinufaisha. Wale wanaogombea kuchaguliwa wanahama vyama baada ya kutemwa kwenye uchujaji, na wakihama wanadai kuwa huko walikotoka hakuna demokrasia au kuna ubinafsi. Wasipochaguliwa wao, basi hakuna demokrasia au kuna ubinafsi. Hawaongei juu ya utofauti wa itikadi au sera!

Si suala la utetezi wa maslahi ya tabaka hili au lile katika siasa, bali mashindano ya kuwavutia matajiri, wafadhili, wawekezaji na kusifiwa na mataifa ya nje. Kuhudhuria mikutano au kuwa na uhusiano na vyama vya Magharibi vya kihafidhina-Republican (Marekani), Conservative (Uingereza), New National Party (Afrika ya Kusini), Kuomingtang (Taiwan), n.k., limekuwa ni jambo la kujisifia kwa baadhi ya vyama. Kuwataka wafadhili au jumuia ya kimataifa (maana yake halisi nchi za Magharibi) ziingilie mambo yetu ya ndani au ugomvi miongoni mwa vyama umekuwa ni sehemu ya utamaduni wa kisiasa Tanzania, kwani ni dhihirisho kwamba hao ndio watawala wetu. Kadhalika kusifiwa au kutambuliwa na haohao, kutokana na kutekeleza masharti yao ya kidhalimu imekuwa ni jambo la kujivunia sana.

Kama hatutajisahihisha na kubadili mwelekeo wetu kisiasa, basi kutafikia wakati ambapo tutakuwa wafujaji wakubwa wa raslimali ambazo zingesaidia kujenga nchi. Huko Marekani, vyama vikuu viwili vilitumia dola milioni 86 kwa ajili ya kampeini mwaka 1992. Ilipofika mwaka 1996, vyama hivyo hivyo vilitumia dola milioni 260, na inakadiriwa kwamba mwaka 2000 vilitumia dola 396. Kwenye uchaguzi wa 2004, dola 2,052,749,282! Hizi zote zilichangwa na matajiri ambao walipania kukiwezesha chama kitakacholinda maslahi yao kishinde. Anayemlipa mpiga ngoma ndiye anayechagua wimbo. Yabidi kuyapinga mambo yanayoendekeza siasa za namna hii ambazo mara kwa mara huishia katika ujenzi wa mifumo ya kibabe na unyanyasaji. Yabidi wakati wa uchaguzi uwe ni wakati wa tafakuri wa jamii ya namna gani tungependa kuijenga na kusisitiza suala la utetezi wa wanyonge na wale wanaoonewa na kunyanyaswa.

Wengi wa wanasiasa wetu wanamuenzi Nyerere kwa unafiki au kwa kutekeleza matakwa yao, na siyo kuendeleza yale aliyoyasimamia. Ni kwa sababu hii waziri mmoja alidiriki kuwaambia wafanyakazi wa Urafiki walipokuwa na mgogoro na waajiri wao kuwa kama wanamtaka Nyerere basi wakamfuate huko huko aliko. Huyo alitoa siri ambayo imefichika miongoni mwa viongozi wengi wanaojifanya kumuenzi Mwalimu Nyerere!

Marejeo

Bates, M. (1957): "Tanganyika under British Administration" Ph D Thesis, Oxford University, Oxford.

Chachage, C.S.L. (1986): "Socialist Ideology and the Reality of Tanzania", Ph D Thesis, University of Glasgow, Glasgow.

Cliffe, L. (1972): "Nationalism and the Reaction to Enforced Agricultural Change in Tanganyika during Colonial Period", in L. Cliffe & J. Saul (eds), Socialism in Tanzania, Vol 1, East African Publishing House, Nairobi (1972)

Cliffe, L. & G.L. Cunningham (1973): "Ideology, Organization and Settlement Experience in Tanzania", in L. Cliffe & J. Saul (eds), Socialism in Tanzania, Vol 2, East African Publishing House, Nairobi (1973)

Coulson, A. (1982): Tanzania: A Political Economy, Clarendon Press, Oxford.

Friedland, W.H. (1969): Vuta Kamba: The Development of Trade Unions in Tanganyika, Hoover Institution Press, Stanford.

Gann, L.H. & P. Duignan (1977): The Rulers of German East Africa 1884-1914, Stanford university Press, California.

Illife, J. (1979): A Modern History of Tanganyika, Cambridge University Press, Cambridge.

Karioki, James (1979): Tanzania's Human Revolution, Pennysylivania State University Press, New York.

Kimambo, I.N. (1971): Mbiru: Popular Protest in Colonial Tanganyika, East African Publishing House, Nairobi.

Kirilo, Japhet & Earle Seaton (1967): The Meru Land Case, East African Publishing House, Nairobi.

Kjekshus, H. (1977): Ecology Control and Economic Development in East African History: The Case of Tanganyika 1850-1950, Heinemann, London.

Maguire, G.A. (1969): Towards 'Uhuru' in Tanzania, Cambridge University Press, Cambridge.

Mapolu, H. (1986): "The State and the Peasantry", katika, I.G. Shivji (mhariri), The State and the Working People in Tanzania, CODESRIA, Dakar, 1986.

Mbee, Gicha (1970): "Letter From Mbugwe, Tanzania", katika Irving Leonard Mrkovitz (mhariri), African Politics and Society, Free Press, New York.